Hướng Dẫn Nghiên Cứu Cựu Ước

Daniel C. Owens

reSource Leadership International

Bản dịch bản quyền © 2024 Daniel C. Owens
ISBN: 978-1-988-990-91-0
ebook ISBN: 978-1-988-990-92-7
Thiết kế bìa: Nguyễn Ân Nhi
Bảo lưu bản quyền. Không phần nào trong xuất bản phẩm này được phép sao chép hay phát hành dưới bất kỳ hình thức hoặc phương tiện nào mà không có sự cho phép bằng văn bản của nhà xuất bản giữ bản quyền, ngoại trừ các trích dẫn ngắn trong những bài phê bình sách.
Phần Kinh Thánh được trích dẫn từ Bản Truyền Thống Hiệu Đính, trừ những phần có ghi chú bản dịch cụ thể. Bản quyền © 2010 bởi Liên Hiệp Thánh Kinh Hội. Đã được phép sử dụng. Bản quyền được bảo lưu.

Mục lục

Các Ký Hiệu Viết Tắt

Cựu Ước

Sáng	Sáng Thế Ký	Tr	Truyền Đạo
Xuất	Xuất Ê-díp-tô Ký	Nhã	Nhã Ca
Lê	Lê-vi Ký	Ês	Ê-sai
Dân	Dân Số Ký	Giê	Giê-rê-mi
Phục	Phục Truyền Luật Lệ Ký	Ca	Ca Thương
Giôs	Giô-suê	Êxê	Ê-xê-chi-ên
Quan	Các Quan Xét	Đa	Đa-ni-ên
Ru-tơ	Ru-tơ	Ô-sê	Ô-sê
1 Sa	1 Sa-mu-ên	Giô-ên	Giô-ên
2 Sa	2 Sa-mu-ên	A-mốt	A-mốt
1 Vua	1 Các Vua	Áp-đia	Áp-đia
2 Vua	2 Các Vua	Giô-na	Giô-na
1 Sử	1 Sử ký	Mi-chê	Mi-chê
2 Sử	2 Sử ký	Na	Na-hum
Ex	E-xơ-ra	Hab	Ha-ba-cúc
Nê	Nê-hê-mi	Sô	Sô-phô-ni
Êxt	Ê-xơ-tê	A-ghê	A-ghê
Gióp	Gióp	Xa	Xa-cha-ri
Thi	Thi Thiên	Mal	Ma-la-chi
Châm	Châm Ngôn		

Tân Ước

Mat	Ma-thi-ơ	1 Ti	1 Ti-mô-thê
Mác	Mác	2 Ti	2 Ti-mô-thê
Lu-ca	Lu-ca	Tít	Tít
Giăng	Giăng	Phlm	Phi-lê-môn
Công vụ	Công vụ các Sứ đồ	Hê	Hê-bơ-rơ

Rô-ma	Rô-ma	Gia-cơ	Gia-cơ
1 Cô	1 Cô-rinh-tô	1 Phi	1 Phi-e-rơ
2 Cô	2 Cô-rinh-tô	2 Phi	2 Phi-e-rơ
Ga	Ga-la-ti	1 Gi	1 Giăng
Êph	Ê-phê-sô	2 Gi	2 Giăng
Phi	Phi-líp	3 Gi	3 Giăng
Côl	Cô-lô-se	Giu-đe	Giu-đe
1 Tê	1 Tê-sa-lô-ni-ca	Khải	Khải huyền
2 Tê	2 Tê-sa-lô-ni-ca		

Bản Văn và Các Bản Dịch Kinh Thánh:

BDM	Bản Dịch Mới (2002)
BTTHĐ	Bản Truyền Thống Hiệu Đính (2011)
BTT	Bản Truyền Thống (1927/1998)
ESV	English Standard Version
LXX	Septuagint (Bản Bảy Mươi/Bản Dịch Cựu Ước bằng tiếng Hy-lạp cổ)
MT	Masoretic Text (Bản Văn Cựu Ước bằng tiếng Hê-bơ-rơ)
NASB	New American Standard Bible Update (1995)
NIV	New International Version

Sách này sử dụng Bản Truyền Thống Hiệu Đính ngoại trừ trường hợp xác định một bản dịch khác.

Lời Tựa

> Vì E-xơ-ra chuyên tâm nghiên cứu luật pháp của Đức Giê-hô-va, tuân giữ và dạy cho dân Y-sơ-ra-ên biết luật pháp và các quy định.
>
> E-xơ-ra 7:10

Lãnh đạo hội thánh phải quan tâm đến lời của Chúa trên hết. Câu Kinh Thánh trên mô tả về E-xơ-ra, một vị lãnh tụ yêu mến Chúa đã lãnh đạo cộng đồng Do Thái trong thời kỳ hậu lưu đày đầy khó khăn. Vào năm 539 TC, vua Si-ru của đế quốc Ba Tư đã cho phép người Do Thái trở về Giê-ru-sa-lem để phục hồi cuộc sống cộng đồng ở xứ thánh và xây lại đền thờ của Đức Gia-vê[1] đã bị người Ba-by-lôn phá hủy (E-xơ-ra 1:1–4). Tuy nhiên công việc này gặp nhiều thách thức ngăn trở từ nội bộ cho đến bên ngoài. Bên ngoài, những người đã định cư trong xứ lúc đó ghét họ và muốn ngăn trở công việc xây lại đền thờ (E-xơ-ra 4:1–24). Còn nội bộ của cộng đồng Do Thái có nhiều tội lỗi cần được giải quyết (E-xơ-ra 9:1–10:44). Nhưng E-xơ-ra không bỏ cuộc. Và trọng tâm chức vụ của ông là nghiên cứu, tuân giữ, và dạy lời Chúa cho dân sự Ngài (E-xơ-ra 7:10).

Trong 1 Ti-mô-thê 4:13 sứ đồ Phao-lô cũng khuyên Ti-mô-thê đọc và dạy Kinh Thánh cho hội thánh. Không những thế mà trong câu 16 ông còn khuyên: "Hãy cẩn trọng với chính con và sự giảng dạy của con; phải kiên trì trong mọi việc đó, vì làm như vậy, thì con và những người nghe con đều được cứu."

Hai phân đoạn này cho biết một nguyên tắc căn bản của chức vụ mục sư: mối quan tâm chính của mục sư phải là lời Chúa, bao gồm:

---

[1]Trong quyển này tôi dùng "Đức Gia-vê" thay cho "Đức Giê-hô-va" vì tôi tin rằng đó là cách phiên âm tên của Đức Chúa Trời cách chính xác hơn (Để tìm hiểu thêm, xem Daniel C. Owens và Trần Nguyễn Hữu Thiên, *Ngữ Pháp Căn Bản Tiếng Hê-bơ-rơ* [Hà Nội: NXB Tôn Giáo, 2015], 26). Trong quyển này, tôi dùng "Đức Giê-hô-va" khi trích dẫn bản dịch dùng cách phiên âm truyền thống đó.

1. Nghiên cứu Kinh Thánh,
2. Áp dụng Kinh Thánh trong đời sống của mình, và
3. Dạy Kinh Thánh cho cộng đồng.

Cho dù có làm nhiều việc khác như xây nhà thờ, quản lý các ban ngành, hoặc làm từ thiện, mục sư cũng phải đặt Kinh Thánh làm nền tảng cho chức vụ của mình.

Tuy nhiên, khi đến với Cựu Ước, nhiều mục sư không tự tin lắm, và thậm chí còn có mục sư đương khi còn trong chức vụ của mình đã bỏ qua lời Chúa được chiếm đa phần trong Kinh Thánh, vì họ không biết phải hiểu Cựu Ước như thế nào cho phải lẽ. Mong ước của tôi khi soạn sách này là nhằm giúp các mục sư và truyền đạo đến với Cựu Ước cách tự tin hơn.

Tôi bắt đầu soạn sách này hơn mười năm trước. Lúc đó tôi muốn soạn một quyển sách để hướng dẫn sử dụng tiếng Hê-bơ-rơ trong công tác nghiên cứu Cựu Ước và giảng dạy lời Chúa cho Hội Thánh. Tuy nhiên, sau nhiều năm chờ đợi thời cơ thuận tiện để xuất bản sách này, tôi kết luận đây không phải là nhu cầu duy nhất hoặc quan trọng nhất. Các sinh viên thần học và các mục sư không biết tiếng Hê-bơ-rơ cũng cần một phương pháp nghiên cứu Cựu Ước. Vì vậy, tôi đã quyết định hiệu đính sách này với mục đích giúp đỡ tất cả mọi người muốn nghiên cứu Cựu Ước. Tuy nhiên, tôi cũng giữ lại và bổ sung thêm nội dung liên quan đến việc sử dụng tiếng Hê-bơ-rơ trong việc nghiên cứu. Tôi muốn cảm ơn cô Lan Khuê đã đọc trọn sách này và chỉnh sửa lại những chỗ còn sai sót trong tiếng Việt của tôi. Tôi cũng biết ơn thầy Hoàng Văn Linh cũng đọc bản thảo vài lần và góp ý về những phần cần hiệu đính lại và đều được bổ sung. Ngoài ra, cảm ơn Tiến sĩ Trần Lương Hảo đã đọc lại nhiều lần và đề xuất nhiều chỉnh sửa hữu ích. Tôi phụ thuộc vào những người đồng lao này để bảo đảm lời viết rõ ràng và chính xác.

Mong rằng các đầy tớ Chúa hãy mở lòng cùng tôi đi vào cuộc phiêu lưu tìm hiểu và nghiên cứu Cựu Ước. Nhưng cần nhớ rằng, chúng ta không bước vào cuộc phiêu lưu này khi thiếu đi lòng kính sợ Chúa. Vì trong Ê-sai 66:2 Chúa từng phán dạy rằng:

> "Đây là người mà Ta đoái xem, Là người khiêm nhường và có tâm linh thống hối, Người run sợ khi nghe lời Ta phán."

Cầu xin Chúa ban cho chúng ta luôn có tấm lòng run sợ tôn kính Chúa khi nghe lời Chúa phán.

Daniel C. Owens
Tháng 3 Năm 2023
Hà Nội

Lời Mở Đầu:
Tại Sao Phải Học Biết Cựu Ước?

Cựu Ước có phải là lời Chúa dành cho người theo Chúa Giê-xu không? Hay nói cách khác, người theo Chúa Giê-xu có cần học biết Cựu Ước không? Sau khi Chúa Giê-xu thăng thiên được hơn 100 năm, xuất hiện một người tên là Marcion, là con của một giám mục. Marcion đã dạy rằng Cựu Ước mô tả một Đức Chúa Trời khác với Tân Ước. Chúa trong Cựu Ước là Đấng thịnh nộ, chỉ quan tâm đến người Y-sơ-ra-ên và muốn tiêu diệt các dân tộc khác. Còn Chúa trong Tân Ước là Đấng yêu thương, đầy ân điển và lòng thương xót. Vì vậy, Marcion đã vứt bỏ toàn bộ Cựu Ước và lược bỏ một số sách trong Tân Ước không cùng lập trường của ông. Và với quan điểm đó, Marcion đã bị hội thánh ở thành Rô-ma dứt phép thông công vào năm 144 SC.[1] Kể từ thời điểm đó, suốt hơn 1800 năm vừa qua, trên nguyên tắc, các hội thánh đều không chấp nhận các quan điểm và lập luận của Marcion. Thế nhưng, trên thực tế, bục giảng của hội thánh hình như đâu đó còn lưu lại bóng dáng của Marcion.

Bình thường vấn đề không phải là chúng ta xem thường Cựu Ước như Marcion. Vấn đề là chúng ta thấy Cựu Ước khó giải nghĩa và khó áp dụng vào đời sống. Vì vậy, chúng ta âm thầm bỏ qua Cựu Ước.

Người ta có nhiều lý do khác nhau để bỏ qua Cựu Ước. Một số cho rằng không biết trong thời đại ngày nay chúng ta sẽ áp dụng như thế nào về lời hướng dẫn làm Đền Tạm, về các quy định của tế lễ, và cả những lời phán xét của Đức Chúa Trời cho các nước được ghi trong sách tiên tri. Họ sẽ nghĩ, thà cứ giảng dạy Tân Ước, còn hơn cứ nói hoài về Cựu Ước mà chẳng thấy có ích lợi gì về những lời dạy dỗ ấy!

Một số người lại cho rằng Cựu Ước không quan trọng đối với hội thánh vì chúng ta đang sống trong thời đại của giao ước mới. Giao ước cũ không còn giá trị đối với chúng ta. Nói cách khác, chúng ta sống bởi ân điển, không

---

[1] Bruce L. Shelley, *Church History in Plain Language*, 3rd a.b (Nashville, TN: Thomas Nelson, 2008), 62.

phải bởi luật pháp. Vậy thì tại sao chúng ta lại phải trở lại với luật pháp thời Cựu Ước?

Hoặc cũng có người cho rằng các truyện kể trong Cựu Ước chỉ tốt cho thiếu nhi, còn người lớn thì nên học giáo lý Tân Ước nhiều hơn.

Những lý do trên không khó hiểu, thế nhưng cuối cùng thì tín hữu chúng ta đã đánh mất đi nhiều điều hữu ích và cần thiết. Vậy chúng ta có nên bỏ qua việc học biết và dạy dỗ về Cựu Ước không?

Tôi là người giảng dạy về Cựu Ước, đương nhiên tôi mến yêu Cựu Ước, nhưng tôi không viết sách này vì sợ mất công ăn việc làm đâu. Thật ra, tôi viết quyển này vì tôi cũng hiểu các lý do được nói đến ở trên. Tôi không cảm thấy Cựu Ước dễ giải nghĩa và áp dụng đâu! Thật ra, tôi đã quyết định nghiên cứu Cựu Ước sau khi học ở chủng viện chính vì các giáo sư Cựu Ước của tôi đã mở cánh cửa của Cựu Ước, và khi bước vào đó tôi thấy một khu vườn đẹp đẽ và phong phú. Các sách Cựu Ước đã đưa tôi đến ngôi của Thiên Đàng một cách mới mẻ, giúp tôi kính Chúa và yêu người nhiều hơn.

Tôi tin chắc rằng tất cả chúng ta dù là học giả Kinh Thánh, hay là mục sư quản nhiệm, là chấp sự, là tín hữu, hoặc là thân hữu đi nữa, đều không thể thiếu Cựu Ước, là phần quan trọng của Kinh Thánh. Tôi muốn khích lệ các mục sư, truyền đạo và nhân sự chia sẻ Cựu Ước vì mục tiêu gây dựng hội thánh. Tôi xin trình bày năm lý do chúng ta phải học hỏi và giảng dạy Cựu Ước.

Lý Do Thứ Nhất: Cựu Ước Chính Là Kinh Thánh

Đức Chúa Trời đã phán dạy trong thời Cựu Ước, và những lời Ngài phán dạy được ghi lại trong Kinh Thánh Cựu Ước. Vì vậy, chúng ta phải học Cựu Ước. Lý do này thật đơn giản và hiển nhiên, nên không thể lơ là bỏ qua. Trong 2 Ti-mô-thê 3:16–17 sứ đồ Phao-lô dạy:

> Cả Kinh Thánh đều được Đức Chúa Trời cảm thúc, có ích cho sự dạy dỗ, khiển trách, sửa trị và huấn luyện trong sự công chính, để người của Đức Chúa Trời được toàn vẹn và sẵn sàng cho mọi việc lành.

Đối với các tác giả Tân Ước và những người Do Thái thời đó, Kinh Thánh bao gồm "Luật Pháp Môi-se, các sách Tiên Tri, cùng các Thi Thiên" (Lu-ca 24:44).[2] Chính Phao-lô đã nhiều lần sử dụng Cựu Ước (ví dụ, Rô 1:17 và Ga

---

[2] Benjamin B. Warfield, *The Works of Benjamin B. Warfield: Revelation and Inspiration*, vol 1 (Grand Rapids: Baker, 1932), 119.

3:11 trích dẫn Hab 2:4). Vì vậy, khi Phao-lô nói, "cả Kinh Thánh," ông đang chỉ về toàn bộ các sách của Cựu Ước.³

Theo sứ đồ Phao-lô, toàn bộ Cựu Ước thật sự có giá trị to lớn vì đó là lời Đức Chúa Trời soi dẫn và dạy bảo. Vậy nếu Đức Chúa Trời đã phán dạy, thì dân sự của Ngài phải lắng nghe và tiếp nhận lời ấy, không thể bỏ qua. Cựu Ước chiếm phần lớn nhất của cả Kinh Thánh của hội thánh Tin Lành. Vì vậy, chúng ta phải học, suy gẫm và giảng dạy Cựu Ước.

Lý Do Thứ Hai: Chúa Giê-xu Dạy Về Chính Ngài Qua Cựu Ước

Nếu Chúa Giê-xu giảng dạy Cựu Ước, thì chúng ta cũng nên giảng dạy Cựu Ước. Một điều cần lưu ý, trước khi giảng dạy về Cựu Ước, chính những tín đồ đầu tiên theo Chúa Giê-xu cũng từng gặp khó khăn khi phải nắm bắt hiểu biết ý nghĩa sâu nhiệm của lời Đức Chúa Trời trong Cựu Ước.

Cụ thể là khi Chúa Giê-xu phục sinh, các môn đồ lúc ấy chưa gặp thấy Ngài liền và họ không khỏi chìm đắm trong nỗi thất vọng về sự chết của Ngài. Lu-ca 24 mô tả có hai môn đồ đang đi bộ trên đường đến làng Em-ma-út thì thấy một người xuất hiện đi kề bên họ. Họ không biết người này chính là Chúa Giê-xu. Chúa Giê-xu trò chuyện với họ và họ cảm nhận có vẻ như "người này" không hề biết gì về sự chết của Giê-xu người Na-xa-rét vừa xảy ra cách đây không bao lâu. Các môn đồ liền thuật lại cho Chúa Giê-xu nghe và Ngài cảm thông được nỗi buồn của họ. Thấy thế, họ tâm sự với "người này" rằng: "Chúng tôi hi vọng Ngài là Đấng sẽ cứu chuộc dân Y-sơ-ra-ên" (c. 21). Họ cho biết xác của Chúa Giê-xu đã bị đánh mất, không còn trong phần mộ (c. 22–23).

Nghe đến đây, Chúa Giê-xu liền phán dạy: "Các con thật dại dột và có lòng chậm tin lời các nhà tiên tri đã nói!" (c. 25). Mặc dù nhiều năm qua họ đã từng nghe biết nhiều về lời tiên tri khi còn nhóm họp thờ phượng Đức Chúa Trời trong nhà hội, thế nhưng các môn đồ vẫn không sao hiểu thấu ý nghĩa của những lời tiên tri ấy. Vì thế, nhân cơ hội đó Chúa Giê-xu giải thích cặn kẽ các lời tiên tri của Cựu Ước đã nói về chính Ngài như thế nào.

Ngài mở trí khai thông lòng họ, và câu 27 chép rằng: "Rồi Ngài bắt đầu từ Môi-se đến tất cả các nhà tiên tri mà giải thích cho họ những lời chỉ về Ngài trong cả Kinh Thánh."

---

³Về mặt lịch sử, toàn bộ Tân Ước chưa được viết khi Phao-lô viết 2 Ti-mô-thê. Nhưng điều chắc chắn là Phao-lô tin rằng Cựu Ước là lời của Đức Chúa Trời.

Sau đó, hai môn đồ này quay trở về thành Giê-ru-sa-lem và gặp một số môn đồ khác. Lúc đó, Chúa Giê-xu hiện ra một lần nữa và nói: "Mọi điều đã chép về Ta trong Luật Pháp Môi-se, các sách Tiên Tri, cùng các Thi Thiên phải được ứng nghiệm." (c. 44). Như vậy Chúa Giê-xu đã dùng Cựu ước giảng dạy cặn kẽ về chính Ngài. Ngài không dùng Tân Ước, vì lúc đó tân Ước chưa tồn tại khi Ngài còn trên đất này.

Chúa Giê-xu sử dụng Cựu Ước khi giảng dạy về chính Ngài (cũng xem Lu-ca 4:16–21). Thế thì chúng ta cũng có thể dùng Cựu Ước để giảng về Chúa Giê-xu.

Lý Do Thứ Ba: Cựu Ước Là Nền Tảng Của Tân Ước

Trong sự tể trị của Đức Chúa Trời, Cựu Ước đã được bày tỏ trước Tân Ước để làm nền tảng. Cựu Ước làm nền tảng cho Tân Ước bằng nhiều cách.

Tân Ước trích dẫn lời Cựu Ước. Ví dụ, sách Hê-bơ-rơ trích dẫn nhiều phân đoạn Cựu Ước như Thi 2:7 và 2 Sa 7:14 (Hê 1:5) và Giê 31:31–34 (Hê 8:8–12). Nhưng không riêng gì sách Hê-bơ-rơ. Các sách Phúc Âm, Công Vụ các Sứ Đồ, các thư tín, và nhất là sách Khải Huyền cũng đều trích dẫn Cựu Ước. Phao-lô cho rằng Cựu Ước có giá trị quý báu vì lời dạy của Cựu Ước đã khích lệ đức tin của chúng ta. Sau khi trích dẫn Thi Thiên 69:9, Phao-lô tiếp đến liền ghi lại trong Rô-ma 15:4 như thế này: "Những gì đã được chép từ xưa đều nhằm dạy dỗ chúng ta, để nhờ sự kiên định và khích lệ của Kinh Thánh mà chúng ta có niềm hi vọng." Sau đó Phao-lô đã lên tiếng chúc phước cho các tín hữu của thành Rô-ma, mong họ được khích lệ từ lời dạy của Kinh Thánh Cựu Ước mà sống hòa hợp với nhau, vì đó là kết quả tương ứng đến từ một cộng đồng có niềm hy vọng nơi Chúa Giê-xu.

Tân Ước sử dụng thông tin từ Cựu Ước. Tân Ước bắt đầu với gia phả của Chúa Giê-xu trong Ma-thi-ơ 1:1–17. Gia phả đó chủ yếu dựa trên Cựu Ước (cũng xem Lu-ca 3:23–38). Cũng vậy, Chúa Giê-xu lên án người Do Thái vì họ giết tiên tri và người vô tội, từ A-bên đến Xa-cha-ri (Lu-ca 11:51), có nghĩa từ Sáng Thế Ký 4:8 đến 2 Sử Ký 24:20–21, là sách đầu và sách cuối của Kinh Thánh Hê-bơ-rơ.[4]

Tân Ước giải thích ý nghĩa và sự ứng nghiệm của nhiều đề tài Cựu Ước. "Đấng Christ" (tiếng Hy Lạp là χριστός, có nghĩa là "người được xức dầu") là chức danh bắt nguồn từ chức danh trong Cựu Ước là "Đấng Mê-si-a" (tiếng Hê-bơ-rơ là מָשִׁיחַ). Như vậy, Đấng Christ đã làm ứng nghiệm các lời tiên tri về Đấng Mê-si-a trong Cựu Ước (ví dụ Ê-sai 61:1 được trích dẫn trong Lu-ca

---

[4]Kinh Thánh Cựu Ước của Cơ Đốc Giáo kết thúc trong sách Ma-la-chi, nhưng Kinh Thánh của người Do Thái lại kết thúc với sách Sử Ký.

4:18–19). Ngoài ra, trong Giăng 1:1 có chép rằng: "Ban đầu có Ngôi Lời..." tương tự trong Sáng Thế Ký 1:1 cũng ghi chép rằng: "Ban đầu, Đức Chúa Trời sáng tạo trời và đất." Chữ "ban đầu" không phải là điểm chung tình cờ giữa hai phân đoạn Kinh Thánh này đâu. Mà là Giăng muốn cho chúng ta biết rằng Chúa Giê-xu chính là Đức Chúa Trời (Gi 1:1), Ngài là Đấng đã dựng nên trời và đất (Gi 1:3).

Tân Ước xây dựng đạo Chúa trên nền tảng Cựu Ước. Thậm chí, có một số tác giả khi viết Tân Ước, chủ yếu viết cho những ai đã biết về Cựu Ước. Vì thế, chúng ta sẽ không thể hiểu được Tân Ước nếu không từng học biết về Cựu Ước.

Lý Do Thứ Tư: Cựu Ước Bày Tỏ Công Việc Và Thuộc Tính Đức Chúa Trời

Dĩ nhiên, Tân Ước nhắc nhiều đến các công việc của Đức Chúa Trời, nhưng không thuật lại tất cả mọi việc từng xảy ra trong thời Cựu Ước một cách chi tiết và cặn kẽ. Nếu không có Cựu Ước, kể như chúng ta đã đánh mất nhiều thông tin về công việc của Đức Chúa Trời. Sáng Thế Ký thuật lại việc tạo dựng trời đất và con người. Xuất Ê-díp-tô Ký ghi lại các tai vạ Chúa giáng xuống người Ai Cập để giải cứu dân Y-sơ-ra-ên ra khỏi Ai Cập. Trong 2 Sa-mu-ên 7 ký thuật về lời hứa của Chúa dành cho vua Đa-vít và dòng dõi của ông. Qua những việc Đức Chúa Trời hoặc nói hay làm, chúng ta biết được về Ngài cách rõ ràng hơn.

Ngoài công việc của Chúa, Cựu Ước cũng giải thích bản tính của Ngài. Tân Ước không chứa đựng tất cả những điều chúng ta cần biết về Đức Chúa Trời. Nếu một nhà thần học cố gắng mô tả bản tính của Đức Chúa Trời nhưng không đề cập đến Cựu Ước, chúng ta sẽ phản đối ngay. Thế thì tại sao chúng ta không để cho tất cả các tín đồ bình thường thấy được một bức tranh đầy đủ về bản tính của Đức Chúa Trời bằng cách dạy cho họ toàn bộ Kinh Thánh?

Hơn nữa, Cựu Ước nói về bản tính và các việc làm của Chúa thật cụ thể, rõ ràng, và dễ hiểu. Thi Thiên 23 mô tả việc Chúa bảo vệ con cái Ngài bằng cách mô tả công việc của một người chăn chiên. Chúng ta không cần phải có trình độ học vấn mới có thể hiểu điều này: "Ngài khiến tôi an nghỉ nơi đồng cỏ xanh tươi, dẫn tôi đến mé nước bình tịnh." (Thi 23:2). Chúng ta đọc và dường như cảm nhận được thảm cỏ xanh mướt thật mềm mại đang ở dưới chân mình và nghe được tiếng suối đang róc rách chảy quanh ta. Chúng ta nên chia sẻ kho bạc hình ảnh về Chúa và đời sống theo Chúa bằng cách chia sẻ Cựu Ước.

Lý Do Thứ Năm: Cựu Ước Trình Thuật Cụ Thể Tác Hại Của Tội Lỗi Và Sự Cần Thiết Của Đức Tin

Ngoài việc nhìn thấy những việc làm của Đức Chúa Trời, qua Cựu Ước chúng ta còn biết được hành động và lối sống của con người từ thuở ban đầu cho đến thời kỳ của vị tiên tri cuối cùng. Chính từ những sự kiện đó, chúng ta rút ra nhiều bài học quý báu về sự tác hại của tội lỗi và sự cần thiết của đức tin chân chính. Đặc biệt qua thời của các Quan Xét và cuộc lưu đày ở Ba-by-lôn, chúng ta nhìn thấy hậu quả của tội lỗi. Chúng ta cũng biết về đức tin qua đời sống của những người đi trước như Áp-ra-ham, Đa-vít, và Ê-xơ-tê. Thậm chí, khi tác giả Tân Ước muốn nói về đức tin, họ cũng phải nhìn lại Cựu Ước. Rô-ma đoạn 4 lấy Áp-ra-ham làm ví dụ về người được xưng công bình bởi đức tin. Còn Hê-bơ-rơ đoạn 11 nhắc về đức tin thật của một số con dân Chúa sống trong thời Cựu Ước. Đúng vậy, qua Hê-bơ-rơ chúng ta nhận biết trong Cựu Ước hàm chứa rất nhiều các câu chuyện về đức tin thật.

Ngoài ra, những bài thơ của Thi Thiên cũng cho chúng ta nhiều cơ hội biết đến các lời cầu nguyện đã được Đức Chúa Trời vui nhậm trong thời Cựu Ước để chúng ta nắm biết và học theo. Còn các câu đối trong Châm Ngôn giúp chúng ta nhận biết sự khôn ngoan thật sẽ hữu ích như thế nào trong các tình huống đối nhân xử thế của con người bất luận sống trong thời đại nào. Và các sách tiên tri khơi mào hé lộ việc làm của Đấng Christ trong tương lai khi Ngài đến, từ đó gieo mầm hy vọng cho một ngày mai tươi sáng.

Nếu không giảng các phân đoạn Kinh Thánh này, chúng ta rất nghèo về đức tin và đời sống thuộc linh. Phao-lô khuyên chúng ta hãy để ý đến những sự kiện từng xảy ra trong thời Cựu Ước. Sau khi nhắc lại thất bại của người Y-sơ-ra-ên ở đồng vắng (1 Cô 10:5), Phao-lô viết: "Tất cả những điều nầy đã xảy ra như một lời cảnh cáo cho chúng ta, để chúng ta không chiều theo những ham muốn xấu xa như các tổ phụ" (1 Cô 10:6). Ở vài câu sau ông viết tiếp: "Tất cả những điều nầy xảy ra cho họ như một bài học, và được ghi chép lại để cảnh cáo chúng ta là những người đang sống ở cuối các thời đại" (1 Cô 10:11). Mặc dù chúng ta "ở cuối các thời đại" và được làm con cái Chúa dưới giao ước mới, nhưng chúng ta vẫn phải học biết Cựu Ước để có đức tin thật vững vàng.

Kết Luận

Cựu Ước thực sự rất hữu ích cho con cái Chúa. Vì thế tôi viết sách này cho những ai đang gánh trọng trách trong việc giảng dạy lời Chúa. Mục đích của sách nhằm cung cấp cho người hầu việc Chúa các phương pháp cơ bản để hiểu và giảng dạy Cựu Ước để họ trở thành những "người làm công không có gì đáng thẹn, thẳng thắn giảng dạy lời chân lý" (2 Ti 2:15b).

Sách này dành cho ai sử dụng bản dịch Kinh Thánh tiếng Việt. Nhưng tôi cũng cung cấp một số phần riêng biệt dành cho những ai biết tiếng Hê-bơ-rơ để hướng dẫn họ tìm hiểu Cựu Ước qua bản gốc.

Nguyền xin Đức Chúa Trời giúp các đầy tớ Chúa mở rộng tầm nhìn của mình, thấy được vinh hiển của Ngài qua việc học Cựu Ước để có thể giúp đỡ các tín hữu tôn vinh Cha vì những bài học quý giá trong lời của Ngài. A-men.

1. Giới Thiệu Giải Nghĩa Kinh Thánh

> "Đây là người mà Ta đoái xem,
> Là người khiêm nhường
> và có tâm linh thống hối,
> Người run sợ khi nghe lời Ta phán."
>
> — Ê-sai 66:2b

Một người run sợ khi nghe Chúa phán là người có tâm thế như thế nào? Vì thế, sự sai lầm của vua Sau-lơ chính là thực trạng khiếp đảm chúng ta cần ghi nhớ và tránh xa. Trong 1 Sa-mu-ên 28 ghi thuật lại, Sau-lơ đã kêu cầu Chúa, nhưng "Đức Giê-hô-va không trả lời" (1 Sa 28:6). Và rồi Sau-lơ đã đến tìm gặp một bà cốt, là người cầu hỏi người chết, Sau-lơ nhờ bà cốt này nói chuyện với Sa-mu-ên là người đã chết. Từ cõi chết, Sa-mu-ên đáp lại lời cầu hỏi của Sau-lơ. Sa-mu-ên không vui về việc Sau-lơ làm: "Tại sao ngươi còn cầu hỏi ta, trong khi Đức Giê-hô-va đã từ bỏ ngươi và trở thành kẻ thù của ngươi?" (1 Sa 28:16). Thật rõ ràng, vua Sau-lơ đã làm một việc quá sai lầm và tội lỗi (Lê 19:31; 20:27; Phục 18:10–12). Và đây cũng là một trong loạt sự kiện xảy ra khi vua Sau-lơ bắt đầu không vâng phục Chúa. Từ đó, chúng ta nhìn biết khi một người tìm biết lời Chúa với phương pháp sai lầm không chính xác và với một tâm thế không vâng phục Chúa sẽ tác hại dường nào! Đúng là trong thực tế, có người tìm biết lời Chúa với phương cách đúng đắn và cũng có người tìm biết lời Chúa một cách sai trật.

Trước khi đi vào chi tiết về cách giải nghĩa Cựu Ước, chúng ta phải có nền tảng lý thuyết rõ ràng về phương pháp giải nghĩa Kinh Thánh. Làm thế nào để đến với lời Chúa cách tốt nhất?

Tại Sao Phải Tìm Hiểu Phương Pháp Giải Nghĩa Kinh Thánh?

Có thể bạn thấy không cần phải quan tâm đến lý thuyết. Có thể bạn cũng giống như tôi khi tôi mua chiếc điện thoại di động mới. Sau khi mua, tôi không bao giờ đọc sách hướng dẫn sử dụng. Tôi muốn mở máy, cài ứng dụng, và chuyển dữ liệu từ điện thoại cũ sang điện thoại mới càng sớm càng tốt. Tôi muốn sử dụng điện thoại mới ngay! Tôi không muốn đọc sách hướng dẫn.

Ai trong chúng ta hầu như đều bắt đầu học biết Kinh Thánh theo phương cách tương tự như vậy. Có thể khi còn nhỏ, bố mẹ đọc cho bạn nghe câu chuyện Kinh Thánh. Hoặc nếu bạn tin Chúa khi đã trưởng thành, thì bạn lắng nghe mục sư giảng Kinh Thánh mỗi Chúa Nhật. Có thể bạn đọc những bài dưỡng linh ngắn trong quyển *Lời Sống Hằng Ngày*. Có thể bạn tham gia một nhóm nhỏ sử dụng sách hướng dẫn học Kinh Thánh. Và bạn mở Kinh Thánh ra theo dõi khi mục sư giảng. Tôi cũng đã đến với Kinh Thánh theo cách như vậy. Tôi đã đọc Kinh Thánh, học thuộc lòng Kinh Thánh, và cũng sống theo Kinh Thánh trong nhiều năm. Những lúc như vậy tôi chưa từng thắc mắc phải học biết Kinh Thánh như thế nào cho đúng cách và phải lẽ. Và đó là điều bình thường, không có gì sai cả.

Tuy nhiên, đối với người giảng dạy lời Chúa, tìm hiểu phương pháp đọc và giải nghĩa Kinh Thánh là việc tối cần với bốn lý do như sau.

Thứ nhất, Kinh Thánh là quyển sách không dễ hiểu. Một số phân đoạn Kinh Thánh có vẻ hàm chứa những điều lạ lẫm khác xa với văn hóa mà chúng ta quen thuộc; còn một số phân đoạn Kinh Thánh khác lại khiến chúng ta cảm thấy bối rối vì hình như đang nói những điều nghịch với giáo lý Cơ Đốc mà chúng ta được dạy dỗ. Gần như lần nào tôi giảng Kinh Thánh tôi cũng gặp khủng hoảng: Tôi phải giảng điều gì cho hội thánh? Tôi không biết giải nghĩa hoặc không biết áp dụng như thế nào. Trong khi đó, tôi luôn cầu xin Chúa hướng dẫn và trở lại những nguyên tắc căn bản của việc giải nghĩa Kinh Thánh. Phương pháp rõ ràng, được Đức Thánh Linh dẫn dắt, giúp chúng ta thoát khỏi khủng hoảng giải nghĩa. Cho dù tôi chưa biết kết quả của việc nghiên cứu Kinh Thánh là gì, nhưng phương pháp rõ ràng giúp tôi biết những bước đầu tiên cần làm là gì.

Thứ hai, Kinh Thánh lại là quyển sách mà chúng ta rất quen thuộc. Có nghĩa là chúng ta dễ hình thành tư duy lối mòn trong việc suy gẫm Kinh Thánh. Có lúc lối mòn suy nghĩ đó rất tốt, giúp chúng ta hiểu Kinh Thánh dễ hơn. Nhưng có lúc lối mòn suy nghĩ đó không đúng hoặc không thể áp dụng cho phân đoạn Kinh Thánh mà chúng ta đang nghiên cứu. Việc nắm vững phương pháp giải nghĩa Kinh Thánh sẽ giúp chúng ta có thể thoát khỏi lối mòn trong tư duy và thực sự lắng nghe thấy lời Chúa chỉ dạy trong Kinh Thánh. Có như vậy, việc học hỏi Kinh Thánh mới có thể trở thành một hoạt động thiết thực luôn làm đổi mới đức tin và đời sống theo Chúa của chúng ta.

Thứ ba, chúng ta phải hướng dẫn tín hữu biết Đức Chúa Trời. Nếu phải đứng trên bục giảng giải thích lời Chúa, chúng ta phải thực sự hiểu lời Chúa trước. Giảng Kinh Thánh không giống như tìm đường đi. Một mục sư ở Việt Nam đã nói với tôi: "Đường đi ở trong miệng anh." Đúng vậy, khi không biết chắc đường đi, chúng ta có thể hỏi người địa phương, rồi đi tiếp, hỏi tiếp, v.v... Tuy nhiên, khi đứng trên bục giảng, không ai có thể hỏi người nghe: "Làm thế nào để hiểu câu này?" Vì vậy khi phải hướng dẫn người nghe đọc hiểu và áp dụng được Kinh Thánh vào trong cuộc sống thì chính chúng ta trước hết cần nghiên cứu và hiểu biết Kinh Thánh.

Thứ tư, đối với việc giải nghĩa Kinh Thánh thường có nhiều quan điểm và ý kiến khác nhau. Chẳng hạn có nhiều quan điểm khác nhau về thời điểm xảy ra sự kiện xuất khỏi Ai-cập của dân Y-sơ-ra-ên, hay về tính chất lịch sử của nhân vật Đa-vít, vai trò của luật pháp ngày hôm nay, ý nghĩa của sách Gióp, hoặc cách lời tiên tri được ứng nghiệm. Vì vậy, chúng ta phải tìm hiểu về cách chúng ta đọc Kinh Thánh để tìm ra chỗ sai lầm của mình và biết chắc chúng ta giải nghĩa đúng.

Như vậy, việc tìm hiểu mục đích và phương pháp đọc Kinh Thánh là bước cần thiết. Chúng ta phải bắt đầu từ đâu?

Tổng Quan về Việc Đọc Kinh Thánh

Chúng ta phải hiểu bản chất của Kinh Thánh. Kinh Thánh là một tác phẩm có mục đích. Theo một nhà thần học:

> Sự mặc khải là việc Đức Chúa Trời Ba Ngôi tự bày tỏ về chính Ngài, về công tác tự nguyện bởi thương xót tối thượng của Ngài; trong đó Ngài muốn thiết lập và hoàn thiện mối thông công cứu rỗi với chính Ngài, để qua đó con người biết, yêu mến, và kính sợ Ngài trên hết mọi điều.[1]

Câu này đã tóm lược mục đích chính của một loạt các phân đoạn Kinh Thánh, và thậm chí là sứ điệp chính yếu của cả Kinh Thánh, từ Sáng Thế

---

[1] John Webster, *Holy Scripture: A Dogmatic Sketch* (New York: Cambridge University Press, 2003), 8.

Ký 1, khi Đức Chúa Trời tạo dựng con người theo hình ảnh của Ngài (Sáng 1:26–27) và cho biết vai trò của con người (Sáng 1:28) cho đến chương cuối cùng của Khải Huyền:

> ¹Khi ấy thiên sứ chỉ cho tôi thấy sông nước sự sống, trong như pha lê, ra từ ngai Đức Chúa Trời và ngai Chiên Con, ²chảy qua giữa đường phố của thành. Hai bên bờ sông có cây sự sống ra quả mười hai mùa, mỗi tháng ra quả một lần; và lá cây dùng để chữa lành cho các dân. ³Sẽ chẳng còn có sự nguyền rủa nữa. Ngai của Đức Chúa Trời và ngai Chiên Con sẽ ở trong thành, và các đầy tớ Ngài sẽ phục vụ Ngài. ⁴Họ sẽ được thấy mặt Ngài, và danh Ngài sẽ ở trên trán họ. ⁵Đêm sẽ không còn nữa và người ta không còn cần đến ánh sáng đèn hay mặt trời, vì Chúa là Đức Chúa Trời sẽ chiếu sáng họ. Và họ sẽ trị vì đời đời. (Khải 22:1–5)

Câu 3–5 đặc biệt mô tả mối quan hệ này được hoàn thiện trong trời mới, đất mới. Những câu tiếp theo trở lại mục đích của những lời trong sách Khải Huyền:

> ⁶Bấy giờ thiên sứ nói với tôi rằng: "Những lời nầy là đáng tin cậy và chân thật. Chúa là Đức Chúa Trời của tâm linh các nhà tiên tri, đã sai thiên sứ của Ngài đến bày tỏ cho các đầy tớ Ngài những điều sắp phải xảy ra.
>
> ⁷"Kìa, Ta đến mau chóng. Phước cho người vâng giữ những lời tiên tri trong sách nầy!" (Khải 22:6–7)

Như vậy, lời Kinh Thánh giúp chúng ta có thể nắm biết điều cần thiết để có được mối quan hệ với Đấng đã dựng nên chúng ta. Nói cách đơn giản, Chúa cho chúng ta lời Ngài để chúng ta có mối quan hệ với Ngài. Chân lý này hướng chúng ta đến mục đích và phương pháp căn bản của việc đọc Kinh Thánh.

Mục Đích Đọc Kinh Thánh

Tại sao phải mở Kinh Thánh ra đọc? Con người chúng ta thường đọc Kinh Thánh với nhiều mục đích khác nhau. Có những mục đích tốt lành, nhưng cũng có những mục đích xấu hoặc thiếu sót. *Nhưng mục đích đúng nhất là đáp lại sự thương xót của Chúa khi Ngài ban lời Ngài cho chúng ta.*

Những mục đích xấu hoặc thiếu sót có thể bao gồm một số điều. Thanh thiếu niên có thể đến học Kinh Thánh vì yêu một cô gái hoặc một chàng trai trong nhóm. Một số người sử dụng Kinh Thánh giống như thuốc giảm đau, để tâm linh của họ cảm thấy khỏe hơn. Hoặc một số người sử dụng Kinh Thánh để ép buộc người khác làm theo ý của mình. Cả ba mục đích này đều có những thiếu sót riêng, và đều không nghĩ đến mối quan hệ với Chúa. Người ta sử dụng Kinh Thánh cho mục đích cá nhân, chứ không phải theo ý muốn của Chúa. Dĩ nhiên Đức Chúa Trời có thể sử dụng những động cơ thiếu sót theo chương trình của Ngài, cũng như Ngài dùng tội ác của các anh của Giô-sép để thực hiện chương trình của Ngài dành cho Giô-sép (Sáng 50:20). Tuy nhiên, chúng ta chắc chắn không muốn mọi người biết đến mình như một kẻ giảng tà giáo lại được Chúa sử dụng một cách kỳ diệu để đem người khác về với Ngài!

Ngược lại, nếu chúng ta học Kinh Thánh với mục đích tốt lành sẽ đưa dẫn chúng ta tìm gặp phương pháp học Kinh Thánh hiệu quả nhất. Mục đích *căn bản nhất để đọc Kinh Thánh là: chúng ta muốn biết Chúa*. Không chỉ chúng ta biết *về* Chúa như là đối tượng nghiên cứu. Chúng ta còn muốn có mối liên hệ *với Chúa*, để đáp lại ơn thương xót của Ngài dành cho chúng ta.

Đúng là lời Chúa thể hiện sự thương xót của Ngài. Nếu không có lời Ngài, làm sao chúng ta biết phải sống như thế nào để đẹp lòng Ngài? Trước khi người Y-sơ-ra-ên vào đất hứa, Môi-se nói với họ:

> [11]"Điều răn mà tôi truyền cho anh em hôm nay không quá khó khăn hay nằm ngoài tầm tay của anh em. [12]Điều đó chẳng phải ở trên trời để anh em phải thắc mắc: 'Ai sẽ lên trời đem nó xuống để chúng tôi nghe và làm theo?' [13]Nó cũng không ở bên kia biển để anh em phải hỏi: 'Ai sẽ đi qua bên kia biển đem nó về để chúng tôi nghe và làm theo?' [14]Nhưng lời nầy rất gần anh em, ở trong miệng và trong lòng anh em để anh em làm theo." (Phục Truyền 30:11–14)

Chúa muốn chúng ta có lời Ngài để nghe và làm theo. Học biết lời Chúa là niềm vinh hạnh của chúng ta. Vì vậy Phục Truyền 4:6 đã nêu lên một quan điểm khá thú vị:

> "Vậy, anh em phải giữ và thực hành các mệnh lệnh và luật lệ nầy, vì nhờ vậy mà các dân tộc sẽ thấy sự khôn ngoan và hiểu biết của anh em. Khi nghe về các mệnh lệnh nầy họ sẽ nói: 'Chỉ có dân tộc vĩ đại nầy mới thực sự là một dân tộc khôn ngoan và hiểu biết!'" (Phục 4:6)

Lời Chúa mang lại sự khôn ngoan và sự sống. Vì vậy, sau khi sứ đồ Phao-lô nhìn lại người Do Thái, ông thừa nhận họ phạm tội giống như các người ngoại (Rô 1:18–2:29). Nhưng ông lại viết:

> ¹Vậy thì làm người Do Thái có ích lợi gì không? Hay sự cắt bì có giá trị gì? ²Ích lợi đủ mọi mặt. Trước hết, người Do Thái được ủy thác lời của Đức Chúa Trời. (Rô-ma 3:1–2)

Vinh dự của người Do Thái là họ nhận được lời phán của Đức Chúa Trời. Từ A-đam, Nô-ê, Áp-ra-ham, I-sác, và Gia-cốp cho đến Sa-mu-ên, Đa-vít, Ê-sai, và Giê-rê-mi, Đức Chúa Trời đã ban lời Ngài cho người Y-sơ-ra-ên. Cuối cùng chính Chúa Giê-xu là lời Đức Chúa Trời phán cho các sứ đồ, và họ viết ra những điều đó dưới sự soi dẫn của Đức Thánh Linh. Kinh Thánh từ đó hiện hữu giữa loài người.

Như vậy, mục đích khi đọc lời Chúa, đó là để chúng ta biết chính Chúa, có mối liên hệ với Ngài. Vậy làm thế nào để có được mối liên hệ với Ngài? Mối liên hệ tốt sẽ bắt đầu từ thái độ tốt của người đọc Kinh Thánh.

Thái Độ của Người Đọc Kinh Thánh

Chúa phán qua Kinh Thánh như một người bố nói với con của mình. Khi bố nói, con phải nghe, phải không? Thái độ của chúng ta khi đọc lời Chúa cũng phải giống như thế. Trong Kinh Thánh Cha Thiên Thượng phán với con người, cho nên chúng ta phải học cách nghe lời Chúa phán qua Kinh Thánh. Và với câu Kinh Thánh Ê-sai 66:2b được trưng dẫn ở đầu chương này, Đức Chúa Trời đã bày tỏ thế nào là một người có thái độ tốt khi đón nhận lời Chúa:

> "Đây là người mà Ta đoái xem,
> Là người khiêm nhường
> và có tâm linh thống hối,
> Người run sợ khi nghe lời Ta phán." (Ê-sai 66:2b)

Câu này đặc biệt nhấn mạnh đời sống tâm linh của người đọc Kinh Thánh. Chúng ta phải có thái độ sẵn sàng lắng nghe lời Chúa phán.

Tuy nhiên, chúng ta phải cảnh giác trước cám dỗ của việc nghiên cứu Kinh Thánh cách chính quy mà chúng ta học tại chủng viện hoặc trường Kinh Thánh. Bởi người nghiên cứu có thể trở nên kiêu ngạo với mớ kiến thức của mình, đặc biệt là các tiến sĩ thần học hoặc tiến sĩ về Kinh Thánh. Họ viết nhiều về Chúa và Kinh Thánh, nhưng họ lại không tin Chúa. Họ tưởng mình thông minh hơn người khác và thậm chí thông minh hơn Chúa. Đây là cám dỗ mà chúng ta nên tránh.

Nói như vậy không có nghĩa là chúng ta cần tránh xa việc nghiên cứu Kinh Thánh, vì đây không phải là nguyên nhân dẫn đến hậu quả nói trên. Thật ra hậu quả ấy vốn phát sinh từ sự sa ngã của loài người "......tự xưng mình là khôn ngoan, nhưng đã trở nên điên dại. Họ đã đổi vinh quang của Đức Chúa Trời bất diệt để lấy hình tượng của loài người hư nát, hoặc của chim muông, thú vật, hay loài bò sát." (Rô 1:22–23). Trong lịch sử loài người chúng ta có biết bao học giả với tâm thế ngạo mạn đã không ngại đứng chung hàng ngũ của những người chối bỏ Đức Chúa Trời. Thật vậy, cho dù có tri thức hay thất học, con người thường đi theo ý riêng chống nghịch ý chỉ của Thiên Chúa. Đây là nan đề thuộc linh đòi hỏi sự ăn năn.

Chúng ta phải cẩn thận để không kiêu ngạo. Bạn không nên xem việc giải nghĩa Kinh Thánh là cách để chứng tỏ mình thông minh hơn người khác. Ngược lại, càng nghiên cứu chúng ta càng hạ mình trước Chúa hơn và càng thêm lòng trung tín trong việc học lời Ngài. Cũng chính như lời Ê-sai 66:2b đã phán dạy, chúng ta phải "run sợ khi nghe lời" Chúa phán.

Nếu mục đích chính là mối quan hệ dựa trên thái độ khiêm nhường của người đọc, thì phương pháp đọc phải mang lại kết quả đó. Về một phương diện, việc đọc Kinh Thánh luôn luôn có tính liên hệ. Khi chúng ta lắng nghe lời Chúa, Đức Thánh Linh hành động để giúp chúng ta hiểu và có thái độ đúng đắn đối với lời Chúa (1 Cô 2:9–16). Nhưng Đức Thánh Linh cũng hành động qua tâm trí của chúng ta. Nếu không, thì tại sao Chúa sử dụng ngôn ngữ của con người?

Vai Trò của Bối Cảnh trong Việc Đọc Kinh Thánh

Chúa đã hành động qua ngôn ngữ và bối cảnh của các tác giả Kinh Thánh. Vì vậy bối cảnh là phương diện căn bản trong công tác giải nghĩa. Một mặt, chúng ta có bối cảnh gốc của Kinh Thánh. Mặt khác, chúng ta có bối cảnh của người đọc ngày nay.

Theo Hê 1:1–2, Đức Chúa Trời đã phán trong nhiều bối cảnh khác nhau cho những con người cụ thể:

> [1]Đời xưa, Đức Chúa Trời đã dùng các nhà tiên tri phán dạy tổ phụ chúng ta nhiều lần, nhiều cách. [2]Nhưng trong những ngày cuối cùng nầy, Ngài phán dạy chúng ta bởi Con Ngài, là Con mà Ngài đã lập lên làm Đấng thừa kế muôn vật; cũng qua Con ấy, Ngài đã sáng tạo vũ trụ. (Hê 1:1–2)

Câu này ngụ ý rằng Đức Chúa Trời đã phán nhiều cách khác nhau trong những bối cảnh khác nhau. Chân lý này bày tỏ ý muốn của Chúa là thiết lập mối liên hệ với con người cụ thể để họ theo ý muốn của Ngài trong bối cảnh của họ. Câu này nói về những bối cảnh ngày xưa.

Đương nhiên, Kinh Thánh cũng rất thiết thực cho người đọc thời nay. Có hai phân đoạn trong đó sứ đồ Phao-lô giải thích giá trị của Kinh Thánh cho người đọc ngày nay. Trước hết là hai câu trong 2 Ti-mô-thê:

> [16]Cả Kinh Thánh đều được Đức Chúa Trời cảm thúc, có ích cho sự dạy dỗ, khiến trách, sửa trị và huấn luyện trong sự công chính, [17]để người của Đức Chúa Trời được toàn vẹn và sẵn sàng cho mọi việc lành. (2 Ti 3:16–17)

Câu này nghĩa là Đức Chúa Trời ban cả Kinh Thánh để chúng ta áp dụng trong bối cảnh ngày nay, để chúng ta "sẵn sàng cho mọi việc lành." Chúa không những phán cho người đời xưa; Ngài cũng phán cho chúng ta nữa. Trong Thư Tín Rô-ma, sứ đồ Phao-lô giải thích tầm quan trọng của các lời phán ngày xưa như sau:

> Những gì đã được chép từ xưa đều nhằm dạy dỗ chúng ta, để nhờ sự kiên định và khích lệ của Kinh Thánh mà chúng ta có niềm hi vọng. (Rô-ma 15:4)

Lời Chúa cho người xưa vẫn có thể khích lệ chúng ta ngày nay về niềm hy vọng nơi Đức Chúa Trời. Vì vậy, trong việc giải nghĩa Kinh Thánh, chúng ta phải quan tâm đến cả hai bối cảnh, bối cảnh gốc và bối cảnh ngày nay.

Hai Bước Giải Nghĩa Kinh Thánh

Hai bối cảnh ngày xưa và ngày nay liên quan đến hai bước giải nghĩa Kinh Thánh: Chúng ta phải (1) tìm hiểu ý nghĩa của một phân đoạn Kinh Thánh theo bối cảnh gốc và (2) giải nghĩa phân đoạn đó cho người sống trong bối cảnh ngày nay.[2]

Trên thực tế, hai bước này xảy ra song song và ảnh hưởng lẫn nhau.[3] Ngay khi đọc Ê-sai 66:2 lần đầu tiên, tôi nghĩ đến việc áp dụng trong đời sống của tôi. Tôi sẽ tiếp nhận chính lời đó như thế nào? Tôi phải làm gì cho

---

[2] Peter Cotterell và Max Turner, *Linguistics & Biblical Interpretation* (Downers Grove: InterVarsity Press, 1989), 72.

[3] Tremper Longman III, "What I Mean by Historical-grammatical Exegesis--Why I Am Not a Literalist", *Grace Theological Journal* 11 (Tháng Chín 1990): 138–39.

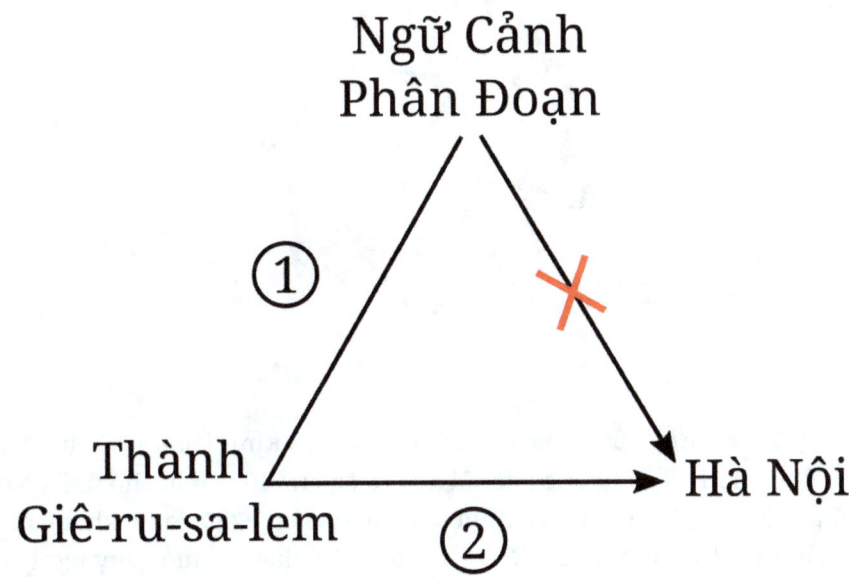

phải lẽ? Thế nhưng về lô-gíc chúng ta cần phải thực hiện từng bước một theo trình tự trước sau rõ ràng. Trước hết, chúng ta cần nắm biết bản văn (tức lắng nghe tiếng phán của Chúa qua đoạn Kinh Thánh đó); rồi sau đó mới có thể áp dụng (tức làm theo lời dạy ấy ngay trong cuộc sống ngày nay).

Nói một cách cụ thể là chúng ta phải đi qua thành Giê-ru-sa-lem rồi mới đến Hà Nội, chứ không đi trực tiếp từ bản văn đến ý nghĩa trong bối cảnh ngày nay.

Bước Thứ Nhất: Tìm Hiểu Kinh Thánh trong Bối Cảnh Gốc

Trong bước thứ nhất chúng ta tập trung tìm hiểu sứ điệp của chính bản văn chúng ta đang học. Điều này khiến chúng ta cố gắng nắm biết chính xác ngữ cảnh, tức các từ ngữ, các câu, và các đoạn văn ngay trong bối cảnh của chính bản văn đó; chứ không phải vội vã ngó sang một phân đoạn Kinh Thánh khác, hay tìm hiểu bản văn bằng cách đi tìm đọc bài giảng của một vị giáo sư hay mục sư nào đó.

Khi còn học đại học, tôi có một giáo sư luôn nhắc nhở sinh viên chúng tôi một câu rằng: "Chính bối cảnh là vua!"[4] Giáo sư của tôi nói câu này không biết bao nhiêu lần cho đến khi sinh viên bắt đầu áp dụng. Bây giờ tôi là giáo viên trường Kinh Thánh cho nên tôi hiểu lý do tại sao giáo sư nói hoài

---

[4] Giáo sư tên là TS. Scott Hafemann. Trong tiếng Anh câu này là "Context is king!"

câu này. Tôi thường xuyên đặt câu hỏi về bản văn Kinh Thánh, và sinh viên nhìn lên mái nhà của phòng học rồi đưa ra câu trả lời. Có lúc họ tình cờ trả lời đúng. Nhưng khi sinh viên nhìn lên mái nhà có nghĩa là họ không nhìn vào bản văn. Họ thường trả lời sai vì họ trả lời theo lối mòn suy nghĩ chứ không phải theo lời Chúa. Chúng ta học chính lời của Chúa cho nên chúng ta không được phép thay đổi ý nghĩa của lời đó theo ý riêng của con người.

Ở các công trình xây dựng thường có câu: "An Toàn là Trên Hết!" Thay vì hối hã hoàn tất cho xong việc, các công nhân cần xem trọng sự an toàn trên hết. Chúng ta nên in ra một câu trong phòng làm việc của chúng ta: "Bối cảnh là trên hết!" Câu nói này nhắc nhở chúng ta cần dựa vào chính bản văn để nắm biết bản văn. Do đó khi gặp khó khăn trong việc hiểu một từ ngữ nào đó trong bản văn, chúng ta sẽ tìm biết ngữ cảnh, tức ý nghĩa của từ ngữ Kinh Thánh ấy ngay trong bản văn đó.

Bối cảnh là gì? Có hai loại bối cảnh: bối cảnh lịch sử và bối cảnh văn học.

Bối cảnh lịch sử liên quan đến điều kiện lịch sử, địa lý, văn hóa, v.v... của người viết, của nhân vật, và của độc giả đầu tiên. Bối cảnh không cố định đóng khuôn mà thay đổi theo thời gian và hoàn cảnh trong các giai đoạn khác nhau của thời cuộc. Ví dụ, Đa-vít sinh sống ở đất Ca-na-an trong thời kỳ vương quốc hòa bình thống nhất, sau khi Y-sơ-ra-ên an cư lạc nghiệp tại miền đất hứa. Hồi đó, các tiên tri của Đức Gia-vê được phép vào triều đình của Đa-vít. Khi Đa-vít còn trẻ, người Y-sơ-ra-ên yếu hơn người Phi-li-tin. Nhưng sau đó Đa-vít đã chinh phục được người Phi-li-tin. Vì thế ông có thể vui hưởng trị vì đất nước không còn mối đe dọa của giặc ngoại xâm. Còn Đa-ni-ên sống ở Ba-by-lôn và Ba-tư vào thời kỳ lưu đày và hậu lưu đày khi người Do Thái là dân tộc thiểu số ở nước ngoài dưới một chế độ không yêu mến Chúa. Đa-ni-ên bị đe dọa chỉ vì đã cầu nguyện cùng Chúa. Có thể thấy rõ đây là hai bối cảnh hoàn toàn khác nhau, và chúng ta cần phải hiểu biết lời Chúa chứa đựng trong từng khung bối cảnh khác nhau được Chúa đặt để cho từng nhân vật hay từng sự kiện của Kinh Thánh như thế nào.

Còn bối cảnh văn học lại liên quan đến từ ngữ câu văn trên dưới bao quanh đoạn (hay câu) Kinh Thánh mà chúng ta nghiên cứu. Ví dụ, Phục Truyền 6:5 chép: "Anh em phải hết lòng, hết linh hồn, hết sức lực mà kính mến Giê-hô-va Đức Chúa Trời." Tôi có thể hỏi: "Tại sao chúng ta nên kính mến Chúa với cả tấm lòng, linh hồn và sức lực của chúng ta?" Ai đó có thể nhớ lại một bài học về con người trong quá khứ và trả lời, "Con người có ba phần: tấm lòng, linh hồn, và thân thể. Câu này dạy chúng ta điều đó." Đó không phải là câu trả lời chính xác, thứ nhất vì không trả lời đúng câu hỏi, và thứ hai vì không trả lời theo bối cảnh văn học của câu Kinh Thánh ấy. Phục Truyền 6:5 nằm trong một bối cảnh văn học bao gồm câu 4 nằm ở phía trên câu 5 với lời ghi chép rằng: "Hỡi Y-sơ-ra-ên! Hãy nghe: Giê-hô-va Đức Chúa Trời chúng ta là Giê-hô-va có một không hai." Như vậy chính bối cảnh văn học này đã cho chúng ta biết lý do phải kính mến Chúa với cả tấm lòng, linh hồn và sức lực: vì chúng ta chỉ có một Đức Gia-vê. Trọn cả con người của chúng ta (bao gồm tấm lòng, linh hồn, và sức lực) đều phải kính mến Đức Gia-vê.

Mối nguy hiểm mà mục sư thường gặp phải đó là họ không thực sự lắng nghe lời Ngài. Khi chuẩn bị giảng, ông không dành đủ thời gian để suy ngẫm và hiểu lời Chúa. Ông chỉ vội vã ghi chú một số câu theo một giáo lý hay một bài học quen thuộc và sau đó giảng cho hội thánh. Cuối cùng, bài giảng này không phải là sứ điệp của Chúa mà là sứ điệp của người giảng. Điều này vô cùng nguy hiểm đối với hội thánh và thậm chí đối với người giảng. Một người giảng như vậy không thực sự đối diện với lời Chúa một cách cá nhân, cũng không thực sự được Đức Thánh Linh biến đổi. Kỹ năng tuyên đạo có thể rất tốt, nhưng cuối cùng, chẳng có sự đổi mới gì ngay trong đời sống của người giảng, vì không có mối liên hệ thiết thực với Chúa.

Chúng ta không có gì quý để đem đến cho hội thánh nếu không có lời Chúa. Nếu giảng lời Chúa theo ý riêng của mình thì chúng ta không còn có lời Chúa nữa. Và điều đó không giúp người nghe đến gần với Chúa hơn. Và đó chính là mục đích trong bước thứ hai của việc đọc Kinh Thánh.

Bước Thứ Hai: Giải Nghĩa Cho Ngày Nay

Trong bước thứ hai, chúng ta muốn áp dụng lời Chúa cho bối cảnh ngày nay. Bước này đòi hỏi chúng ta chuyển khái niệm Kinh Thánh cho người sống trong bối cảnh ngày nay. Lời Chúa không phải chỉ là một quyển sách thú vị để chúng ta học cho vui. Cho dù những tác giả của các sách giải nghĩa

Kinh Thánh không thực hiện bước này khi họ viết sách, nhưng người hầu việc Chúa trên bục giảng nhất thiết phải thực hiện điều này.

Đây là tinh thần của E-xơ-ra. E-xơ-ra 7:9 mô tả E-xơ-ra là người được "tay nhân lành của Đức Chúa Trời giúp đỡ":

> Vì E-xơ-ra chuyên tâm nghiên cứu luật pháp của Đức Giê-hô-va, tuân giữ và dạy cho dân Y-sơ-ra-ên biết luật pháp và các quy định. (E-xơ-ra 7:10)

Lời mô tả này thật thú vị. E-xơ-ra không những nghiên cứu luật pháp (có nghĩa là Ngũ Kinh, là phần đầu Kinh Thánh), mà còn tuân giữ luật pháp. Có thể nói rằng E-xơ-ra đạt tiêu chuẩn của Ê-sai 66:2, là run sợ trước lời của Chúa. Sau khi tuân giữ, E-xơ-ra dạy cho dân Y-sơ-ra-ên biết lời đó.

Kinh Thánh là lời hằng sống. Hội thánh cần người giải thích ý nghĩa của lời Chúa và hướng dẫn họ đi vào con đường dẫn đến sự sống đời đời. Hội thánh cần người nhắc nhở dạy dỗ họ biết về lẽ thật, đặc biệt là nhận biết thuộc tính của Đức Chúa Trời và ân điển của Ngài đối với chúng ta. Công tác giải nghĩa cung cấp cho chúng ta những thông tin cần thiết và bổ ích. Nhưng chúng ta không chỉ cho hội chúng biết thông tin. Chúng ta phải hướng dẫn hội thánh áp dụng vào đời sống của họ, bắt đầu với người giảng lời Chúa.

Trong những chương tiếp theo tôi sẽ nói nhiều hơn về bước áp dụng. Ở đây điều quan trọng nhất là chúng ta cần thận tìm hiểu Kinh Thanh trong bối cảnh gốc để có thể áp dụng trong bối cảnh ngày nay.

Tóm Lược Tổng Quát Các Bước Giải Nghĩa Kinh Thánh

Một người đồng lao của tôi tên là Mục sư Tiến Sĩ Malcolm Reid sử dụng mô hình giải nghĩa Kinh Thánh của anh trai, là Tiến sĩ Andrew Reid. Mô hình này bao gồm năm bước, nhìn ra năm hướng khác nhau.[5]

1. **Nhìn lên:** Qua sự cầu nguyện, chúng ta kêu cầu Chúa soi sáng chỉ dạy khi được tiếp xúc với lời Ngài. Đây là thái độ đúng đắn cần có trong việc đọc lời Chúa.
2. **Nhìn xuống:** Khi đọc, chúng ta giải nghĩa lời Chúa bằng cách nhìn xuống trực diện với bản văn Kinh Thánh. Hãy nhớ, bối cảnh là trên hết! Và trọng tâm của quyển sách *Giải Nghĩa Cựu Ước* này sẽ hướng dẫn người đọc nắm rõ bước này (trong chương 3–10).

---

[5] Andrew Reid, "Nhìn Sâu Hơn vào Lời Chúa", 2019.

3. **Nhìn lại:** Bước này nhìn lại những phân đoạn Kinh Thánh trước phân đoạn này. Đó là quá khứ đối với tác giả. Đối với sách Giô-suê, đó là Sáng Thế Ký đến Phục Truyền. Đối với sách Ma-la-chi, đó là hầu hết các sách khác trong Cựu Ước. Chúng ta cần nắm biết bối cảnh thần học của bản văn Kinh Thánh đó.
4. **Nhìn tới:** Bước này cũng nhìn sang phân đoạn Kinh Thánh khác, nhưng lần này là phân đoạn Kinh Thánh được viết sau phân đoạn chúng ta đang nghiên cứu. Cùng với bước 3 (Nhìn lại), bước này được gọi là thần học Kinh Thánh. Bước này được nói đến trong chương 11.
5. **Nhìn đây:** "Nhìn đây" có nghĩa là nhìn vào chính mình để áp dụng lời Chúa trong đời sống của mình. Phần này được nói đến trong chương 12.

Mô hình này dễ nhớ và nhắc lại cho chúng ta một số điều cần thiết khi đọc Kinh Thánh, bắt đầu với thái độ khiêm nhường, nương cậy vào Chúa và hướng đến việc Chúa biến đổi chúng ta.

Nghiên Cứu Thêm: Định Nghĩa của *Exegesis*

Sách này nhằm mục đích giúp đỡ các tôi tớ Chúa giải nghĩa Kinh Thánh. Đa số mọi người sẽ nghiên cứu Kinh Thánh bằng các bản dịch hiện đại. Tuy nhiên, một số người lại có cơ hội nghiên cứu Kinh Thánh nguyên văn. Giải nghĩa nguyên văn được gọi là *exegesis* và là một cách tiếp cận Kinh Thánh chi tiết và sâu sắc.

Một số người chưa có cơ hội học tiếng Hê-bơ-rơ hoặc tiếng A-ram sẽ thắc mắc: Tôi có cần phải nghiên cứu nguyên văn không? Tôi trả lời, chúng ta không cần nghiên cứu Kinh Thánh trong nguyên văn thì mới biết sứ điệp cứu rỗi, mới trưởng thành trong đức tin, hoặc để giảng dạy Kinh Thánh cho người khác.

Tuy nhiên, việc giải nghĩa Kinh Thánh nguyên văn rất hữu ích. Một chuyên gia nổi tiếng về tuyên đạo pháp so sánh việc nghiên cứu Kinh Thánh với chiếc tivi. Ngày xưa chúng tôi xem tivi trắng đen. Vẫn xem được, nhưng các chương trình thiếu sắc màu. Còn tivi màu thì rực rỡ lung linh như thật. Giải nghĩa trên bản dịch giống như xem tivi trắng đen. Sứ điệp vẫn rõ ràng. Nhưng giải nghĩa Kinh Thánh nguyên văn thì có màu sắc, sống động hơn.[6]

Khi các học giả nói đến việc giải nghĩa Kinh Thánh nguyên văn, họ sử dụng từ Anh ngữ *exegesis*. Tiếng Việt không có một từ ngữ riêng biệt nào

---

[6]Haddon W. Robinson, *Giảng Giải Kinh: Các nguyên tắc và thực hành* (BEE International, 2005), 58

thay thế cho *exegesis* cách chính xác vì nó bắt nguồn từ tiếng Hy-lạp cổ là *exēgēsis* (ἐξήγησις). Khi xưa, từ này có nghĩa "tường thuật" (narrative), "mô tả" (description), hay "giải nghĩa" (interpretation).[7] Trong bản dịch Cựu Ước sang tiếng Hy Lạp (gọi là Septuagint, LXX, hoặc Bản Bảy Mươi), từ ngữ này xuất hiện trong Các Quan Xét 7:15 với nghĩa "lời giải nghĩa" (BDM) một giấc mơ.

Tuy nhiên, hiện nay *exegesis* được dùng riêng cho việc tìm hiểu ý nghĩa Kinh Thánh. Theo nhà thần học Millard Erickson, *exegesis* là "việc tìm được ý nghĩa của một phân đoạn bằng cách rút ra ý nghĩa, thay vì thêm vào bản văn."[8] Giống như Erickson, các nhà thần học thường phân biệt giữa *exegesis* và *eisegesis*. Thật ra, trong tiếng Hy Lạp không có từ nào là *eisegesis*, nhưng các nhà thần học có thể hiểu được ý nghĩa của từ liệu này. Tiếp đầu ngữ *ex* có nghĩa là "ra" được thêm vào phía trước *exegesis* chỉ việc lấy ý nghĩa *ra* từ bản văn. Từ này hoàn toàn khác với *eisegesis*, có tiếp đầu ngữ *eis* ("vào") được thêm vào phía trước. Vì vậy, *eisegesis* chỉ việc đưa thêm ý nghĩa *vào* bản văn theo ý riêng của người giải nghĩa.

Một số người cũng phân biệt rõ giữa việc **giải nghĩa Kinh Thánh** (exposition) với việc **giải kinh nguyên ngữ** (*exegesis*) qua bản văn Kinh Thánh mà họ sử dụng. Giải nghĩa Kinh Thánh là dựa trên bản dịch Kinh Thánh, còn giải kinh nguyên ngữ là dựa trên Kinh Thánh nguyên văn. Nhìn chung, ai cũng có thể thực hiện việc giải nghĩa Kinh Thánh thông qua bản dịch Kinh Thánh. Tuy nhiên, việc thực hiện *exegesis* đòi hỏi người giải nghĩa phải dùng Kinh Thánh trong ngôn ngữ gốc như tiếng Hê-bơ-rơ (phần lớn Cựu Ước), tiếng A-ram (một số phần Cựu Ước), và tiếng Hy Lạp (cả Tân Ước).

Tiếng Việt có cụm từ "giải nghĩa Kinh Thánh" chỉ tổng quát việc nghiên cứu và áp dụng Kinh Thánh, nhưng không có một từ ngữ chính xác nào thay thế cho *exegesis*. Trần Văn Đoàn dịch *exegesis* là "giải nghĩa học" hay "giải thích học."[9] Mục sư Phạm Xuân Tín sử dụng từ "chú giải" hay "chú Kinh học."[10] Không có từ ngữ nào hoàn toàn diễn tả được ý nghĩa của *exegesis* là "rút ra ý nghĩa từ bản văn." Thật ra, cho dù giải nghĩa Kinh Thánh qua bản dịch hay từ nguyên văn, đều yêu cầu người giải thích Kinh Thánh phải

---

[7] Walter Arndt, William; Danker, Frederick W.; Bauer, *A Greek-English lexicon of the New Testament and other early Christian literature*, 3rd ed. (Chicago: University of Chicago Press, 2000), 349

[8] Millard J. Erickson, *The Concise Dictionary of Christian Theology* (Wheaton, IL: Crossway, 2001), 62

[9] GS. Trần Văn Đoàn, "Tổng Quan Về Thông Diễn Học (Hermeneutics)", truy cập 6 Tháng Tư 2017, http://www.simonhoadalat.com/HOCHOI/TRIETHOC/HermeneuticsChapter%201.htm.

[10] Phạm Xuân Tín, *Ngữ Vựng Thần Học* (Nha Trang: Thánh Kinh Thần Học Viện, 1974), 62.

tìm kiếm ý nghĩa của bản văn rút ra từ bản văn, chứ không thể tùy ý thêm thắt đem từ ngoài vào. Tuy nhiên, trong quyển này, khi nói đến *exegesis* với ý nghĩa giải nghĩa dựa trên nguyên văn, tôi sử dụng cụm từ "giải nghĩa nguyên ngữ."

2. Nền Tảng Lý Thuyết: Giải Nghĩa Học

Quyển sách này nhằm mục đích giúp người đọc Kinh Thánh hiểu ý nghĩa của Kinh Thánh. Trong chương trước, chúng ta biết rằng mục đích của việc đọc Kinh Thánh là để đáp lại sự thương xót của Chúa khi Ngài ban lời Ngài cho chúng ta. Có nghĩa là chúng ta phải hiểu lời đó theo cách Ngài bày tỏ (trong bối cảnh gốc) và áp dụng vào đời sống của chúng ta ngày nay. Nói cách khác, chúng ta mong muốn nhận biết ý nghĩa của sứ điệp Chúa bày tỏ qua đoạn Kinh Thánh mà chúng ta đang đọc, rồi từ đó mới có thể áp dụng lời Chúa một cách chính xác và trung thành.

Nhưng Kinh Thánh truyền lại ý nghĩa của bản văn đến với chúng ta như thế nào? Chúng ta có nhất thiết phải đào bới đi sâu vào lịch sử để biết ý của tác giả không? Hay chúng ta chỉ cần quan tâm đến những lời được ghi trong Kinh Thánh? Hoặc có phải chúng ta chỉ cần theo tư tưởng và cảm xúc của cá nhân hoặc lối mòn giải nghĩa của cộng đồng, không quan tâm nhiều quá đến ý của tác giả hoặc nội dung của bản văn không?

Những câu hỏi ở trên là câu hỏi liên quan đến **giải nghĩa học** (*hermeneutics*). Giải nghĩa học là chuyên ngành triết học nghiên cứu việc giải thích ý nghĩa của bản văn. Vậy, chúng ta dựa vào đâu để khẳng định một cách chắc nịch rằng: "Bản văn này có ý nghĩa là..."?

Tôi tin rằng, khi mở Kinh Thánh ra, chúng ta phải lắng nghe tiếng phán của Chúa qua Kinh Thánh. Chúa muốn giao tiếp với chúng ta qua lời Ngài. Vì vậy, *tôi tìm kiếm sứ điệp mà Tác Giả Thiên Thượng định phán qua một bản văn do một tác giả con người soạn ra để tôi sống theo sứ điệp đó trong bối cảnh cụ thể của tôi.* Câu này rất dài nhưng bao gồm bốn phần quan trọng:

1. Tác Giả Thiên Thượng, là Đức Chúa Trời, là Đấng chịu trách nhiệm tối cao về Kinh Thánh. Sự thật này nói lên một điều, sứ điệp của Kinh Thánh là sứ điệp đến từ Đức Chúa Trời, và Ngài mong muốn con người biết đến sứ điệp ấy.

2. Tác giả con người là người Chúa đã cảm động để viết Kinh Thánh theo sự soi dẫn của Ngài. Họ được Chúa dẫn dắt để viết điều Chúa muốn, nhưng đồng thời họ cũng viết theo tính cách và kinh nghiệm từng trải của chính mình.
3. Bản văn là sản phẩm viết ra từ tác giả. Và bản văn ấy tồn tại theo năm tháng là thứ duy nhất mà tác giả để lại cho chúng ta. Vì vậy chúng ta chỉ có thể dựa vào bản văn Kinh Thánh để nắm biết được sứ điệp của Ngài dành cho con người.
4. Sống theo sứ điệp Kinh Thánh đòi hỏi người đọc tích cực thăm gia việc lắng nghe lời Chúa. Người đọc có vai trò quan trọng.

Và trước khi tiếp tục đào sâu vào vấn đề tác giả, bản văn và người đọc, chúng ta cần tìm hiểu nắm biết một ít vấn đề về lý thuyết liên quan đến Giải nghĩa Học.

Tầm Quan Trọng của Giải Nghĩa Học

Tại sao cần nghiên cứu về giải nghĩa học? Câu trả lời rất đơn giản: Là vì sau khi giải nghĩa, ý nghĩa có được từ bản văn sẽ ảnh hưởng đến rất nhiều điều trong Hội thánh, từ quan điểm thần học cho đến đạo đức học. Nếu chúng ta không có cùng một sự hiểu biết về cách chúng ta nhận ý nghĩa của sứ điệp của Chúa, chúng ta sẽ không đồng ý về sứ điệp cứu rỗi, cách trưởng thành trong Đấng Christ, cách đẹp lòng Ngài, cách phục vụ Ngài, v.v....

Quan điểm nêu trên của tôi có lẽ không cùng quan điểm với một số học giả. Chẳng hạn có một số người quan điểm rằng chúng ta không thể nào biết nổi ý nghĩ của các tác giả Kinh Thánh vì họ sống trong thời xa xưa với nền văn hóa hoàn toàn xa lạ với con người chúng ta ngày nay. Nếu tác giả Kinh Thánh và cả bản văn đều xa vời với chúng ta, thì ý nghĩa của nội dung Kinh Thánh sẽ do chính người đọc tạo định.[1] Bạn có thể hình dung những kết quả đa dạng có thể ra từ quan điểm này. Người này khẳng định đây mới là ý nghĩa của nội dung Kịnh Thánh; còn người kia phản hồi và ủng hộ quan điểm của kẻ khác. Đối với họ, người đọc nắm trong tay quyền ấn định ý nghĩa của nội dung Kinh Thánh, vì tác giả đã qua rồi chẳng còn vai trò tác dụng gì cả. Tôi vừa đề cập đến một số học giả cố giữ quan điểm hãy để người đọc làm chủ bản văn. Nhưng ngay trong nhóm nhỏ học Kinh Thánh thường xuyên có người phát biểu như thế này: "Đối với tôi..." và đưa ra một

---

[1] Edgar V. McKnight, "Reader-Response Criticism", trong *To Each Its Own Meaning: An Introduction to Biblical Criticisms and Their Application*, b.t Stephen R. Haynes và Steven L. McKenzie, 2nd a.b (Louisville, KY: Westminster John Knox, 1999), 231.

ý nghĩa chẳng liên quan thiết thực đến bản văn gì cả. Ngoài ra, nhiều lúc, tôi nghe bài giảng và sau đó tự hỏi: "Diễn giả lấy sứ điệp của mình từ đâu? Vì tôi chẳng thấy sứ điệp đó trong bản văn này!" Theo tôi, quan điểm để người đọc làm chủ bản văn là quan điểm sai vì không kính sợ Chúa, giống như thời Các Quan Xét khi "mỗi người làm theo ý mình cho là phải" (Quan 21:25). Để không bị thao túng lay động bởi những quan điểm thiếu chuẩn mực, chúng ta cần nghiên cứu về giải nghĩa học.

Thật ra, ai trong chúng ta cũng giữ một quan điểm lập trường về Giải nghĩa học, cho dù quan điểm ấy có bộc lộ rõ ràng hay không. Có lẽ phần đông chúng ta không thể giải thích lập trường quan điểm của mình một cách rành mạch, vì chưa từng học biết về Giải nghĩa học. Có ba lý do khiến những người hầu việc Chúa nên biết về giải nghĩa học.

Thứ nhất, chúng ta phải có phương pháp nghiên cứu đã được kiểm chứng chứ không phải chỉ theo truyền thống hay ý kiến riêng của mình. Cả hai truyền thống và ý riêng của mình đã bị ảnh hưởng bởi sự sa ngã của con người và do đó cần có ánh sáng của lời Chúa sửa đổi. Sau khi quan điểm về giải nghĩa học được xác định theo hướng đúng đắn thì phương pháp nghiên cứu sẽ rõ ràng. Điều này vô cùng quan trọng vì chúng ta giảng dạy lời Chúa và "sẽ phải chịu phán xét nghiêm khắc hơn" (Gia-cơ 3:1b). Phương pháp rõ ràng chưa hẳn đảm bảo mang lại kết quả tốt cho việc nghiên cứu; nhưng phương pháp không rõ ràng thì việc đem đến kết quả xấu sẽ khó mà tránh khỏi.

Thứ hai, chúng ta phải có một nền tảng lý thuyết nghiên cứu hòa hợp đồng bộ với cộng đồng mà chúng ta đang sinh sống. Bạn có bao giờ gặp tình huống hai người không đồng ý với nhau về ý nghĩa của một câu Kinh Thánh không? Nếu hai người này có mục đích và phương pháp nghiên cứu khác nhau, thì làm sao họ đồng ý với nhau được?

Thứ ba, người hầu việc Chúa nên biết về giải nghĩa học là vì hiện nay các nhà thần học có nhiều quan điểm khác nhau về giải nghĩa học. Các sách giải nghĩa Kinh Thánh có quan điểm và phương pháp nghiên cứu khác nhau. Người hầu việc Chúa phải cẩn thận khi tham khảo sách giải nghĩa Kinh Thánh và phải phân biệt đâu là quan điểm dựa vào nền tảng lý thuyết đúng và đâu là quan điểm dựa vào nền tảng lý thuyết sai.

Do đó, chương này sẽ là một bài giới thiệu tóm lược về Giải nghĩa học Kinh Thánh. Qua đó nêu lên một vài vấn đề chính của Giải nghĩa học, và đưa ra một số nguyên tắc cơ bản dành cho người giải nghĩa Kinh Thánh phổ thông đại chúng, chứ không dành cho các học giả nghiên cứu Kinh Thánh.

Định Nghĩa Giải Nghĩa Học

Ở phần đầu chương này, tôi đã đưa ra một định nghĩa đơn sơ về giải nghĩa học—là ngành triết học nghiên cứu về việc giải thích ý nghĩa của bản văn.

Theo truyền thống, giải nghĩa học chỉ liên quan đến việc đọc bản văn, nhưng hiện nay người ta dùng giải nghĩa học để nói về tất cả các thể loại giao tiếp như bản văn, lời nói, truyền thông, v.v....[2]

Trong tiếng Anh, cụm từ *hermeneutics* (**giải nghĩa học**) có nguồn gốc từ một từ ngữ tiếng Hy Lạp là *hermēneuō*, tức "giải nghĩa." Từ này xuất hiện ở châu Âu vào năm 1654 trong quyển *Hermeneutica Sacra* của J. C. Dannhauer.[3] Tuy nhiên, *hermeneutics* không phải là một thuật ngữ thần học mà là thuật ngữ triết học. Các nhà triết học, văn chương học, ngôn ngữ học, và các nhà thần học đều quan tâm đến giải nghĩa học, vì tất cả các môn học này đều liên quan đến việc đọc bản văn và muốn xác định ý nghĩa của ngữ cảnh và nội dung bản văn theo một cách nào đó. Vì lý do trên, thay vì dùng từ ngữ *hermeneutics* của tiếng Anh, tôi đã sử dụng từ "giải nghĩa học" như một cách nói dễ hiểu và mang hàm ý chung.

Nếu tra cứu tài liệu của các học giả trong và ngoài Cơ Đốc giáo ở Việt Nam hiện nay, từ ngữ tiếng Việt thay thế cho *hermeneutics* chưa được ổn định. Có hai nhà ngôn ngữ học đề nghị sử dụng từ "thuyết minh học."[4] Ông Trần Văn Đoàn, là học giả Công giáo, đề nghị thuật ngữ "thông diễn học" vì theo ông từ ngữ này đưa ra những ý nghĩa của *hermeneutics* như sau:

> (1) một cách thế để thấu hiểu văn bản, hay ngôn ngữ, hay truyền thống, (2) một nghệ thuật thông suốt, bao gồm nghệ thuật diễn giải (*ars explanandi*), nghệ thuật diễn nghĩa (*ars explicandi*), và nghệ thuật chuyển nghĩa (*ars interpretandi*), (3) một phương pháp để hiểu một cách trung thực, tức giải thích học (*exegesis*), và (4) một phương cách triết học (*philosophical hermeneutics*).[5]

Ý nghĩa thứ ba của GS. Đoàn "một phương pháp để hiểu một cách trung thực" là ý nghĩa mà chúng ta cần chú ý nhiều nhất. Trong khi đó, Mục sư Phạm Xuân Tín đã đưa ra cách dịch *hermeneutics* là "thích kinh học."[6] Thuật

---
[2] Anthony C. Thiselton, "Hermeneutics", trong *New Dictionary of Theology*, b.t Sinclair B. Ferguson và David F. Wright (Downers Grove, IL: InterVarsity, 1988), 293
[3] Thiselton, 293
[4] Cao Xuân Hạo và Hoàng Dũng, *Từ Điển Thuật Ngữ Ngôn Ngữ Học Đối Chiếu: Anh-Việt, Việt-Anh* (Hà Nội: NXB Khoa Học Xã Hội, 2005), 110
[5] GS. Trần Văn Đoàn, "Tổng Quan Về Thông Diễn Học (Hermeneutics)"
[6] Phạm Xuân Tín, *Ngữ Vựng Thần Học*, 77

ngữ này cũng đúng, nhưng ý nghĩa quá hẹp. Khi nói "thích kinh học" (hay "giải kinh học") đa số người nói như vậy muốn nói về việc giải nghĩa Kinh Thánh.[7] Tuy nhiên, *hermeneutics* bao gồm tất cả các bản văn và lời nói của con người, không chỉ Kinh Thánh. Môn học này không dành riêng cho các nhà thần học. Trên thực tế, nó thuộc về triết học. Vì thế, tôi đề nghị ta nên sử dụng một từ ngữ có nghĩa áp dụng rộng hơn.

Trong cùng luận văn của mình, ông Đoàn đã đưa ra một định nghĩa về "thông diễn học" của người nghiên cứu Kinh Thánh: "một hệ thống, phương pháp giải thích các văn kiện Thánh Kinh."[8] Định nghĩa này gần giống với định nghĩa của Cotterell và Turner mà tôi đã tóm tắt trong chương 1: việc giải nghĩa Kinh Thánh bao gồm (1) tìm hiểu ý nghĩa của một phân đoạn Kinh Thánh theo ý định của tác giả (qua chính bản văn đó) và (2) giải nghĩa bản văn cho người sống trong bối cảnh hiện nay.

Nếu "giải nghĩa" là vấn đề trọng tâm của *hermeneutics*, thì chúng ta có thể dùng "giải nghĩa học" thay thế cho *hermeneutics*. Từ ngữ này có thể được dùng để chỉ về cả việc giải nghĩa Kinh Thánh và việc áp dụng Kinh Thánh cho hội thánh hiện nay. Đồng thời, phạm vi của "giải nghĩa học" không bị hạn chế; ta có thể áp dụng cho bản văn ngoài Kinh Thánh.

Quá Trình Phát Triển của Giải Nghĩa Học Kinh Thánh

Trong quá trình phát triển của hội thánh, ta thấy việc giải nghĩa Kinh Thánh được phát triển qua nhiều giai đoạn với những quan điểm và đặc trưng khác nhau. Từ việc nắm biết những quan điểm khác nhau đã phát sinh như thế nào trong lịch sử hội thánh về Giải nghĩa học, sẽ giúp ta có cái nhìn khái quát hơn, sâu rộng hơn về Giải nghĩa học. Hãy chú ý đến cách thức các quan điểm này trả lời hai câu hỏi sau: Ý nghĩa của một bản văn nằm ở tâm trí của tác giả, bản văn, hoặc độc giả? Và một bản văn có một hoặc nhiều ý nghĩa?

Cách Giải Nghĩa Kinh Thánh từ Các Tác Giả Kinh Thánh

Trước hết, ngay cả trong Kinh Thánh cũng có lời giải nghĩa Kinh Thánh. Bình thường chúng ta không nghĩ về Kinh Thánh giải nghĩa Kinh Thánh,

---

[7] Daniel C. Owens, Bà Phạm Xuân Thiều, và Nguyễn Thị Hải Vân, *Sổ Tay Thuật Ngữ Thần Học Anh-Việt*, 2nd a.b (Hà Nội: Nhà Xuất Bản Tôn Giáo, 2014), 97

[8] GS. Trần Văn Đoàn, "Tổng Quan Về Thông Diễn Học (Hermeneutics)"

nhưng có rất nhiều phân đoạn trong Kinh Thánh **giải nghĩa nội Kinh Thánh** (*inner-biblical interpretation*).

Giải Nghĩa Nội Cựu Ước

Có nhiều tác giả Cựu Ước ngay khi viết lời Chúa đã giải thích thêm về nội dung của các bản văn hiện hữu trước đó, từ đó giúp cho người đọc mở rộng sự hiểu biết về nội dung Kinh Thánh một cách rõ ràng và vững trải hơn và tinh thần kính sợ Chúa và lời của Ngài được bày tỏ.

Nói về giải nghĩa Cựu Ước, Michael Fishbane là người đứng đầu của các học giả nghiên cứu. Là người Do Thái, ông vận dụng cách thức Kinh Thánh Hê-bơ-rơ (chúng ta gọi là Cựu Ước) giải nghĩa Kinh Thánh. Fishbane phân biệt giữa nội dung của truyền thống (*traditium*) và quá trình lưu truyền truyền thống (*traditio*).[9] Chúng ta hiểu truyền thống ở đây là những điều được ghi chép trong Kinh Thánh. Đức Chúa Trời đã mặc khải lời Ngài qua nhiều thế kỷ, và các thầy thông giáo đã tập hợp các trữ liệu từ các tiên tri để có được toàn bộ Kinh Thánh Cựu Ước. Không những vậy, Kinh Thánh còn được các thầy thông giáo sao chép bằng tay thành nhiều bản chép cho đến thời kỳ kỹ thuật in ấn được phát minh. Qua đó, Fishbane chỉ ra có một vài cách thức được xem là giải nghĩa nội Kinh Thánh đã xảy ra trong quá trình lưu truyền lời Chúa.

Thứ nhất, chính các thầy thông giáo đã góp phần giải nghĩa Kinh Thánh bằng cách thêm những điều giải thích về ý nghĩa của nội dung Kinh Thánh trong quá trình sao chép.[10] Ví dụ, trong 1 Sử Ký 11:4, chép:

> Đa-vít và toàn thể Y-sơ-ra-ên kéo đến thành Giê-ru-sa-lem, *lúc ấy gọi là Giê-bu*.

Phần in nghiêng là phần Fishbane muốn nói đó là do thầy thông giáo ghi thêm vào để giải thích cho thế hệ hậu lưu đầy biết được mối liên hệ giữa Giê-ru-sa-lem và Giê-bu.[11] Đây chính là cách mà thầy thông giáo giải nghĩa Kinh Thánh cho thế hệ mới qua việc ghi thêm một số thông tin cần thiết để người đọc hiểu hơn về nội dung Kinh Thánh.

Thứ hai, trong luật pháp có vài chỗ chỉ nêu cách khái quát chứ không đề cập đến tất cả các khía cạnh của quy định được đưa ra để áp dụng một

---

[9]Michael A. Fishbane, *Biblical Interpretation in Ancient Israel* (Oxford: Clarendon Press, 1985), 6
[10]Fishbane, 23
[11]Fishbane, 44–45

cách triệt để hơn.¹² Chẳng hạn như Xuất Ê-díp-tô Ký 20:14 cấm việc "phạm tội tà dâm" nhưng Lê-vi Ký 20:10 giải thích cụ thể hơn:¹³

> Nếu một người phạm tội tà dâm với một người đàn bà có chồng, hay với vợ của người lân cận, thì cả người đàn ông lẫn người đàn bà đó đều phải bị xử tử.

Thậm chí chính Môi-se cũng giải thích thêm lời mà Môi-se từng phán truyền cho người Y-sơ-ra-ên. Ví dụ như trong Phục truyền, Môi-se nói thêm hoặc giải thích cặn kẽ hơn cho thế hệ mới biết về cách áp dụng cụ thể cho một quy định nào đó. Ví dụ, Xuất Ê-díp-tô Ký 22:25 và Lê-vi Ký 25:36–37 cấm cho vay tiền và lấy lãi. Tuy nhiên, Phục Truyền 23:19–20a giải thích mệnh lệnh cấm cho vay tiền lấy lãi tùy theo đối tượng:¹⁴

> ¹⁹Không được cho anh em mình vay để lấy lãi, dù là tiền bạc, lương thực hay là bất cứ thứ gì sinh lãi. ²⁰Anh em được phép lấy lãi người nước ngoài nhưng không được lấy lãi anh em mình....

Có nghĩa người Y-sơ-ra-ên không được lấy lãi của người Y-sơ-ra-ên. Họ phải là cộng đồng biết quan tâm chăm sóc anh em nào lâm vào cảnh thiếu nghèo. Tuy nhiên, họ có thể cho vay tiền lấy lãi từ người dân tộc khác. Điều đó giải thích thêm về vấn đề cho vay tiền.

Thứ ba, có khi Cựu Ước giải nghĩa lại một quy định của luật pháp dưới góc độ của thần học.¹⁵ Ví dụ, trong Giê-rê-mi 3:1–5 sử dụng luật trong Phục 24:1–4 về việc người vợ ly dị, lấy chồng khác, ly dị, và muốn trở lại chồng đầu tiên. Khi Giê-rê-mi nhắc về luật này, ông không bàn nói về trường hợp cụ thể của cặp vợ chồng nào cả, mà dùng hình ảnh này suy nghĩ về thực trạng thuộc linh của người Y-sơ-ra-ên. Giê-rê-mi xem người Y-sơ-ra-ên như phạm phải tội tà dâm khi thờ hình tượng và bị người chồng là Đức Giê-hô-va ly dị. Như vậy, họ còn có thể quay trở lại với người chồng đầu tiên này không? Như vậy, Giê-rê-mi sử dụng một quy định trong luật pháp để rút ra bài học thần học cho cả dân sự Y-sơ-ra-ên.¹⁶

Ngoài những cách thức giải nghĩa nội Kinh Thánh mà Fishbane nêu trên, chúng ta còn thấy Cựu Ước trích dẫn Cựu Ước. Điển hình là Xuất Ê-díp-tô Ký 34:6–7:

---

[12] Fishbane, 91–92
[13] Fishbane, 169
[14] Fishbane, 176
[15] Fishbane, 281–83
[16] Fishbane, 309

⁶Đức Giê-hô-va đi qua trước mặt ông và tuyên bố:
"Giê-hô-va! Giê-hô-va!
Là Đức Chúa Trời nhân từ, thương xót,
Chậm giận,
Dư dật ân huệ và thành thực,
⁷Giữ lòng yêu thương đến nghìn đời,
Tha thứ điều gian ác, sự vi phạm và tội lỗi;
Nhưng không kể kẻ có tội là vô tội,
Mà nhân tội tổ phụ phạt con cháu đến ba bốn đời."

Xuất xứ của hai câu Kinh Thánh này đến từ câu chuyện người Y-sơ-ra-ên thờ con bò vàng. Với tội thờ hình tượng này, họ đã vi phạm giao ước với Chúa, và vì vậy Môi-se đã đập vỡ hai bảng đá ghi chép mười điều răn. Sau đó, Môi-se đại diện người Y-sơ-ra-ên ăn năn thống hối lỗi lầm, và với lòng thương xót vô biên, trước khi tái lập lại giao ước với họ, Chúa đã tuyên xưng thuộc tính của Ngài được ghi trong Xuất 34:6–7 này. Về sau có vài phân đoạn Kinh Thánh đã nhiều lần trích dẫn hai câu Kinh Thánh này.[17]

1. Dân Số Ký 14 ghi thuật người Y-sơ-ra-rên một lần nữa tái phạm chống lại Chúa, và Môi-se lại một lần nữa cầu thay cho họ. Trong lời cầu thay của Môi-se, ông đã trích dẫn Xuất 34:6–7 làm nền tảng cho lời cầu xin để được Chúa tha thứ (Dân 14:19).
2. Giô-na 4:2 trích dẫn Xuất 34:6 để mô tả thuộc tính của Chúa là Đấng ân điển, nhưng Giô-na không vui khi Chúa áp dụng điều này cho dân tộc ngoại bang, cụ thể là tha thứ cho người dân thành Ni-ne-ve khi họ ăn năn tội lỗi.
3. Trong Na-hum 1:3, tiên tri Na-hum cũng trích dẫn Xuất 34:6–7 và cũng áp dụng cho người dân thành Ni-ni-ve. Nhưng trái ngược với trường hợp của Giô-na, lần này Chúa ắt sẽ đoán phạt dân Ni-ni-ve gian ác và tàn bạo, vì họ tái phạm sai lầm và không hề ăn năn thống hối.

Qua những ví dụ đó, chúng ta thấy rằng chính tác giả Cựu Ước sử dụng những bản văn trước và áp dụng cho tình huống của họ. Họ không phải luôn luôn trích dẫn từng chữ một có trong bản văn gốc, nhưng họ áp dụng cho người đọc mới những nguyên tắc đã được tác giả trình bày cho một thế hệ trước. Người đọc thực sự đóng vai trò thiết thực trong việc giải nghĩa bản văn, và hơn hết người đọc cần tôn trọng nguyên ý của tác giả và bản văn.

---

[17] Bao gồm Dân 14:18; 2 Sử 30:9; Nê 9:17; Thi 86:15; 103:8; 111:4; 112:4; 145:8; Giô 2:13; Giô-na 4:2; Na 1:3.

Tân Ước Giải Nghĩa Cựu Ước

Không những Cựu Ước giải nghĩa Cựu Ước mà còn nhiều lần Tân Ước đã trích dẫn và giải nghĩa Cựu Ước. Nhìn chung, Tân Ước đề cập đến Cựu Ước khi giải thích sự ứng nghiệm của lời Chúa trong cuộc đời Chúa Giê-xu và hội thánh.[18] Lý do hội thánh đầu tiên đã giải nghĩa lại Cựu Ước là vì Chúa Giê-xu là Đức Chúa Trời nhập thể. Sự hiện diện của Ngài bày tỏ một mầu nhiệm đã được giấu kín cho đến đúng thời điểm và mang lại phước hạnh cho các dân tộc (Côl 1:27, 2:2).[19] Khi họ xem lại Kinh Thánh của họ (có nghĩa là Cựu Ước), họ giải nghĩa với mắt được mở cho chương trình lớn của Chúa, được ứng nghiệm trong Chúa Giê-xu. Như vậy, Tân Ước làm chứng lời của các tiên tri Cựu Ước đã được hoàn thiện qua cuộc đời Chúa Giê-xu.

Ví dụ, các sách Tin Lành thường nói về sự kiện cuộc đời của Chúa Giê-xu như sau: "Những việc nầy xảy ra để ứng nghiệm lời Chúa đã phán bởi nhà tiên tri . . ." (Mat 1:22). Có lẽ họ cũng nói theo gương của chính Chúa Giê-xu như cách Ngài hiểu rõ sự việc diễn biến của cuộc đời mình, đặc biệt là sự kiện của tuần lễ thương khó:

> "Hằng ngày Ta ở giữa các ngươi, giảng dạy trong đền thờ, mà các ngươi không bắt Ta. Dù vậy, hãy để cho lời Kinh Thánh được ứng nghiệm." (Mác 14:49)

Trong Công Vụ 2:14–36 ghi lại, sau khi Chúa Giê-xu thăng thiên, Phi-e-rơ đã đứng lên rao giảng và giải thích những sự kiện vừa xảy đến với Chúa Giê-xu đã hoàn toàn ứng nghiệm lời tiên tri Cựu Ước.

Cho dù Tân Ước không có nói đến quan điểm nào về giải nghĩa học, nhưng rõ ràng Tân Ước đã nhiều lần nhiều lúc cho chúng ta thấy được Cựu Ước chứa đựng điều Đức Chúa Trời muốn bày tỏ cho con người và ta có thể nắm hiểu được ý nghĩa của lời Ngài. Do đó Chúa Giê-xu nói như các môn đồ có khả năng hiểu được sứ điệp của các sách tiên tri: "Các con thật dại dột và có lòng chậm tin lời các nhà tiên tri đã nói!" (Lu-ca 24:25b). Mặc dù họ nhận được lời tiên tri, nhưng họ không tin. Vấn đề không phải ở chỗ lời Chúa không rõ ràng nhưng là vì các môn đồ không tin. Ngoài 2 Ti-mô-thê 3:16, 2 Phi-e-rơ 1:20–21 cũng cho rằng ý nghĩa của Kinh Thánh phụ thuộc vào ý chỉ của Đức Chúa Trời:

> [20]Trước hết, anh em phải hiểu rằng không có lời tiên tri nào trong Kinh Thánh được giải thích theo ý riêng của một người

---

[18]Thiselton, "Hermeneutics", 293
[19]Fred Sanders, *The Triune God*, b.t Michael Allen và Scott R. Swain, New Studies in Dogmatics (Grand Rapids: Zondervan Academic, 2016), 43.

nào, ²¹vì không có lời tiên tri nào đến bởi ý người, nhưng người ta được Đức Thánh Linh cảm thúc nói ra từ Đức Chúa Trời.

Do đó, ý nghĩa của Kinh Thánh tùy thuộc vào ý chỉ của Đức Chúa Trời. Dĩ nhiên, các tác giả cũng đã góp phần hình thành lời văn, nhưng ý nghĩa của bản văn hoàn toàn đến từ Đức Chúa Trời. Đó là điều cần nhắc lại hầu cho chúng ta biết kính sợ Chúa khi giải nghĩa Kinh Thánh.

Cách Giải Nghĩa Kinh Thánh của Hội Thánh Đầu Tiên

Trong hội thánh đầu tiên đã xuất hiện một vài cách giải nghĩa Kinh Thánh khác nhau, và họ đã tiếp tục phát huy tinh thần của Tân Ước, tin rằng Chúa Giê-xu đã làm ứng nghiệm lời phán của các tiên tri Cựu Ước.

Các nhà thần học trước thời Cải Chánh đã phát triển một phương pháp học Kinh Thánh có tên gọi là **giải nghĩa phúng dụ** (*allegorical interpretation*). Giải nghĩa phúng dụ là phương cách đào sâu bên dưới nghĩa đen của bản văn để tìm ra ý nghĩa "thật" theo nghĩa bóng.[20] Hình như giải nghĩa phúng dụ xuất hiện khi hội thánh không thích nghĩa đen của Cựu Ước. Ví dụ, một vấn đề họ thấy là việc giết người Ca-na-an để chiếm xứ. Theo nghĩa đen, Y-sơ-ra-ên được Chúa hướng dẫn tận diệt người Ca-na-an (ví dụ: Phục Truyền 7:1–2). Việc này có phù hợp với lời dạy của Tân Ước không? Chúa Giê-xu dạy chúng ta phải yêu thương kẻ thù (Mat 5:44). Chúng ta không nên giết hại dân tộc khác, đúng không? Vì vậy các mục sư trong hội thánh đầu tiên đã dùng phương pháp Giải nghĩa phúng dụ để giải nghĩa lời Chúa theo nghĩa bóng. Một nhà thần học nổi tiếng tên là Origen (sống khoảng năm 185–254 SC) cho rằng Giô-suê là hình bóng của Chúa Giê-xu. Cuộc chiến giết người Ca-na-an được hiểu như là trận chiến thuộc linh để giết chết tất cả dục vọng của xác thịt.[21] Như vậy, Origen phúng dụ hóa Cựu Ước để đưa ra một ý nghĩa mới hoàn toàn không liên quan gì đến việc giết người.

Phương pháp này dẫn đến kết quả là một bản văn sẽ gồm có nhiều ý nghĩa. Theo Clement ở La Mã (cuối thế kỷ thứ nhất), việc hai thám tử trong Giô-suê chương 2 sai Ra-háp cột một sợi dây đỏ nơi cửa sổ, điều này tiên báo tất cả mọi người chúng ta sẽ được cứu bởi huyết báu của Chúa Giê-xu.[22] Như vậy, Clement hiểu câu chuyện này bằng ý nghĩa thuộc linh (dễ dàng khích

---

[20] Sidney Greidanus, *The Modern Preacher and the Ancient Text: Interpreting and Preaching Biblical Literature* (Grand Rapids, MI: Eerdmans, 1988), 159.

[21] Christian Hofreiter, "Genocide in Deuteronomy and Christian Interpretation", trong *Interpreting Deuteronomy: Issues and Approaches*, b.t David G. Firth và Philip Johnston (Downers Grove, IL: IVP Academic, 2012), 253–55.

[22] 1 Clement 12:7 được Thiselton, "Hermeneutics", 294, trích dẫn.

lệ tín hữu hơn) mặc dù bản văn Kinh Thánh không nói gì về Chúa Giê-xu và huyết của Ngài. Origen tóm lại rằng bản văn có ba loại hình ý nghĩa: (1) **nghĩa ngữ pháp** (*grammatical sense*), (2) **nghĩa đạo đức** (*moral sense*), và (3) **nghĩa thuộc linh** (*spiritual sense*). Mặc dù người đọc tiếp xúc bản văn qua nghĩa đen, nhưng người đọc nên vượt qua sự hiểu biết thông thường để áp dụng vấn đề đạo đức cho linh hồn và hiểu theo ý của thần linh trong nghĩa thuộc linh.[23]

Vào thời Trung cổ, các nhà thần học đã phát triển tư tưởng của Origen và bổ sung thêm vào đó một loại hình ý nghĩa khác. **Nghĩa văn tự** (*literal sense*) là nghĩa cơ bản, **nghĩa phúng dụ** (*allegorical sense*) chuyển nghĩa của ngôn từ hướng về sự cứu rỗi, **nghĩa đạo đức** (*moral sense*) là nghĩa áp dụng cho hành vi, và **nghĩa tương tự** (*anagogical sense*) là nghĩa liên quan đến chương trình vĩnh tồn bất diệt của Đức Chúa Trời.[24] Như vậy, các nhà thần học thời Trung cổ cho rằng mặc dù ý nghĩa được chứa đựng trong bản văn, nhưng mỗi bản văn đều tiềm ẩn nhiều ý nghĩa vượt qua giới hạn của bản văn.

Vào thời Cải Chánh, các nhà thần học Tin Lành đã phản đối tư tưởng thời Trung cổ về việc một bản văn chứa đựng ý nghĩa ẩn giấu "bên dưới" nghĩa đen. Martin Luther phản đối việc giải nghĩa không theo ngữ pháp như là việc xé ra từng mảnh lời Chúa theo ý riêng của từng người.[25] Theo John Calvin, ý nghĩa của Kinh Thánh chỉ có một, tức là mỗi bản văn chỉ có một ý nghĩa mà thôi.[26] Người nào biết các ngôn ngữ gốc và am hiểu bối cảnh lịch sử và văn chương sẽ hiểu được Kinh Thánh.

Trong thời hiện đại, chúng ta thấy rõ văn học thực sự ảnh hưởng liên quan đến Thánh Kinh học. Theo nhà thần học Kevin Vanhoozer, thời hiện đại có ba thời kỳ phê bình văn chương: thời kỳ tác giả, thời kỳ bản văn, và thời kỳ độc giả.[27] *Thời kỳ tác giả* bắt đầu với quan điểm của các nhà thần học Cải Chánh. Họ nghiên cứu Kinh Thánh nhằm mục đích tìm hiểu ý định của tác giả. Sau thời Cải Chánh, Friederich Schleiermacher (1768–1834) bổ sung thêm một điều khác: Chúng ta phải hiểu được ý tưởng trong trí của tác giả thì mới hiểu được một bản văn. Vào thế kỷ 20, nhà văn E. D. Hirsch đã viết một quyển sách quan trọng ủng hộ cho quan điểm tìm biết ý định

---

[23]Thiselton, 294.
[24]Thiselton, 294.
[25]Randall Gleason, "'Letter' and 'Spirit' in Luther's Hermeneutics", *Bibliotheca sacra* 157 (2000): 473.
[26]Thiselton, "Hermeneutics", 294.
[27]Kevin J. Vanhoozer, *Is There a Meaning in This Text? The Bible, the Reader, and the Morality of Literary Knowledge* (Grand Rapids: Zondervan, 1998), 25–29. Đoạn này tùy thuộc vào bài tóm tắt của Vanhoozer.

của tác giả qua sự hiện hữu của bản văn (*Validity in Interpretation*). Nhiều nhà thần học Tin Lành cũng đã ủng hộ quan điểm của ông. Hirsch cho rằng ý nghĩa của nội dung bản văn chính là sứ điệp mà tác giả có ý định chuyển tải đến người đọc qua việc viết nên bản văn ấy.[28] *Thời kỳ bản văn* (bắt đầu những năm 1940) tập trung vào việc tìm hiểu ý nghĩa của bản văn thông qua bản văn và không còn quan tâm gì đến tác giả. *Thời kỳ người đọc*, cũng được gọi là thời hậu hiện đại (bắt đầu từ những năm 1970), cho rằng người đọc không thể tránh khỏi định kiến khi tiếp xúc bản văn với bối cảnh văn hóa của chính mình. Cho nên ý nghĩa của nội dung bản văn sẽ là một sự kết hợp giữa bản văn và người đọc. Nếu vậy, bản văn được xem như một phương trời, và người đọc đứng ở phương trời khác. Vì vậy, việc giải nghĩa bản văn sẽ là việc hội nhập cả hai phương trời lại với nhau. Hans-Georg Gadamer là một đại diện tiêu biểu quan trọng nhất ủng hộ quan điểm này. Gadamer đã viết *Truth and Method* (1975). Ông cho rằng việc đọc một bản văn là việc hội nhập các phương trời, cho nên ý nghĩa của nội dung bản văn chính là kết quả đọc của người đọc. Như vậy cả bản văn lẫn người đọc cùng góp phần xác định ý nghĩa của nội dung bản văn. Các quan điểm hậu hiện đại cực đoan còn cho rằng người đọc thậm chí có quyền tự do tạo ra ý nghĩa theo ý tưởng của riêng mình. Theo Stanley Fish, một bản văn có thể chứa đựng tiềm năng mang lấy nhiều ý nghĩa, và vai trò của người đọc là làm cho những tiềm năng này trở thành hiện thực sao cho phù hợp với môi trường của cộng đồng mình sinh sống.[29] Kết quả là ý nghĩa không những nằm ở ngoài bản văn mà bản văn còn có tiềm năng đem lại nhiều ý nghĩa khác nhau tùy theo mỗi độc giả.

Các Vấn Đề Chính Hiện Nay về Giải Nghĩa Học

Hai câu hỏi tôi nêu ra ở đoạn đầu trong phần **Quá Trình Phát Triển của Giải Nghĩa Học Kinh Thánh** đã từng gây nhiều tranh cãi sôi nổi giữa các nhà thần học.

Câu hỏi thứ nhất là "Ý nghĩa của một bản văn nằm ở đâu?" Ba thời kỳ có ba cách trả lời khác nhau. Từ thời Cải Chánh đến những năm 1940, ý nghĩa của một bản văn được xem là ý định của tác giả. Vào thời kỳ bản văn, người giải nghĩa Kinh Thánh bắt đầu thờ ơ với tác giả và cho rằng ý nghĩa chỉ được tìm thấy nhờ vào bản văn. Còn hiện nay, theo các nhà thần học hậu hiện đại, ý nghĩa là một sự sáng tạo của người đọc.

---

[28]Vanhoozer, 74.

[29]Cotterell và Turner, *Linguistics & Biblical Interpretation*, 55.

Câu hỏi thứ hai là "Một bản văn có một hoặc nhiều ý nghĩa?" Trước thời Cải Chánh, các nhà thần học thường cho rằng một bản văn gồm có ba hoặc bốn ý nghĩa. Ý nghĩa nằm ngay trong bản văn chứ không đâu khác, nhưng phải ở dạng nhiều. Các nhà thần học Cải Chánh đã phản đối quan điểm này và John Calvin cho rằng mỗi bản văn chỉ có một ý nghĩa. Trong thời hậu hiện đại này, có người lại cho rằng ý nghĩa là một sự sáng tạo của người đọc, vì vậy ý nghĩa của một bản văn nhất định ở dạng nhiều và hiển nhiên không chỉ nằm bên trong bản văn đâu. Đây là vấn đề quan trọng mà người giải nghĩa Kinh Thánh cần chú ý, đặc biệt là Cơ Đốc nhân tin theo giáo lý chính thống. Vì nếu một bản văn có nhiều ý nghĩa thì ý chỉ của Chúa cũng có nhiều hoặc "mỗi người làm theo ý mình cho là phải." Và nếu vậy, thì chúng ta không thể khẳng định rằng quan điểm A đúng và quan điểm B sai. Nếu Đức Chúa Trời không hiệp một thì làm sao hội thánh hiệp một được? Các quan điểm thần học chẳng qua là quan điểm của con người hay sao!

Ngày nay chúng ta sinh sống trong môi trường đa dạng, về tôn giáo, về quan điểm thần học, về cách tiếp cận (hay không tiếp cận) Kinh Thánh. Đối với các học giả, lý thuyết là vấn đề tranh cãi. Còn về người bình thường, có thể họ chỉ muốn biết: Ai giải nghĩa đúng Kinh Thánh?

Giải Pháp Cho Người Nghiên Cứu Kinh Thánh

Theo Augustine, con người hình thành chữ viết để chuyển tải ý nghĩ của người này cho người khác.[30] Quan điểm của Augustine phù hợp với kinh nghiệm của con người chúng ta, mục đích của ngôn ngữ chính là để giao tiếp. Khi nói với một người phục vụ ở nhà hàng "Cho tôi một ly/ cốc nước chanh tươi," lúc đó tôi biết người phục vụ sẽ đem đến cho tôi một ly nước có đá, chanh, và đường chứ không phải một ổ bánh mì. Dĩ nhiên, đôi khi nhiều người không hiểu đúng yêu cầu của chúng ta. Ví dụ, một lần nọ tôi đi ăn tối với một người bạn và sau khi ăn xong chúng tôi nói với người phục vụ: "Tính tiền nhé." Vài phút sau, người phục vụ đem đến đưa cho chúng tôi hai chai bia. Chúng tôi không gọi bia, người phục vụ đã hiểu sai! Trong trường hợp này, người phục vụ đã lơ đễnh không giải mã đúng ý nghĩa câu nói mà người ấy tiếp nhận. Cũng một thể ấy, một bản văn cũng giống như một lời nói bình thường. Và mục đích của việc viết ra là để tiếp xúc, truyền tải và truyền thông.

Vì thế, mục đích của việc đọc và giải nghĩa Kinh Thánh là tiếp nhận sứ điệp mà tác giả muốn truyền tải, tức là tìm biết ý định sâu xa của tác giả.

---

[30] Augustine, *On Christian Doctrine*, 2.2.3; cũng xem Vanhoozer, *Is There a Meaning in This Text?*, 201.

Tuy nhiên, chúng ta không nên cho rằng chúng ta sẽ biết rõ ý tưởng của tác giả vì thật ra chúng ta không thể đi xuyên qua bản văn để bước vào tâm trí của tác giả được. Chúng ta chỉ có bản văn mà thôi, cho nên mục đích của chúng ta là tìm hiểu ý định của tác giả thông qua bản văn.

Tuy nhiên, nói vậy không có nghĩa là người đọc chẳng có vai trò gì cả. Về mặt thách thức, văn hóa là một rào cản lớn khiến cho việc tìm hiểu ý nghĩa bản văn trở nên khó khăn. Gadamer nói đúng khi cho rằng chúng ta phải hội nhập hai chân trời. Khi đọc một bản văn, chúng ta luôn đọc với cặp "kính có màu" đượm sắc nền văn hóa của riêng mình. Vì vậy, chúng ta cần thận trọng cố gắng hết mình để hiểu bản văn theo ý định của tác giả trong bối cảnh gốc đương thời (thông qua thành Giê-ru-sa-lem, mới đến Hà Nội). Tuy nhiên, hội nhập chân trời không dễ dàng cho nên chúng ta phải khiêm nhường về khả năng của chúng ta trong việc hiểu được bản văn. Mặc dù khả năng hạn chế, nhưng chúng ta phải nắm vững kiến thức về bản văn với lòng tin chắc rằng chúng ta thực sự có thể hiểu được ý nghĩa của bản văn.[31] Nói tóm lại, chúng ta phải nhận biết kiến thức giới hạn của mình nhưng không từ bỏ việc tìm kiếm ý nghĩa thật của bản văn.

Về mặt cơ hội, người đọc đóng vai trò then chốt trong việc áp dụng lời dạy của Kinh Thánh trong thực trạng đương đại thời nay. Người đọc nhận sứ điệp của Chúa trong Kinh Thánh và phải thực hành sứ điệp đó. Kinh Thánh có thể có một ý nghĩa gốc, nhưng ý nghĩa gốc sẽ ảnh hưởng đến chúng ta nhiều cách. Người giải nghĩa Kinh Thánh phải luôn kiên trì áp dụng lẽ thật bất biến của Chúa vào cuộc sống không ngừng thay đổi muôn vàn biến hóa của ngày hôm nay. Phải luôn nhớ rằng mọi cách áp dụng đều phải dựa vào ý nghĩa kiên định của Đức Chúa Trời. Như vậy, việc giải nghĩa đòi hỏi sự dẫn dắt của Đức Thánh Linh và một thái độ kính sợ Chúa.

Như vậy, chúng ta phải liên tục:

- **Nhìn lên** Chúa trong sự cầu nguyện để nhờ ơn Ngài mà giải nghĩa sứ điệp của Chúa.
- **Nhìn xuống** bản văn để biết sứ điệp của Chúa là gì.
- **Nhìn lại** và **nhìn tới** trong Kinh Thánh để hiểu biết sứ điệp Chúa trong chương trình tổng thể của Ngài.
- Và **nhìn đây**, liên hệ sứ điệp của Chúa cho những vấn đề chúng ta đối diện thời nay.

---

[31] Vanhoozer, 462.

Kết Luận

Giải nghĩa học cung cấp nền tảng lý thuyết cho việc giải nghĩa Kinh Thánh. Từ đó đưa ra mục đích của việc nghiên cứu Kinh Thánh, đó là tìm hiểu ý định của tác giả qua bản văn để áp dụng cho đời sống của người đọc. Mặc dù không thể hoàn toàn hội nhập phương trời của tác giả và của chúng ta, nhưng chúng ta vẫn có thể hiểu được ý định của tác giả bởi sự giúp đỡ của Ngài. Điều này giúp chúng ta càng biết hạ mình về sự hiểu biết hạn hẹp của cá nhân dưới quyền năng vĩ đại của Đức Chúa Trời, là Đấng Sáng Tạo của cả Kinh Thánh.

3. Nhìn Lên: Giải Nghĩa Dưới Sự Tể Trị Của Đức Chúa Trời

> Xin Chúa mở mắt con
> Để con thấy sự diệu kỳ trong luật pháp của Chúa.
>
> Thi Thiên 119:18

Trước khi nghiên cứu những phương pháp cụ thể của công tác giải nghĩa, chúng ta cần ý thức rằng chúng ta làm mọi việc dưới sự quan sát và tể trị của Đức Chúa Trời. Ngài yêu thương chúng ta và quan tâm đến từng suy nghĩ của chúng ta (Thi 139:1–5). Ngài muốn đưa chúng ta đến với Ngài qua lời của Ngài. Vì vậy, cũng như tác giả Thi Thiên 119 xin Chúa mở mắt của mình, *khi học lời Chúa chúng ta cũng phải đến với Chúa trong sự cầu nguyện.*

Giải Nghĩa Là Một Công Việc Thuộc Linh

Giải nghĩa là chiến trường thuộc linh. Khi giải nghĩa, chúng ta tham gia vào một hoạt động thuộc linh, thứ nhất vì đối tượng nghiên cứu là lời thánh của Đức Chúa Trời và thứ hai vì người nghiên cứu là tội nhân.

Thứ nhất, giải nghĩa là công việc thuộc linh vì đối tượng nghiên cứu là lời Chúa. Tiếp xúc với lời Chúa có nghĩa là bạn sẽ tiếp xúc với Ngài. Và chỉ một mình Ngài hoàn toàn hiểu về chính Ngài và có thể bày tỏ về Ngài cho chúng ta (1 Cô 2:11). Cảm ơn Chúa, vì Ngài đã ban cho chúng ta Đức Thánh Linh là Đấng dẫn dắt chúng ta khi nghiên cứu lời của Ngài:

> Người không có Thánh Linh không nhận được những điều từ Thánh Linh của Đức Chúa Trời, bởi người ấy xem những điều này là điên rồ và không thể hiểu được, vì phải được phán đoán

cách thuộc linh. Nhưng, người có Thánh Linh thì xét đoán mọi sự, còn chính người ấy thì không bị ai xét đoán. (1 Cô 2:14–15)

Vì đối tượng nghiên cứu là lời Chúa và chính Chúa nữa, nên chúng ta cần Chúa dẫn dắt chúng ta.

Đồng thời, là tội nhân, chúng ta có thể bị ảnh hưởng bởi thế gian, ma quỷ, và xác thịt của chính chúng ta. Khi đối diện lời Chúa, chúng ta có thể nhận, tin, và làm theo lời ấy hoặc chối bỏ và đi theo đường lối riêng của mình. Châm Ngôn 4:23 cho chúng ta lời khuyên quan trọng:

Hãy cẩn thận giữ tấm lòng của con hơn hết,
Vì các nguồn sự sống do nơi nó mà ra.

Câu này khích lệ chúng ta gìn giữ tấm lòng. Tấm lòng cần phải được gìn giữ vì chúng ta có tiềm năng chối bỏ Chúa và đường lối của Ngài. Công việc giải nghĩa Kinh Thánh tạo cơ hội giúp chúng ta hạ mình xuống dưới quyền năng của lời Chúa hay khoe mình là chủ của lời Chúa.

Với vốn kiến thức có được từ trong sách này, bạn sẽ biết nhiều hơn đa số các tín hữu trong hội thánh mình. Hãy cẩn thận! Không khoe mình thông minh hơn họ hay thông minh hơn Chúa. Đây là cám dỗ khiến nhiều học giả đi sai lạc. Chúng ta phải nhớ Giê-rê-mi 9:23–24:

Đức Giê-hô-va phán:
"Người khôn đừng tự hào về sự khôn ngoan mình;
Người mạnh đừng tự hào về sức mạnh mình;
Người giàu đừng tự hào về sự giàu có mình.
Nhưng ai tự hào hãy tự hào về:
Sự thấu hiểu và nhận biết Ta là Đức Giê-hô-va,
Đấng thực hiện lòng nhân ái,
Đức liêm khiết và công chính trên đất;
Vì Ta ưa thích những điều ấy."
Đức Giê-hô-va phán vậy.

Chúng ta cần đến với Chúa với tấm lòng sẵn sàng học hỏi từ nơi Ngài. Chúng ta cũng phải giữ tấm lòng không trở nên kiêu ngạo và quên đi lý do chúng ta nghiên cứu, là để biết Chúa. Việc cầu nguyện trong suốt quá trình nghiên cứu giúp chúng ta luôn nhớ nguồn kiến thức và mục đích của kiến thức là chính Chúa, chứ không phải theo cám dỗ của thế gian, xác thịt, và ma quỷ.

Chú Giải Không Phải Là Mục Đích Cuối Cùng

Chúng ta cũng phải giữ quan điểm đúng về công tác giải nghĩa. Chú giải và kiến thức về Kinh Thánh không phải là mục đích tối hậu của chúng ta khi đến với lời Chúa. Mục đích của công tác giải nghĩa là làm vinh hiển danh Chúa qua đời sống được biến đổi để giúp cho người khác được biến đổi. Vào thời người Do Thái đã xây lại đền thờ ở thành Giê-ru-sa-lem sau cuộc lưu đày ở Ba-by-lôn, thầy tế lễ E-xơ-ra lãnh đạo một cách hiệu quả, với sự giúp đỡ của Đức Chúa Trời:

> Vì E-xơ-ra chuyên tâm nghiên cứu luật pháp của Đức Giê-hô-va, tuân giữ và dạy cho dân Y-sơ-ra-ên biết luật pháp và các quy định. (E-xơ-ra 7:10)

Giống như E-xơ-ra, chúng ta trước hết phải hiểu, sau đó áp dụng lời Chúa cho đời sống mình, rồi sau đó chúng ta có thể giảng dạy cho người khác.

Nói đơn giản, danh của Đức Chúa Trời phải được tôn cao. 1 Phi-e-rơ 2:9 giải thích sứ mệnh của chúng ta:

> Nhưng anh em là dòng giống được tuyển chọn, là chức tế lễ hoàng gia, là dân tộc thánh, là dân thuộc riêng về Đức Chúa Trời, *để* anh em rao truyền công đức vĩ đại của Đấng đã gọi anh em ra khỏi nơi tối tăm, đưa vào vùng ánh sáng diệu kỳ của Ngài.

Chúng ta được Chúa chọn theo sự nhân từ thương xót của Ngài để rao giảng sự nhân từ đó cho thế gian này. Chú giải Kinh Thánh là một bước trong quá trình chuẩn bị rao giảng chân lý về Đức Chúa Trời. Cho dù bạn có thích phần nào nhất của công tác giải nghĩa đi chăng nữa, cũng hãy nghiên cứu bản văn để rao giảng sự nhân đức của Đức Chúa Trời. Cũng như trong các lĩnh vực khác của mục vụ, chúng ta cần phải nhìn lên Chúa trong sự cầu nguyện khi nghiên cứu Kinh Thánh.

Giải Thích Kinh Thánh Cho Hội Thánh Là Một Trách Nhiệm Vừa Nặng Nề Vừa Cao Quý

Chúng ta cũng cần nhìn lên Chúa trong sự cầu nguyện vì trách nhiệm giảng dạy lời Chúa là rất lớn. Gia-cơ 3:1–2 đưa ra lời khuyên cho chúng ta:

> Thưa anh em của tôi, trong anh em không nên có nhiều người tự lập làm thầy, vì anh em biết rằng hễ là thầy, chúng ta sẽ phải chịu phán xét nghiêm khắc hơn. Tất cả chúng ta đều vấp phạm nhiều cách. Ai không vấp phạm trong lời nói, đó là người trọn vẹn, có thể kiềm chế được cả thân thể mình.

Cho dù có nhiều người học lời Chúa, nhưng không phải tất cả mọi người đều nên giảng dạy lời Chúa. Gia-cơ đưa ra điều này là bởi vì "mình sẽ bị xét đoán nghiêm khắc hơn." Chúa rất quan tâm đến dân sự của Ngài và muốn chúng ta ăn ngon và bổ dưỡng. Có thức ăn thuộc linh là sự khác biệt giữa người sống và người chết. Vì vậy, việc chuẩn bị và phục vụ thức ăn là trách nhiệm rất lớn. Các lãnh đạo hội thánh phải trung tín trong việc này mới được xem là tôi tớ ngay lành và trung tín của Ngài. Hãy cẩn thận nghiên cứu lời Chúa cùng với sự cầu nguyện và rao giảng lời Chúa chứ không phải trình bày ý tưởng của mình.

Dù trách nhiệm này nặng nề nhưng thật cao quý. Đối với tôi, không có điều nào cao trọng hơn là giảng dạy lời Chúa. Chúng ta phục vụ lời hằng sống. Đó là một đặc quyền rất lớn. Cám ơn Chúa đã giao việc này cho những tôi tớ không xứng đáng như chúng ta.

Bài Cầu Nguyện Cho Người Học Lời Chúa

Dưới đây là lời cầu nguyện sử dụng lời của Kinh Thánh để bày tỏ ý nguyện của một tấm lòng mong muốn sự giải nghĩa Kinh Thánh của mình được sự tể trị của Đức Chúa Trời quan phòng và ở cùng:

> Lạy Cha,
>> là Đấng đã tạo dựng trời và đất (Sáng 1:1) bằng "lời quyền năng của Ngài" (Hê 1:3),
>> là Đấng sai Con của Ngài, là "ánh sáng rực rỡ của vinh quang Đức Chúa Trời" (Hê 1:3) và Chúa Cứu Thế đã dâng mình "làm sinh tế một lần đủ cả" cho con (Hê 7:27),
>> và là Đấng sai Đức Thánh Linh để dẫn con "vào mọi chân lý" (Gi 16:13) và "bởi lòng thương xót của Ngài" thanh tẩy con và làm cho con được tái sinh (Tít 3:5),

con cầu xin Chúa
> *mở mắt của con "để con thấy sự diệu kỳ" trong lời Ngài (Thi 119:18),*
> *ban ơn cho con sống xứng đáng với niềm hy vọng mà Ngài kêu gọi con trong Đấng Christ (Êph 1:18, 4:1),*
> *và thêm sức cho con "rao truyền công đức vĩ đại" của Ngài cho thế gian (1 Phi 2:9),*

Để làm vinh hiển danh Chúa
> *"Vì muôn vật đều từ Ngài, bởi Ngài, và hướng về Ngài. Vinh quang thuộc về Ngài đời đời vô cùng! A-men" (Rô-ma 11:36).*

4. Nhìn xuống: Giải Nghĩa Toàn Diện

Mục đích của chúng ta là tìm hiểu ý định của tác giả qua bản văn để áp dụng vào đời sống của người đọc. Chúng ta làm việc này bởi quyền năng của Đức Thánh Linh. Như vậy, làm thế nào chúng ta biết được rằng chúng ta đã nghe tiếng phán của Chúa? Câu trả lời đơn giản là chúng ta **nhìn xuống** bản văn.

Chú Giải Phải Toàn Diện

Theo kinh nghiệm của tôi, người nào cũng có sở thích riêng. Có người thì chỉ thích nói chuyện chính trị hoặc thể thao hay mua sắm. Nói chuyện với người chỉ biết về thể thao là kinh nghiệm bực mình đối với ai không thích thể thao. Ngoài ra, khi quốc gia gặp khủng hoảng, thể thao không giúp ích gì cả. Thể thao không phải là vấn đề duy nhất chúng ta cần quan tâm. Tương tự, với Kinh Thánh, chúng ta phải tránh việc giải nghĩa một chiều, chỉ tập trung vào những điều chúng ta thích nhất. Chúng ta phải có sự hiểu biết toàn diện.

Ba Khía Cạnh của Kinh Thánh

Kinh Thánh là bản văn toàn diện, bao gồm khía cạnh lịch sử, văn chương, và thần học.

- **Khía cạnh lịch sử** (*historical dimension*) bao gồm hoàn cảnh lịch sử của tác giả, của người đọc, và nội dung của sách. Ngoài ra, khía cạnh lịch sử cũng liên quan đến văn hóa và địa lý.
- **Khía cạnh văn chương** (*literary dimension*) bao gồm thể loại văn chương, cấu trúc của bản văn, và nói chung những cách tác giả đã trình bày bản văn. Tác giả sử dụng hình ảnh hoặc lập luận theo lô-gíc, đó cũng là vấn đề văn chương.

- **Khía cạnh thần học** (*theological dimension*) tìm hiểu những điều bản văn nói về Đức Chúa Trời và các tạo vật của Ngài.

Để hiểu đúng một bản văn, chúng ta không thể bỏ qua một khía cạnh nào. Thay vào đó, chúng ta phải có một phương pháp **giải nghĩa toàn diện** (*holistic interpretation*).[1]

Góc Nhìn Lịch Sử: Ba Thời Đại Giải Nghĩa Kinh Thánh

Trong lịch sử hội thánh không phải lúc nào cũng có phương pháp toàn diện. Theo Sydney Greidanus, đã có ba thời đại giải nghĩa Kinh Thánh cùng với ba quan điểm khác nhau.[2] Trong từng thời đại, các nhà giải nghĩa Kinh Thánh chỉ tập trung vào một khía cạnh mà thôi (lịch sử, văn chương, hoặc thần học), mà không đề cập nhiều đến những khía cạnh khác.

Trước thời hiện đại, người ta chỉ tập trung chủ yếu vào khía cạnh thần học của bản văn Kinh Thánh. Đây là mối quan tâm của mục sư và đại đa số tín hữu. Đức Chúa Trời là Đấng như thế nào? Và ý muốn của Ngài là gì? Các nhà thần học thời thượng cổ, trung cổ, và Cải Chánh giải thích Kinh Thánh để rút ra ý nghĩa thần học. Mặc dù họ không hoàn toàn loại bỏ việc xem xét khía cạnh lịch sử và văn chương, nhưng theo họ khía cạnh thần học quan trọng hơn. Các nhà phê bình đánh giá thấp thời kỳ này và gọi đây là **thời tiền phê bình** (*precritical era*). Phải nói thời đại ấy đã cống hiến rất nhiều về việc tìm biết ý nghĩa thần học của Kinh Thánh và cách áp dụng Kinh Thánh vào mục vụ và đời sống theo Chúa. Tuy nhiên, những thời đại khác tiếp theo cũng đóng góp không nhỏ những kiến thức cần thiết quan trọng về việc giải nghĩa Kinh Thánh.

Thời hiện đại là kết quả của **Phong Trào Khai Sáng** (*the Enlightenment*) vào thế kỷ 17 và 18 ở Châu Âu. Lúc đó, khoa học trở thành tiêu chuẩn chính của kiến thức. Vì vậy, phần lớn các nhà giải nghĩa Kinh Thánh bắt đầu áp dụng những phương pháp khoa học cho việc giải nghĩa Kinh Thánh. Họ tập trung vào các phương pháp phê bình và khía cạnh lịch sử của Kinh Thánh.[3] **Phương pháp phê bình lịch sử** (*historical-critical methods*) gồm có **phê bình nguồn** (*source criticism*), **phê bình hình thức** (*form criticism*), và **phê bình trứ tác** (*redaction criticism*). Đây là phương pháp chiếm ưu thế hơn trong thời đại đó và vẫn ảnh hưởng đến phương pháp giải nghĩa của nhiều

---

[1] Greidanus, *The Modern Preacher and the Ancient Text*, 48.
[2] Phần này dựa vào ý tưởng của Greidanus, 49–51.
[3] Greidanus, 49.

học giả.⁴ Mặc dù các nhà phê bình đã kỷ luật hơn về phương pháp so với những người giải nghĩa trong thời trước phê bình (và kỷ luật là điều rất tốt nếu giúp chúng ta giải nghĩa chính xác), nhưng việc tập trung vào các phương pháp phê bình lịch sử đã gây hậu quả. Họ đưa ra nhiều quan điểm khác nhau về nguồn gốc của Kinh Thánh và quá trình phát triển của bản văn,⁵ khiến cho người học nghi ngờ lời Chúa và bị bối rối bởi nhiều giả thuyết mâu thuẫn với nhau. Sau khi chia cắt các phân đoạn Kinh Thánh theo quan điểm lập luận của riêng mình, họ chỉ tập trung vào những bản văn được cho là cùng nguồn với nhau, và không xem trọng việc giải nghĩa toàn bộ bản văn Kinh Thánh.⁶

Vào thời hậu hiện đại, tức hiện nay, các nhà phê bình văn chương tập trung vào khía cạnh văn học và nhấn mạnh đến giá trị của việc học toàn bộ bản văn. Dù chấp nhận những quan điểm lịch sử của phương pháp phê bình lịch sử, nhưng họ chỉ chú trọng đến nguyên văn Kinh Thánh. Ví dụ, Robert Alter nghiên cứu các sách lịch sử trong Kinh Thánh như là **văn xuôi hư cấu** (*prose fiction*).⁷ Theo ông, các tác giả Kinh Thánh bao gồm cả nhân vật thần thoại và nhân vật lịch sử.⁸ Đối với Alter, khía cạnh văn chương là mối quan tâm chính, và ông hầu như không quan tâm gì đến vấn đề lịch sử. Cho dù có thật về mặt lịch sử hay không, bản văn có giá trị văn chương cũng đáng được mọi người nghiên cứu.

Theo Sydney Greidanus, người giải nghĩa Kinh Thánh cần quan tâm đến cả ba khía cạnh lịch sử, văn chương, và thần học.⁹ Vì mỗi bản văn Kinh

---

⁴ Phê bình nguồn là phương pháp phân chia Kinh Thánh theo các nguồn tài liệu được viết mà những người sao chép sử dụng để hình thành bản văn kinh điển, đặc biệt trong Ngũ Kinh. Phê bình hình thức chia Kinh Thánh theo các hình thức văn chương trước khi Kinh Thánh được viết thành văn. Còn phê bình trứ tác phân tích cách lựa chọn và sắp xếp tài liệu của tác giả (người sao chép). Theo cả ba phương pháp này, phần lớn các sách trong Kinh Thánh có xuất xứ từ nhiều nguồn khác nhau, chứ không phải chỉ do một người viết mà thôi.

⁵Ví dụ, theo một giả thuyết nổi tiếng gọi là giải thuyết của Graf và Wellhausen, Ngũ Kinh có bốn nguồn gốc khác nhau: J, E, D, và P. Trong đó có nguồn D, là sách Phục Truyền (theo tựa đề sách trong tiếng La-tinh: *Deuteronomium*). Theo giả thuyết này, sách Phục Truyền được viết vào thời của Giô-si-a trong thế kỷ 7 TC (2 Các Vua 22–23) khi thầy tế-lễ thượng phẩm Hinh-kia phát hiện tô-ra trong đền thờ (2 Các Vua 22:8). Như vậy, họ cho rằng các thầy tế lễ đã tạo ra sách Phục Truyền để ủng hộ chương trình cải chánh sự thờ phượng, tập trung vào đền thờ ở thành Giê-ru-sa-lem (xem Phục Truyền 12).

⁶Trên thực tế, có rất nhiều quan điểm khác nhau, đến mức là một học giả nổi tiếng cho rằng chúng ta không thể biết chắc Ngũ Kinh đã được hình thành như thế nào (R. N. Whybray, *The Making of the Pentateuch: A Methodological Study*, JSOTSup 53 [Sheffield: JSOT Press, 1994], 9).

⁷Robert Alter, *The Art of Biblical Narrative* (New York: Basic, 1981), 24–25.

⁸Alter, 33.

⁹Greidanus, *The Modern Preacher and the Ancient Text*, 48–51.

Thánh đều chứa đựng khía cạnh lịch sử, kể cả thể loại thơ ca như thi thiên cũng được viết tại một thời điểm nhất định nào đó trong lịch sử. Và mỗi bản văn Kinh Thánh đều bao hàm khía cạnh văn chương do được viết nên bằng văn tự và có hình thức trình bày bản văn. Hiển nhiên mỗi bản văn Kinh Thánh đều chứa đựng khía cạnh thần học vì qua đó các hoạt động của Đức Chúa Trời được bày tỏ cho con người chúng ta. Mặc dù sách Ê-xơ-tê không có từ ngữ "Đức Chúa Trời," nhưng sách này vẫn giúp chúng ta thấy được hành động thầm lặng của Chúa trong đời sống của dân sự Ngài. Có thể nói rằng để hiểu được một bản văn nhưng không cần đề cập đến một khía cạnh nào thì thật sự chưa đầy đủ. Chúng ta phải nghiên cứu tất cả các khía cạnh.

Những Kỹ Năng Chung của Chú Giải Toàn Diện

Trong những chương tiếp theo, chúng ta sẽ nghiên cứu những thể loại văn chương khác nhau và những bí quyết giải nghĩa từng thể loại. Trong phần còn lại của chương này, chúng ta sẽ tìm hiểu một số kỹ năng chung của việc giải nghĩa Kinh Thánh áp dụng cho bất cứ thể loại văn chương nào mình nghiên cứu. Mặc dù trong chương này chúng ta sẽ chủ yếu quan tâm đến quan điểm tổng quát của cả sách, nhưng kỹ năng đầu tiên này có thể áp dụng cho cả bức tranh lớn và cả phân đoạn nhỏ của Kinh Thánh.

Đặt Câu Hỏi Giải Nghĩa

Một phương pháp căn bản là đặt câu hỏi về ý nghĩa của bản văn và trả lời câu hỏi đó. Những câu hỏi này được gọi là **câu hỏi giải nghĩa** (*interpretive question*). Làm thế nào để biết đâu là câu hỏi giải nghĩa cần thiết? Trên thực tế, khi đọc, nếu có điều gì bạn chưa hiểu, bạn thắc mắc trong đầu, thì đó là câu hỏi giải nghĩa cần thiết. Khi có thắc mắc đó, bạn nên ghi lại câu hỏi đó và tìm câu trả lời.

Cách Đặt Câu Hỏi Giải Nghĩa

Câu hỏi giải nghĩa thuộc năm loại câu hỏi chính:

- **Ai?** Hỏi về nhân vật, tác giả, người đọc, và chính bạn
- **Cái gì? Việc gì? Điều gì?** Hỏi về đồ vật, sự kiện, và ý tưởng.
- **Khi nào?** Hỏi về thời gian.
- **Ở đâu?** Hỏi về nơi chốn.

4. Nhìn xuống: Giải Nghĩa Toàn Diện

- **Cách nào?** Hỏi về cách thức hoặc thái độ.

Tôi khuyên bạn trong quá trình đọc phân đoạn Kinh Thánh lần thứ nhất hãy tranh thủ ghi lại những câu hỏi xuất hiện tự nhiên trong đầu. Những lần đọc sau đó bạn sẽ làm quen với bản văn và tập trung vào những điều bạn hiểu rồi. Lần đầu tiên này đừng tìm đáp án, chỉ ghi lại câu hỏi. Sau này bạn có thể tìm kiếm đáp án cho câu hỏi đó. Nếu mục đích của mình là giảng dạy phân đoạn Kinh Thánh bạn nghiên cứu, thì bạn không những nên đặt câu hỏi chính bạn thắc mắc mà còn phải nghĩ đến những câu hỏi mà người nghe sẽ thắc mắc. Có thể trong quá trình soạn bài giảng bạn sẽ trở lại bước này tiếp tục nghiên cứu để trả lời thắc mắc của người nghe trong trí tưởng.

Để ghi lại câu hỏi giải nghĩa trên BibleArc.com, bạn có thể dùng chức năng *Add a dot note* (**Thêm ghi chú dấu chấm**, có nút "+" ở bên phải, ở trên cửa *Phrase*). Ghi chú Lưu ý tạo một hình tròn trên bản văn, và khi bấm chọn hình tròn bạn có thể ghi lại một câu hỏi và những câu trả lời của bạn.

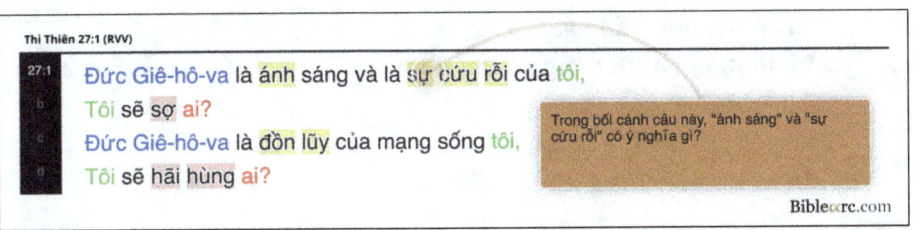

Trên thực tế, mỗi phân đoạn có thể khiến chúng ta thắc mắc về rất nhiều điều. Ví dụ, khi đọc Thi Thiên 27: 1, bao gồm tiêu đề "Thi Thiên của Đa-vít", thì chúng ta (hoặc thính giả của chúng ta) có thể thắc mắc:

1. "Thi thiên" là gì?
2. Đa-vít là ai?
3. Tại sao Đa-vít viết thi thiên này?
4. Đức Giê-hô-va/ Gia-vê là ai?
5. Hình ảnh "ánh sáng" nói gì về Đức Gia-vê?
6. Việc Đức Gia-vê là sự cứu rỗi của Đa-vít có ý nghĩa gì?
7. Ai có thể khiến Đa-vít sợ/ hãi hùng?
8. Hình ảnh "đồn lũy" nói gì về Đức Gia-vê?
9. Hồi đó, Đa-vít và người Y-sơ-ra-ên sẽ tìm "đồn lũy" ở đâu?
10. Đa-vít đã viết câu này khi nào?

Mười câu hỏi này không phải là những câu duy nhất chúng ta có thể đặt ra cho câu Kinh Thánh này. Và câu này nằm trong một bối cảnh lớn hơn cho nên chúng ta cũng có thể thắc mắc về mối liên hệ giữa câu này và 13 câu tiếp theo. Chúng ta cũng có thể thắc mắc về mối liên hệ giữa Thi thiên 27 và những thi thiên còn lại hoặc cả Kinh Thánh.

Cách Trả Lời Câu Hỏi Giải Nghĩa

Bước tiếp theo là trả lời câu hỏi mình đặt ra. Đây là quá trình khám phá. Bạn càng tò mò muốn biết sự thật, thì sẽ càng nghiên cứu kỹ hơn.

Điều phải nói trước là không phải lúc nào chúng ta cũng có thể trả lời câu hỏi của mình. Ví dụ, chúng ta có thể suy đoán về giai đoạn trong cuộc sống mà Đa-vít đã viết Thi Thiên 27 dựa trên nội dung của thi thiên. Tuy nhiên, chúng ta không thể chắc chắn.

Một số câu hỏi chúng ta có thể trả lời dựa trên bản văn Kinh Thánh chúng ta đang nghiên cứu. Câu hỏi số 7 ở trên được trả lời trong câu 2–3:

> ²Khi kẻ ác và quân thù tấn công tôi,
> Chúng muốn ăn tươi nuốt sống tôi
> Thì chúng đều vấp ngã.
> ³Dù một đạo binh đóng đối diện với tôi,
> Lòng tôi sẽ chẳng sợ;
> Dù giặc giã nổi lên chống lại tôi,
> Khi ấy tôi vẫn vững tin nơi Chúa.

Đa-vít mô tả mối đe dọa là kẻ ác tấn công (c. 2) và "một đạo binh" (c. 3). Thậm chí có "giặc giã" hay "chiến tranh" (c. 3) nổi lên. Như vậy, đối với Đa-vít, mối đe dọa là kẻ thù độc ác bao gồm chiến binh và chiến tranh.

Chúng ta cũng có thể tìm đáp án ở chỗ khác trong Kinh Thánh. Nhất là khi chúng ta thấy một hình ảnh nào đó xuất hiện trong phân đoạn Kinh Thánh, chúng ta nên tham khảo thêm nơi khác cũng có nói về hình ảnh đó để giúp chúng ta mở rộng tầm hiểu biết của mình. Câu hỏi số 5 và số 8 ở trên là ví dụ cụ thể. Chúng ta có thể nghiên cứu "ánh sáng" hoặc "đồn lũy" trong cả sách Thi Thiên. Để tìm kiếm những nơi hai từ ngữ này được dùng, chúng ta có thể sử dụng phần mềm Kinh Thánh hoặc Thánh Kinh Phù Dẫn. Chúng ta sử dụng phân đoạn Kinh Thánh khác để làm sáng tỏ phân đoạn Kinh Thánh mà mình đang nghiên cứu, miễn là ý nghĩa hai phân đoạn Kinh Thánh này phù hợp và bổ sung cho nhau (cho dù có lúc sự kiện của hai phân đoạn Kinh Thánh này không liên quan với nhau). Trong cả sách Thi Thiên, có vài lần "đồn lũy" được dùng để mô tả Chúa. Ví dụ:

> Đức Giê-hô-va là vầng đá của con, *đồn lũy* của con và là Đấng giải cứu con.

> Đức Chúa Trời là vầng đá của con, là nơi con nương náu.
> Ngài cũng là cái khiên, là sừng cứu rỗi, và là nơi ẩn náu của
> con. (Thi 18:2)

Qua Thi Thiên 18:2, chúng ta thấy một số từ liên quan đến "đồn lũy" như "vầng đá", "nơi con nương náu", "cái khiên", "sừng cứu rỗi", và "nơi ẩn náu". Qua đó chúng ta thấy rằng chúng ta có thể phải nghiên cứu thêm những câu sử dụng những từ đó. Tuy nhiên, chúng ta nên quan sát rằng cả hai Thi Thiên 18:2 và 27:1 đề cập đến việc Chúa giải cứu. Như vậy, chúng ta có thể hiểu rằng ý của Đa-vít là Chúa là nơi an toàn cho Đa-vít khi ông gặp kẻ thù. Chúng ta cũng có thể đọc tiếp trong Thi Thiên 27:4 rằng Đa-vít muốn ở trong đền thờ, và câu 5 mô tả nơi ấy như thế này:

> Vì trong ngày tai họa,
> Ngài sẽ che chở tôi trong lều của Ngài,
> Giấu tôi nơi kín đáo của trại Ngài,
> Và Ngài sẽ đặt tôi trên một vầng đá.

Một lần nữa chúng ta thấy hình ảnh "vầng đá". Qua đó chúng ta có thể hiểu về câu hỏi số 9 ở trên: một nơi an toàn là vầng đá, là vị trí cao để thoát được lưỡi gươm của kẻ thù. Bản văn Kinh Thánh thông thường là nguồn chính để giải nghĩa Kinh Thánh. **Bối cảnh là trên hết!**

Nguồn thứ ba để trả lời câu hỏi giải nghĩa là sách tham khảo. Có lúc chúng ta chưa thể trả lời được câu hỏi của mình dựa trên bản văn Kinh Thánh. Khi đó chúng ta tìm đáp án trong sách tham khảo. Ví dụ, câu hỏi số 1 ở trên liên quan đến thể loại văn chương.[10] Một quyển từ điển Kinh Thánh hoặc sách giải nghĩa Thi Thiên sẽ có rất nhiều thông tin hữu ích giúp chúng ta hiểu và giải thích thi thiên. Ví dụ, trong cuốn *Thánh Kinh Tân Từ Điển* (NXB Phương Đông, 2009) có một bài viết về "THI THIÊN, SÁCH". Trong đó có nhiều thông tin hữu ích. Ngoài ra, cũng có bài "THI CA, THƠ CA" mô tả thêm đặc điểm của thi thiên.

Kỹ năng đặt và trả lời câu hỏi là kỹ năng căn bản của việc nghiên cứu. Từ trẻ con 2 tuổi tìm hiểu về thế giới của mình đến chuyên gia viết luận án khoa học, con người đều học hỏi bằng cách đặt và trả lời câu hỏi.

Bài tập tự làm: Tập đặt câu hỏi giải nghĩa.

1. Đọc Giô-na 1.

---

[10]Trên thực tế, trong nguyên văn chỉ có "của Đa-vít" (לְדָוִד), chứ không có từ ngữ cho "thi thiên". Các biên tập thêm từ "thi thiên" để làm cho rõ ý của tựa đề.

2. Viết xuống tất cả các câu hỏi bạn có thể nghĩ ra về nội dung của chương này.
3. Chọn một câu hỏi và tìm đáp án trong phân đoạn, trong phần còn lại, và sách tham khảo (nếu cần thiết).

Nghiên Cứu Bối Cảnh (Ai, khi nào, và ở đâu?)

Trước khi giới hạn tầm nhìn của mình vào một phân đoạn cụ thể, chúng ta phải có tầm nhìn bao quát về sách chúng ta nghiên cứu.

Trước hết, chúng ta phải đọc một mạch nguyên cả sách đó bằng tiếng Việt (nếu có thể) để có được cái nhìn tổng thể toàn sách. Việc này đòi hỏi thời gian tùy theo từng sách: Sáng Thế Ký hay Giê-rê-mi cần nhiều thời gian hơn Ru-tơ hay Ma-la-chi. Tuy nhiên, tiếp đến chúng ta sẽ tập phân tích thông tin có được từ sách tham khảo và qua đó giúp chúng ta biết được vị trí của phân đoạn trong cả sách.

Sau khi đọc xong bản văn Kinh Thánh, chúng ta phải đọc các sách tham khảo để biết nhiều hơn về bối cảnh lịch sử, văn chương, và thần học. Bước này yêu cầu chúng ta sử dụng các sách như từ điển Kinh Thánh, Cựu Ước lược khảo, hay giải nghĩa Kinh Thánh. Cả ba loại sách này thường cung cấp thông tin giới thiệu về bối cảnh của các sách trong Kinh Thánh. Hiện tại trong tiếng Việt có một số sách về Cựu Ước như:

Arnold, Bill T., và Bryan Beyer. *Nghiên Cứu Cựu Ước: Một Tổng Quan Theo Quan Điểm Tin Lành Thuần Túy*. Hà Nội: Việt Nam: NXB Tôn Giáo, 2020.

Huang Sabin. *Cựu Ước và Tân Ước Giản Lược*. Hà Nội: NXB Tôn Giáo, 2009.

Schultz, Samuel J. *Cựu Ước Phán Truyền*. BEE International, 2007.

Stedman, Ray C., và Jim Denney. *Hành Trình Khám Phá Kinh Thánh: Hướng Dẫn Tìm Hiểu Trọn Bộ Kinh Thánh*. 2 t. Hà Nội: NXB Tôn Giáo, 2013.

Chúng ta có thể tìm thông tin về bối cảnh của sách trong nhiều tài liệu khác nhau. Càng tham khảo nhiều sách càng tốt. Tuy nhiên, nếu chỉ có một trong những loại sách trên thì ta cũng có thể đạt được mục đích—tìm hiểu được bối cảnh của sách.

Bước đầu tiên là làm quen với bối cảnh lịch sử của sách (tức là thời kỳ được đề cập trong nội dung sách) và thời đại của tác giả. Hai bối cảnh này có thể là một. Ví dụ, Thi Thiên 32 là bài thơ vua Đa-vít làm chứng về sự tha thứ trong đời sống của ông. Đa-vít viết về kinh nghiệm của chính mình chứ không phải của một người nào khác, cho nên bối cảnh lịch sử của tác giả và bối cảnh của bản văn giống nhau. Tuy nhiên, Kinh Thánh có nhiều trường hợp tác giả viết về một thời kỳ hoàn toàn khác với thời đại của mình. Ví dụ, khi viết sách Sáng Thế Ký, Môi-se viết về thời kỳ Nguyên Thủy (hàng nghìn năm trước thời Môi-se) và thời kỳ của các tộc trưởng như Áp-ra-ham (mấy trăm năm trước). Chúng ta phải phân biệt giữa thời đại của sách và thời đại của tác giả khi làm quen với bối cảnh lịch sử.

Việc nghiên cứu thời đại của tác giả tương đối khó vì Kinh Thánh không phải lúc nào cũng cho chúng ta biết tác giả là ai hoặc sống vào năm nào. Tuy nhiên, qua bản văn, tài liệu và nghiên cứu của các học giả Kinh Thánh, chúng ta có thể biết được niên đại (thường ở dạng ước tính) và tên của tác giả. Thỉnh thoảng chúng ta cũng biết được người đọc đầu tiên là ai, sống vào thời điểm nào, v.v.... Thông tin này giúp chúng ta hiểu được bối cảnh lịch sử của sách và những gì sách đã đề cập đến. Câu hỏi chính liên quan đến bối cảnh lịch sử đó là:

1. Niên đại của nội dung sách hay bài thơ là gì?
2. Tác giả là ai?
3. Độc giả nguyên thuỷ là ai?
4. Thời đại của tác giả có yếu tố lịch sử đặc biệt nào không?

Bối cảnh lịch sử của sách dễ nghiên cứu hơn bối cảnh lịch sử của tác giả vì sách chúng ta học thường có nhiều thông tin về bối cảnh. Ngoài việc xem các sách tham khảo trên để biết thông tin quan trọng nhất về bối cảnh lịch sử, chúng ta nên tìm hiểu những sách khác trong Kinh Thánh có cùng thời đại với phân đoạn Kinh Thánh (hoặc sách Kinh Thánh) mà chúng ta đang nghiên cứu. *Câu hỏi mà chúng ta cần trả lời là: Niên đại của sách hay bài thơ có yếu tố lịch sử đặc biệt nào không?*

Vì Cựu Ước có những sách đề cập đến nhiều sự kiện suốt một giai đoạn rất dài, từ buổi sáng thế cho đến thời kỳ dân Do Thái trở về đất hứa, nên chúng ta phải biết đặc điểm của thời kỳ viết sách và thời đại tác giả.

Ngoài các sách lịch sử, các sách văn thơ và tiên tri cũng thuộc ít nhất một trong các thời kỳ này (được liệt kê trong bảng **Các Thời Kỳ Chính Của Cựu Ước**). Các sách lịch sử cung cấp cho chúng ta những thông tin về các vấn đề chính trị, văn hóa, và tôn giáo của dân Y-sơ-ra-ên trong từng thời kỳ của Cựu Ước. Khi đọc các sách tiên tri, chúng ta nên đọc thêm phần các sách lịch sử cùng thời để tìm hiểu về tình hình lịch sử trong thời của vị tiên tri đó.

Các Thời Kỳ Chính Của Cựu Ước

Thời Kỳ	Sách Thể Hiện Các Thời Kỳ Lịch Sử
Thời Nguyên Thủy (*Primeval Period*)	Sáng Thế Ký 1–11
Thời Các Tộc Trưởng (*Period of the Patriarchs*)	Sáng Thế Ký 12–50
Xuất Ai Cập (*The Exodus*)[12]	Xuất–Phục
Chinh Phục Đất Hứa (*The Conquest of the Promised Land*)	Giô-suê
Thời Các Quan Xét (*The Period of the Judges*)	Các Quan Xét, Ru-tơ, 1 Sa-mu-ên 1–7
Chế Độ Quân Chủ Liên Hiệp (*The United Monarchy*)	1 Sa-mu-ên 8–1 Các Vua 11, 1 Sử Ký 10–2 Sử Ký 9
Chế Độ Quân Chủ Phân Rẽ (*The Divided Monarchy*)	1 Các Vua 12–2 Các Vua 24, 2 Sử Ký 10–36:16
Thời Lưu Đày (*The Exile*)	2 Các Vua 25, 2 Sử Ký 36:17–21, Ê-xơ-tê
Thời Hậu Lưu Đày (*The Post-Exilic Period*)	2 Sử Ký 36:22–23, E-xơ-ra, Nê-hê-mi

Bài tập tự làm: Xác định bối cảnh lịch sử của sách Giô-na

1. Những sự kiện của sách Giô-na xảy ra vào thời điểm nào? Có sách nào khác trong Kinh Thánh giúp chúng ta hiểu về thời đại này không (xem 2 Các Vua 14:25)?

2. Những sự kiện của sách Giô-na xảy ra ở đâu? Qua Kinh Thánh và sách tham khảo, chúng ta có thể biết được điều gì về những nơi này?

Nhận Biết Thể Loại Văn Chương (Bằng cách nào?)

Thể loại văn chương là cách phân loại những cách trình bày hình thức khác nhau của văn chương, qua đó thể hiện mục đích viết lách của tác giả. Khi một người bạn nói: "Bạn sẽ không tin chuyện đã xảy ra ở công ty vào chiều nay…" thì bạn mong nghe một câu chuyện ngạc nhiên hoặc buồn cười nhưng có thật. Khi bạn đọc một tài liệu "Căn cứ vào …" thì bạn biết đây là công văn hay chỉ thị của một cơ quan đưa ra quyết định. Câu chuyện và công văn là hai thể loại hoàn toàn khác nhau, có hình thức, đặc trưng và mục đích khác nhau, từ đó người đọc sẽ phản ứng cách tương ứng khác nhau. Khi chúng ta đọc các tài liệu văn chương đương thời, chúng ta rất dễ nhận ra các tài liệu văn chương này thuộc thể loại văn chương nào. Có nhận biết thể loại văn chương, mới có thể giúp chúng ta tiếp nhận và giải thích nội dung cách thích đáng và đầy đủ.[13]

Thể loại văn chương trong Kinh Thánh không hoàn toàn giống với thể loại văn chương hiện nay. Do đó, chúng ta cần phải xác định thể loại của bản văn.

Nhìn chung, Cựu Ước có hai thể loại chính là văn xuôi (phần lớn là chuyện kể) và thơ ca. Tuy nhiên, theo các học giả văn chương, thể loại là một cách phân loại có nhiều bậc trừu tượng từ rộng đến hẹp.[14] Bậc rộng nhất phân biệt giữa cách viết nói chung, và trong một số bản dịch Kinh Thánh chúng ta có thể phân biệt được vì thể loại văn xuôi thường có dạng như Giô-suê 5:13–15:

> [13]Lúc Giô-suê đang ở gần Giê-ri-cô, ông ngước mắt lên nhìn thì thấy một người cầm gươm trần đứng đối diện với mình. Giô-suê đến gần người ấy và hỏi: "Ngươi thuộc về phe chúng ta hay là phe địch?" [14]Người ấy đáp: "Chẳng thuộc phe nào cả, nhưng bây giờ ta đến để làm tướng chỉ huy đạo quân của Đức Giê-hô-va." Giô-suê liền sấp mặt xuống đất, thờ lạy và hỏi: "Chúa truyền cho đầy tớ Chúa điều gì?" [15]Tướng chỉ huy đạo quân của Đức Giê-hô-va nói với Giô-suê: "Hãy cởi giày khỏi chân vì nơi con đứng là đất thánh." Giô-suê làm như vậy.

Chúng ta thấy có một bối cảnh cụ thể trong lịch sử, có nhân vật, và có sự kiện xảy ra, bao gồm lời nói của nhân vật. Trong bản dịch, chuyện kể được chia thành đoạn, có thể ngắn hoặc dài, nhưng thường có nhiều câu.

Còn một bài thơ được chia thành từng câu thơ như Thi Thiên 131:

> [1]Lạy Đức Giê-hô-va, lòng con không kiêu ngạo,
> Mắt con không tự cao;
> Con cũng không theo đuổi những việc quá lớn lao,
> Hay những việc kỳ diệu quá cho con.

---

[13]Tremper Longman III, "Form Criticism, Recent Developments in Genre Theory, and the Evangelical", *Westminster Theological Journal* 47 (1985): 61.

[14]Tremper Longman III, "The Literature of the Old Testament", trong *A Complete Literary Guide to the Bible*, b.t Leland Ryken và Tremper Longman III (Grand Rapids: Zondervan, 1993), 98.

²Con đã làm cho linh hồn con êm dịu, an tịnh,
Như đứa trẻ đã thôi bú bên mẹ mình;
Linh hồn ở trong con cũng như đứa trẻ thôi bú vậy.
³Hỡi Y-sơ-ra-ên, hãy trông cậy nơi Đức Giê-hô-va
Từ nay cho đến đời đời.

Không như văn xuôi có nhân vật cụ thể và sự kiện miêu tả cách chi tiết, văn thơ lại thường chứa đựng những hình ảnh trừu tượng với lời thơ văn tự ngắn gọn xúc tích. Trong bản dịch Kinh Thánh của chúng ta, chúng ta nhận biết đó là thể loại thơ ca vì nhà biên tập đã trình bày các dòng thơ thật rõ ràng.

Nếu quay sang bậc hẹp hơn, chúng ta thấy Cựu Ước có các thể loại như lịch sử, thơ ca, văn chương khôn ngoan, và tiên tri. Các thể loại này được phân loại không những theo văn phong hay hình thức mà còn dựa vào nội dung. Chúng ta có thể nói về một số thể loại hẹp hơn như gia phả, điều luật, giao ước, thánh ca, truyện ngắn, v.v.... Câu hỏi mà chúng ta cần trả lời là: *Sách này (hay chương này) thuộc thể loại văn chương nào?* Những chương 7–10 sẽ đi chi tiết hơn về bốn thể loại văn chương chính.

Bài tập tự làm: Nhận biết thể loại văn chương

1. So sánh Giô-na 1 và 2. Hai chương này thuộc thể loại văn chương nào?
2. Có manh mối nào trong bản văn cho thấy đây là thể loại văn chương nào không?

Mô Tả Cấu Trúc và Đại Ý của Sách (Điều gì và bằng cách nào?)

Sau khi xác định thể loại, chúng ta cần tìm hiểu cấu trúc và đại ý của sách. Chúng ta cần biết bức tranh lớn của cả sách để biết rõ sứ điệp của từng phân đoạn. Mỗi sách đều có cấu trúc và trình tự riêng. Thường thì sách tham khảo sẽ cung cấp cho chúng ta biết bố cục của các sách trong Kinh Thánh, qua đó chúng ta học được nhiều điều về cách chia bố cục của từng học giả chuyên về từng sách trong Kinh Thánh. Tuy nhiên, nếu chính bạn tự tập tành phân tích cấu trúc của phân đoạn Kinh Thánh mà mình nghiên cứu sẽ giúp bạn thu hoạch nhiều điều bổ ích.

Trong quá trình tìm hiểu bức tranh lớn của sách, chúng ta cần chú ý đến manh mối trong sách. Theo truyền thống, Sáng Thế Ký được chia theo nội dung lịch sử giữa chương 11 và 12 vì hai chương này chuyển tiếp từ thời Nguyên Thủy sang Các Tộc Trưởng. Tuy nhiên, chúng ta nên chú ý đến những manh mối trong bản văn, nhất là từ ngữ được lặp lại. Ví dụ, Sáng Thế Ký được hình thành theo một cụm từ, "Đây là dòng dõi của..." (אֵלֶּה תּוֹלְדוֹת).[15] Sách Các Vua cũng có công thức giới thiệu và kết thúc sự cai trị của từng vua (ví dụ: 1 Các Vua 15:1–8 về vua A-bi-giam của Giu-đa).

Bên cạnh từ ngữ được lặp lại, chúng ta cũng nên chú ý đến những chủ đề chính của từng đoạn. Ví dụ, VanGemeren mô tả cấu trúc của sách Ma-la-chi như sau:

A - Tình Yêu Sâu Sắc Của Chúa Dành Cho Dân Ngài, 1:2–5

  B - Kêu Gọi Dân Sự Yêu Chúa như Cha và Vua, 1:6–14

    C - Sự Xét Xử Các Thầy Tế Lễ Không Trung Tín, 2:1–9

    C' - Sự Xét Xử Người Bất Trung Trong Hôn Nhân, 2:10–16

      D - Ngày Phán Xét, 2:17–3:5

    C'' - Sự Xét Xử Người Bất Trung Với Chúa, 3:6–12

  B' - Kêu Gọi Phục Vụ Chúa, 3:13–16

A' - Tình Yêu Sâu Sắc Của Chúa Dành Cho Dân Sự Trung Tín Còn Sót Lại, 3:17–4:3[16]

Theo VanGemeren, phần nói về ngày phán xét (2:17–3:5) là phần quan trọng nhất của sách Ma-la-chi vì nó làm nổi bật mục đích của cả sách. Chúng ta biết được ý chính của cả sách qua phần này. Nếu đang đọc một phân đoạn khác trong Ma-la-chi, chúng ta nên biết rằng cả sách đều dẫn chúng ta đi đến sự kiện Đức Chúa Trời sẽ hiện diện với dân Ngài để phán xét họ. Sự hiện diện của Chúa là điểm nhấn mạnh của tiên tri Ma-la-chi. *Câu hỏi chúng ta cần trả lời ở đây là: Sách này có bố cục như thế nào?*

Khi muốn tìm hiểu bức tranh lớn của cả sách, chúng ta có thể áp dụng hai phương pháp. Thứ nhất, chúng ta có thể xem phần đầu và phần cuối của sách. Trong quá trình tìm hiểu bức tranh lớn của các sách trong Kinh

---

[15] Xem Sáng Thế Ký 2:4, 5:1, 6:9, 10:1, 11:10, 11:27, 25:12, 25:19, 36:1, 9, 37:2.
[16] Willem A. VanGemeren, *Interpreting the Prophetic Word: An Introduction to the Prophetic Literature of the Old Testament* (Grand Rapids: Zondervan, 1996), 204.

Thánh, chúng ta cần chú ý đến các manh mối đặc trưng xuất hiện trong sách. Ê-sai 1:10 so sánh thành Giê-ru-sa-lem với Sô-đôm và Gô-mô-rơ, và lên án họ vì dâng của lễ nhiều nhưng chẳng quan tâm đến những yêu cầu của luật pháp (Ê-sai 1:12–17). Họ là "thành trung nghĩa đã trở nên gái điếm!" (Ê-sai 1:21). Tuy vậy, niềm hy vọng phục hưng được lóe lên trong Ê-sai 1:27: "Si-ôn sẽ được chuộc bởi công lý, và dân trong thành ăn năn sẽ được chuộc bởi sự công chính". Xem chương cuối của sách Ê-sai, thì chúng ta thấy Chúa dạy dỗ người Y-sơ-ra-ên về thái độ đúng đắn là kính sợ Ngài (Ê-sai 66:2). Và lý do là vì Ngài sẽ phán xét kẻ ác:

"Có tiếng ồn ào vang ra từ trong thành,
Có tiếng phát ra từ đền thờ,
Là tiếng của Đức Giê-hô-va,
Đấng báo trả những kẻ thù Ngài." (Ê-sai 66:6)

Chúa sẽ xử phạt người độc ác. Tuy nhiên, niềm hy vọng trong cảnh khốn cùng được Ê-sai thắp sáng ở những câu thơ tiếp theo:

¹⁰Hỡi tất cả những người yêu mến Giê-ru-sa-lem!
Hãy vui mừng với nó, hãy hân hoan vì nó.
Hỡi tất cả những người than khóc Giê-ru-sa-lem!
Hãy cùng nó hớn hở vui mừng,
¹¹Để các ngươi được bú và no nê
Nơi vú của sự an ủi nó;
Để các ngươi được uống và thỏa thích
Từ nguồn sung mãn vinh quang của nó.
¹²Vì Đức Giê-hô-va phán:
"Nầy, Ta sẽ cho sự bình an tuôn chảy đến nó như một dòng sông,
Và vinh quang của các nước tràn ngập như dòng suối;
Các con sẽ được bú, được bồng ẵm bên hông,
Và mơn trớn trên đầu gối.
¹³Ta sẽ an ủi các con
Như người mẹ an ủi con mình,
Các con sẽ được an ủi tại Giê-ru-sa-lem." (Ê-sai 66:10–13)

Qua đó chúng ta thấy rằng sự độc ác và phán xét, sự giải cứu và an ủi được báo trước cho thành Giê-ru-sa-lem. Như vậy, khi đi vào chi tiết trong sách, chúng ta sẽ thắc mắc: Làm thế nào Chúa đưa dân sự độc ác ở dưới lời phán xét đến sự an ủi trong sự cứu rỗi của Ngài?

Một ví dụ khác là sách Giô-suê. Trong Giô-suê 1, Đức Gia-vê khích lệ Giô-suê phải "mạnh dạn, can đảm," "Vì Giê-hô-va Đức Chúa Trời của con vẫn ở cùng con trong mọi nơi con đi" (Giô-suê 1:9). Lúc đó Giô-suê và dân Y-sơ-ra-ên đang chuẩn bị chinh phục miền đất hứa, và họ cần tin cậy Chúa để có sức mạnh chinh chiến. Đến cuối sách, chúng ta đọc về Giô-suê kêu gọi người Y-sơ-ra-ên phải tiếp tục tin cậy Chúa. Chúa phán qua Giô-suê:

"Ta ban cho các con đất mà các con không phải khai phá, những thành mà các con không phải xây dựng, và các con đã ở đó; những vườn nho và vườn ô-liu các con không trồng mà lại được ăn" (Giô-suê 24:13).

Qua câu này chúng ta biết rằng cuộc chinh chiến đã thành công. Rồi Giô-suê rút ra bài học:

¹⁴Vậy bây giờ, hãy kính sợ Đức Giê-hô-va và phụng sự Ngài một cách thành tâm và trung tín. Hãy trừ bỏ các thần mà tổ phụ anh em phụng sự bên kia sông cũng như tại Ai Cập và chỉ phụng sự Đức Giê-hô-va mà thôi. ¹⁵Nếu anh em chẳng thích phụng sự Đức Giê-hô-va thì ngày nay hãy chọn ai mà mình muốn phụng sự, hoặc các thần mà tổ phụ anh em đã phụng sự bên kia sông, hoặc các thần của dân A-mô-rít trong xứ mà anh em ở. Nhưng tôi và gia đình tôi sẽ phụng sự Đức Giê-hô-va." (Giô-suê 24:14–15)

Sách Giô-suê chắc chắn không những là bài học về sự kiện đã xảy ra trong quá khứ mà còn là bài học về sự trung thành với Chúa cho tương lai. Như vậy, qua phần đầu và phần cuối chúng ta có thể tìm ra một quan điểm về hướng đi của sách.

Sau khi xem phần đầu và phần cuối, chúng ta phải tìm hiểu từng đoạn để tìm hiểu hướng đi của tác giả đã được thực hiện như thế nào. Khi mới bắt đầu, có thể chúng ta muốn tham khảo sách giải nghĩa. Tuy nhiên, không có phương pháp nào tốt hơn là đọc đi đọc lại cả sách. Chúng ta có thể tóm tắt nội dung của từng phân đoạn từ đó viết ra bố cục tương ứng. Ví dụ, tôi đã làm bố cục sách Áp-đia:

I. Tiêu đề sách (c. 1a)
II. Chúa sẽ hạ Ê-đôm xuống vì sự kiêu ngạo của họ (c. 1b–9)
III. Sự kiêu ngạo của Ê-đôm được thể hiện qua sự tàn bạo đối với Giu-đa (c. 10–14)
IV. Ngày của đức Gia-vê đã đến gần các nước (c. 15–18)

V. Dân sự chúa sẽ chiếm lại xứ Y-sơ-ra-ên và cai trị Ê-đôm (c. 19–21)

Bài tập tự làm: Mô tả cấu trúc của sách Giô-na

1. Xem phần đầu và phần cuối của sách Giô-na. Hãy quan sát xem có điều gì thay đổi từ đoạn đầu sang đến đoạn cuối hay không?

2. Những đoạn ở giữa có tình tiết gì xảy ra giúp chúng ta nhận biết sự thay đổi ấy được chuyển biến như thế nào? Mỗi một phân đoạn đã góp phần tạo nên điều gì?

3. Bạn có thấy manh mối nào về chủ đề chính của cả sách không?

Mô Tả Cấu Trúc của Phân Đoạn (Điều gì và bằng cách nào?)

Việc mô tả cấu trúc bao gồm cấu trúc của phân đoạn chúng ta nghiên cứu. Chúng ta muốn mô tả cấu trúc của phân đoạn để thấy rõ hơn lập luận và mối quan tâm của tác giả.

Trên thực tế, mô tả cấu trúc là nghệ thuật. Vì thế không phải lúc nào chúng ta cũng đồng ý với nhau về cách mô tả cấu trúc của một phân đoạn. Mặc dù không đồng ý, nhưng hai cách mô tả cấu trúc khác nhau đều có thể nói lên ý đúng về phân đoạn. Vì vậy, chúng ta nên khiêm nhường trong việc khẳng định quan điểm của mình về cấu trúc của phân đoạn và cởi mở về những điều chúng ta có thể học hỏi từ người có quan điểm khác với mình. Mô tả cấu trúc là nghệ thuật mang lại kết quả đa dạng.

Tuy nhiên, mô tả cấu trúc được căn cứ vào một số nhân tố có trong phân đoạn. Quá trình phân tích cấu trúc của phân đoạn bao gồm năm bước như sau:[17]

1. Chia các câu thành mệnh đề (câu hoàn chỉnh).
2. Xác định câu chính và câu phụ.
3. Đánh dấu từ quan trọng.
4. Tìm hiểu mối quan hệ lô-gíc giữa các câu.
5. Dựa trên kết quả đó, viết bố cục và ý chính của phân đoạn.

---

[17] Phương pháp này dựa trên phương pháp của một số giáo sư của tôi. Tôi lấy những ý hay của họ và điều chỉnh cho phù hợp để sử dụng khi nghiên cứu Kinh Thánh tiếng Việt. Xem thêm tài liệu của Professors at Gordon-Conwell Theological Seminary, "Reference Manual for Interpreting the New Testament", Tháng Bảy 2003, http://www.viceregency.com/ReferenceManual4NTInterp.pdf.

Trong chương 7–10 có lời hướng dẫn cụ thể cho bước 3–5. Trong chương này tôi hướng dẫn về bước 1–2.

Nhưng trước hết, chúng ta phải sử dụng công cụ nào để phân tích cấu trúc? Dùng ứng dụng MS Word hoặc LibreOffice là một cách. Nhưng thật ra, cách này đòi hỏi rất nhiều thời gian và không thuận lợi lắm. Cách thức dễ hơn là sử dụng trang web BibleArc.com (https://www.biblearc.com/). Những người ở Việt Nam có thể đăng ký và sử dụng trang web này miễn phí. Chương 7–10 sử dụng trang web ấy để làm ví dụ. Trước khi phân tích, bạn nên đăng ký (miễn phí), rồi mới tệp ngăn mới và chọn **Phrasing**. Bạn có thể sử dụng Bản RVV (Bản Truyền Thống Hiệu Đính) hoặc nhập bản Kinh Thánh khác từ You Version.

Bước 1–2 trong việc phân tích bài luận đòi hỏi bạn hiểu một chút về ngữ pháp tiếng Việt.[18] Bước thứ nhất đòi hỏi bạn chia từng câu thành những mệnh đề riêng biệt. Một mệnh đề là gì? Chúng ta nhận ra mệnh đề bằng cách nào? Một **câu đơn** (*simple sentence*) thường có ít nhất hai cụm từ căn bản: **chủ ngữ** (*subject*) và **vị ngữ** (*predicate*).

- **Chủ ngữ** là một danh từ (có thể bao gồm cả tên) làm hành động của động từ.
- **Vị ngữ** là một động từ mô tả hành động (hay tình trạng) của chủ ngữ.

Mỗi mệnh đề có hai từ này, cùng với những từ khác. Ví dụ: "Tôi đói" là một mệnh đề đầy đủ mô tả tình trạng của tôi. "Tôi" là chủ ngữ, còn "đói" là vị ngữ. Một mệnh đề dài hơn là: "Giô-sép và gia đình cha của ông sinh sống ở Ai Cập" (Sáng 50:22a). Trong mệnh đề này, "Giô-sép và gia đình cha của ông" là chủ ngữ, còn "sinh sống" là vị ngữ. Một câu đơn được hoàn tất bằng một dấu chấm cuối câu.

Ngoài câu đơn, còn có **câu ghép** (*compound sentence*), là loại câu kết hợp nhiều mệnh đề với nhau. Mệnh đề có thể ngang nhau hoặc có **mệnh đề độc lập** (*independent clause*) và **mệnh đề phụ thuộc** (*dependent clause*).

- **Mệnh đề độc lập (hay ý chính)** là mệnh đề đứng một mình và có ý nghĩa. Ví dụ: "Tôi đói" diễn đạt một ý đầy đủ. Nó có thể đứng một mình trong một câu.
- **Mệnh đề phụ thuộc (hay ý phụ)** là mệnh đề phụ thuộc vào một mệnh đề khác. Ví dụ: "Vì tôi chưa ăn sáng" là một mệnh đề chưa đủ ý. Nếu tôi nói như vậy (và không nói điều gì khác), thì bạn sẽ cảm thấy lời nói của tôi thiếu sót. Đó không phải là câu hoàn chỉnh. Nó

---

[18]Để tìm hiểu một tài liệu ngắn gọn, hãy xem thêm https://vi.wikipedia.org/wiki/Ngữ_pháp_tiếng_Việt.

phụ thuộc vào một mệnh đề chính. Lưu ý: nhiều lúc trong tiếng Việt mệnh đề phụ không có chủ ngữ vì không cần (câu này là một ví dụ điển hình!).

Câu ghép bao gồm hai loại căn bản.

- **Câu ghép đẳng lập** bao gồm hai mệnh đề độc lập. Ví dụ: "Tôi chưa ăn sáng, nhưng tôi sẽ ăn trưa." Cả hai mệnh đề có thể ở trong câu riêng và có ý nghĩa.
- **Câu ghép chính-phụ** có một ý chính và ý phụ: "Tôi đói vì tôi chưa ăn sáng". Như đã thấy ở trên, "Tôi đói" là ý chính, còn "vì tôi chưa ăn sáng" là ý phụ thuộc vào ý chính. Ý phụ giải thích lý do tôi đói.

Như vậy khi đọc một câu, bạn phân chia ở chỗ nào? Bạn phải quan sát:

- Có chủ ngữ và vị ngữ nào?
- Có dấu chia câu thành câu riêng biệt (dấu chấm ".") hoặc phân biệt những phần của câu ghép (dấu phẩy [,], dấu hai chấm [:], hoặc dấu chấm phẩy [;]) không?
- Có liên từ nào chỉ mối liên hệ lô-gíc ở đầu mệnh đề chính (như "nên", "thì", v.v…) hoặc mệnh đề phụ (như "nếu", "vì", "khi", v.v…) không?

Dựa trên thông tin đó, sử dụng BibleArc.com, bạn có thể:

1. Chia câu thành mệnh đề: Dùng *Indent* (**Canh Lề**) → bấm chọn ở giữa hai từ ngữ.
2. Xác định ý chính và ý phụ: Dùng *Indent* (**Canh Lề**) → bấm chọn, giữ, và kéo mệnh đề phụ hướng phải một bước và dùng *Arrows+* (**Mũi tên+**) → *New subordinate* (**Mệnh đề phụ thuộc mới**) để cho thấy mối quan hệ (chọn mệnh đề chính trước).

Dưới đây là một ví dụ trong Phục Truyền 6:1–2. Trong đó tôi đánh dấu từ ngữ như sau:

- Chủ ngữ: *gạch dưới*
- Vị ngữ: **in đậm**
- Liên từ bày tỏ mối quan hệ lô-gíc: *in nghiêng*

Hãy quan sát những liên từ thường ở đầu mệnh đề. Chúng ta có thể mô tả mối quan hệ giữa các mệnh đề như sau:

- Câu 1b mô tả các điều răn của Chúa trong c. 1a.

- Câu 1c bày tỏ mục đích của việc Chúa ra lệnh trong c. 1b.
- Câu 1d mô tả xứ được đề cập đến trong c. 1c.
- Câu 2c mô tả điều răn được đề cập đến trong c. 2b.
- Câu 2d bày tỏ mục đích của việc kính sợ Chúa và vâng giữ điều răn của Chúa trong c. 2ab.

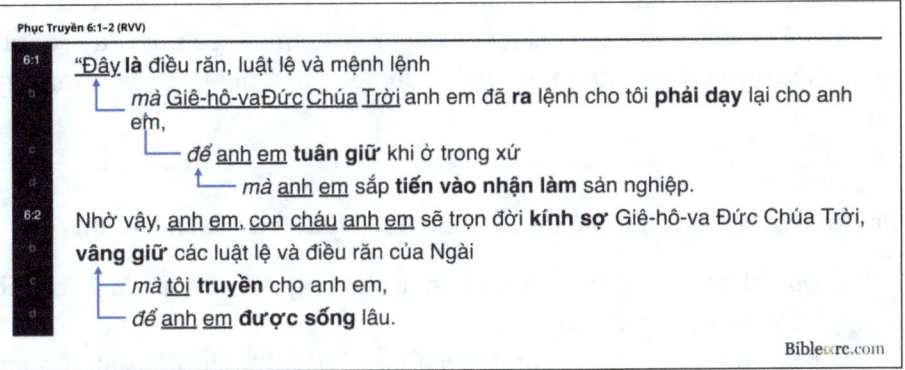

Bài tập tự làm: Mở tệp ngăn Phrase mới cho Giô-na 1:1–3

1. Đánh dấu vị ngữ (in đậm) và từ ngữ bày tỏ mối liên hệ lô-gíc (in nghiêng).
2. Chia các câu thành mệnh đề (gợi ý: tôi thấy 12 mệnh đề).
3. Kéo mệnh đề phụ hướng sang phải một bước và thiết lập mũi tên chỉ đến mệnh đề chính (gợi ý: tôi thấy 3 mệnh đề phụ).

Khám Phá Đề Tài Thần Học Chính Yếu (Điều gì?)

BBước cuối cùng của việc nghiên cứu bối cảnh sách là làm quen với các đề tài thần học chính yếu của sách và mối liên hệ giữa sách này và các sách khác trong Kinh Thánh. Theo cách "nhìn" của Andrew Reid, bước này bao gồm nhìn xuống, nhìn lại, và nhìn tới. Chương tiếp theo sẽ tìm hiểu hai bước này một cách đầy đủ hơn. Trong phần này tôi sẽ nói riêng về việc tìm hiểu đề tài thần học chính của một quyển sách.

Mỗi sách trong Kinh Thánh đều có một số điểm nhấn mạnh riêng. Ví dụ, Lê-vi Ký nhấn mạnh đến sự thánh khiết nhiều nhất khi trình bày các luật định về của tế lễ, vật tinh sạch và không tinh sạch. Còn nhiều sách tiên tri, như Giô-ên hoặc Sô-phô-ni, nhấn mạnh ngày của Đức Gia-vê, là ngày khủng khiếp vì bao gồm sự phán xét của Chúa. Dù ngay trong một phân đoạn Kinh Thánh có thể cùng một lúc đề cập đến những đề tài khác nhau, nhưng việc tìm biết đâu là đề tài chính yếu sẽ giúp chúng ta xác định được đâu là đề tài phụ. *Câu hỏi chúng ta cần trả lời đó là: Các đề tài thần học quan trọng nhất trong sách này là gì? Sách này nói gì về Đức Chúa Trời và mối quan hệ với Ngài?* Sách tham khảo sẽ giúp chúng ta tìm thấy những đề tài này, nhưng tốt nhất là chính bạn đọc đi đọc lại quyển sách bạn nghiên cứu và ghi lại những đề tài xuất hiện nhiều nhất.

Ngoài ra, chúng ta phải quan tâm đến mối quan hệ của sách này với các sách khác trong Kinh Thánh. Và đó là vấn đề sẽ bàn nói trong chương tiếp theo.

Bài tập tự làm: Khám phá đề tài thần học chính của Sách Giô-na

1. Đọc nhanh cả sách Giô-na và ghi lại những điều Giô-na khẳng định hoặc ngụ ý về Đức Chúa Trời.
2. Bạn có khám phá câu nào trích dẫn hoặc ám chỉ đến phân đoạn trước?
3. Bạn có nhớ đến đoạn nào trong Tân Ước đề cập đến Giô-na không?

Tóm Tắt: Câu Hỏi Cần Trả Lời

Ta có thể để dành nhiều hoặc ít thời gian cho việc nghiên cứu bối cảnh của các sách trong Cựu Ước. Trên thực tế, nếu bạn chuẩn bị bài giảng, có thể bạn đọc một chương trong sách tham khảo là nhiều thời gian rồi. Tuy nhiên, chỉ có một chút đầu tư ở thời điểm này sẽ giúp ích cho bạn rất nhiều trong những bước tiếp theo. Và bạn càng biết đặt câu hỏi và trả lời thì nghiên cứu càng hiệu quả hơn. Việc này đòi hỏi bạn cần trả lời bảy câu hỏi sau:

1. Niên đại của sách hay bài thơ là gì và tác giả của sách là ai?
2. Người đọc đầu tiên là ai?
3. Thời đại của tác giả có yếu tố lịch sử đặc biệt nào không?
4. Thời kỳ của sách hay bài thơ có yếu tố lịch sử đặc biệt gì không?
5. Sách này (hay phần này) thuộc thể loại văn chương nào?
6. Sách này có bố cục như thế nào? Đại ý của sách là gì?
7. Các đề tài thần học quan trọng nhất trong sách này là gì? Những đề tài này liên quan đến sách nào khác trong Kinh Thánh?

Nghiên Cứu Thêm:
Tra Cứu Các Sách Tham Khảo

Chú giải Kinh Thánh là công việc chúng ta thường làm một mình tại thư viện, trong phòng làm việc, hay tại nhà riêng của mình. Tuy nhiên, giải nghĩa cũng là một công việc chúng ta nên cùng làm với cộng đồng Cơ Đốc nhân. Chúng ta không phải là những người toàn tri vô tội, cho nên chúng ta cần có cộng đồng Cơ Đốc nhân đóng góp giúp chúng ta giải nghĩa Kinh Thánh.

Tốt nhất ta nên có một số bạn đồng nghiệp để trao đổi trực tiếp về bản văn như trong câu lạc bộ giảng dạy của mục sư trong cùng một thành phố hoặc nhóm cựu sinh viên đã học ở cùng trường thần học. Nhưng trên thực tế, đa số người hầu việc Chúa không có một nhóm người như vậy và có thể không đủ thời gian nhóm lại.

Ngoài việc trao đổi trực tiếp với các mục sư khác, chúng ta cũng có một nguồn "hội thoại" khác, là các sách tham khảo. Theo tôi, các sách tham khảo là nguồn "hội thoại" về bản văn vì sách tham khảo giải thích bản văn để chúng ta suy nghĩ và học hỏi. Các tác giả từ thời xưa cho đến thời hiện đại không phải là người cung cấp cho chúng ta ý nghĩa của bản văn (ngoại trừ trường hợp một bản văn Kinh Thánh nói về ý nghĩa của một bản văn khác) mà là đối tác hội thoại.

Trong quá trình phát triển hội thánh có nhiều người giải nghĩa Kinh Thánh.[19] Các quan điểm xuất phát từ quá trình này trở thành **quá trình giải nghĩa** (history of interpretation) một câu, một bản văn, một quyển sách, và thậm chí cả Kinh Thánh. Quá trình giải nghĩa này giúp chúng ta nhận biết những phương cách giải nghĩa tốt. Việc tìm hiểu quá trình giải nghĩa này sẽ giúp mở rộng tầm nhìn của chúng ta.

Tuy nhiên, quan điểm nào cũng cần được đánh giá. Các học giả Kinh Thánh, cho dù có bằng cấp cao, cũng là những con người hạn chế, bị sự sa ngã ảnh hưởng. Vì vậy, chúng ta phải đánh giá các luận chứng làm cơ sở lập luận của tác giả. Chúng ta phải phân biệt giữa dữ liệu (tài liệu chính là bản văn Kinh Thánh) và lập luận về dữ liệu (tài liệu phụ). Sự phân biệt này sẽ giúp chúng ta vượt qua nhiều khó khăn.

Một điều quan trọng khác là khi chúng ta sử dụng một lý lẽ hay thông tin từ một tác phẩm của tác giả khác, chúng ta phải xác định nguồn thông tin của mình. Dĩ nhiên, khi giảng dạy cho hội thánh chúng ta không cần

---

[19] Xem thêm Gerald L. Bray, *Biblical Interpretation: Past & Present* (Downers Grove, IL: InterVarsity, 1996).

phải nói: "Ông Gordon Wenham, trong sách A, trang 123, nói rằng...".[20] Tuy nhiên, khi viết bài nghiên cứu cho giáo sư ở trường thần học hoặc viết để xuất bản, chúng ta phải cẩn thận cho biết các nguồn tài liệu chúng ta sử dụng, cho dù chúng ta trích dẫn hay tóm tắt ý tưởng của tác giả. Nếu không làm như vậy, chúng ta sẽ giống như người đang ăn cắp ý tưởng của tác giả đó, và điều này vi phạm điều răn thứ tám (Xuất 20:15) mà Chúa Giê-xu đã lặp lại (Mat 19:18).

Để tìm hiểu thêm về việc sử dụng và ghi nguồn trong bài viết thần học, xem quyển Bài Viết Học Thuật và Nghiên Cứu Thần Học.[21]

---

[20] Nhưng chúng ta có thể nói "Một học giả Kinh Thánh nói rằng..." hay "Mục sư A nói rằng...".

[21] Kevin Gary Smith, *Bài Viết Học Thuật và Nghiên Cứu Thần Học: Sách Hướng Dẫn cho Sinh Viên* (Hà Nội: reSource Leadership International, lưu hành nội bộ, 2017).

5. Nhìn Lại, Nhìn Tới: Thần Học Kinh Thánh

Có một lần tôi đi lên núi cắm trại cùng bố và hai con trai của tôi ở tiểu bang California, là quê hương của tôi. Chúng tôi đã đem ba-lô lên núi, xuống một hồ nhỏ rồi dựng lều, nấu cơm tối. Sau khi rửa bát xong, chúng tôi ngồi thư giãn một chút. Rồi con tôi thấy một con gấu đi bộ trong rừng và nói: "Con gấu kia!" Trong thời gian khoảng 30 phút chúng tôi đã nhìn thấy ba con gấu (hoặc một con gấu nhưng thấy ba lần—tôi không chắc). Câu chuyện kết thúc như sau: bố tôi bước tới và gây tiếng ồn để đuổi con gấu đi chỗ khác. Không ai bị thương, không bị mất đồ. Câu chuyện kết thúc tốt đẹp. Tuy nhiên, vấn đề thứ hai là: làm thế nào kể lại cho mẹ nghe? Mẹ thì luôn quan tâm đến sự an toàn của con. Nếu chúng tôi gặp một con gấu, câu hỏi đầu tiên của người mẹ là: hai cháu có an toàn không? Vì vậy, tôi không kể chuyện này qua điện thoại sau khi rời khỏi rừng vì e rằng mẹ sẽ lo lắng. Tôi chờ cho đến khi về nhà bố mẹ vì lúc đó mẹ có thể nhìn thấy hai đứa cháu trai đều đứng an toàn ở trước mặt mẹ. Khi đó, Mẹ đã biết câu chuyện kết thúc thế nào: cả ông, con, và hai cháu đã về bình an. Trong tình huống đó, biết được kết thúc của câu chuyện sẽ thay đổi tâm trạng và cảm nhận khi nghe về câu chuyện.

Kinh Thánh là một câu chuyện rất dài. Khi chúng ta đọc Cựu Ước, chúng ta đọc những phần được bày tỏ trước khi câu chuyện đi đến cao điểm. Sự giáng sinh và chức vụ của Chúa Giê-xu đã hoàn toàn thay đổi lịch sử nhân loại. Đó là cao điểm của lịch sử cứu chuộc.

Chúa Giê-xu Đã Thay Đổi Lịch Sử Cứu Chuộc

Chúa Giê-xu mang lại một số thay đổi trong mối quan hệ giữa Đức Chúa Trời và con người. Vì vậy, chúng ta không thể nghiên cứu câu chuyện vĩ đại của

Kinh Thánh mà bỏ qua Chúa Giê-xu. *Vì những thay đổi do Chúa Giê-xu đem đến, chúng ta cần xác định vị trí của từng phân đoạn trong chương trình vĩ đại của Đức Chúa Trời, và từ đó áp dụng một cách thích hợp vị trí của chúng ta trong chương trình của Ngài.*

Chúng ta thấy sự thay đổi sau khi Chúa Giê-xu đến được bày tỏ qua nhiều khía cạnh. Ví dụ:

- Đức Chúa Trời đã thay đổi cách bày tỏ chính Ngài cho chúng ta. Theo Hê-bơ-rơ 1:1–2, vào thời Cựu Ước, Ngài phán qua các tiên tri. Còn vào thời đại này, Đức Chúa Trời phán qua chính Con Ngài là Chúa Giê-xu.
- Chúa Giê-xu làm ứng nghiệm luật pháp. Ví dụ, vào thời Cựu Ước người Y-sơ-ra-ên dâng của lễ ở đền thờ, nhưng Chúa Giê-xu đã dâng mình làm "sinh tế một lần đủ cả" (Hê 7:27; cũng xem Rô-ma 6:10).
- Chúa hiện diện và ban sức lực mới qua Đức Thánh Linh. Vào thời Cựu Ước, Chúa hiện diện trong đền thờ và chỉ ban Đức Thánh Linh cho một số người như là tiên tri và vua (ví dụ: 1 Sa 10:9–13). Nhưng sau khi Chúa Giê-xu thăng thiên, Ngài ban Đức Thánh Linh cho tất cả mọi tín hữu (Rô-ma 8:9–11).
- Chúa Giê-xu bày tỏ rằng có Đức Chúa Cha, Đức Chúa Con, và Đức Thánh Linh. Vì vậy, chúng ta biết rằng Đức Chúa Trời là Thiên Chúa có một không hai và lại là ba Ngôi Vị. Ngài là Đức Chúa Trời Ba Ngôi.

Những thay đổi này đòi hỏi chúng ta giải nghĩa và áp dụng Cựu Ước với đôi mắt mới mẻ. Tân Ước cho chúng ta thấy rằng công việc của Đức Chúa Trời trong Cựu Ước đều được hướng đến Chúa Giê-xu và qua Ngài đem đến sự mặc khải đầy đủ của Đức Chúa Trời dành cho con người. Chúng ta không thể nào áp dụng Cựu Ước như thể Chúa Giê-xu chưa đến. Đồng thời, chúng ta cần hiểu Cựu Ước trong bối cảnh gốc (Bối cảnh là trên hết!). Làm thế nào chúng ta giải nghĩa và áp dụng Cựu Ước cho ngày nay?

Chúng ta phải tìm hiểu **thần học Kinh Thánh** (*biblical theology*), là chuyên ngành thần học nghiên cứu Kinh Thánh như một câu chuyện xuyên suốt được Đức Chúa Trời tể trị và bày tỏ qua các đầy tớ Ngài. Mặc dù đây là một chuyên ngành thần học rất lớn, nhưng trong sách này chúng ta tập trung vào hai việc để thực hiện khi giải nghĩa một phân đoạn, đó là:

1. *Nhìn lại* những phân đoạn liên quan được viết trước, và
2. *Nhìn tới* những phân đoạn liên quan được viết sau.

Mục đích của chúng ta là hiểu biết ý nghĩa của một phân đoạn cách phù hợp với toàn bộ sự mặc khải Chúa ban cho chúng ta trong Kinh Thánh, nhất là liên quan đến Chúa Giê-xu. Việc nhìn lại và nhìn tới giúp chúng ta xác định vai trò của phân đoạn chúng ta đang đọc trong câu chuyện lớn của Kinh Thánh. Qua đó chúng ta mới có thể giải nghĩa và áp dụng cho đời sống của chúng ta ngày hôm nay. Trước hết, chúng ta tìm hiểu vị trí của một phân đoạn đối với câu chuyện vĩ đại của Kinh Thánh. Rồi sau đó, chúng ta mới có thể áp dụng vào bối cảnh ngày nay.

Nắm Rõ Câu Chuyện Vĩ Đại của Kinh Thánh

Dĩ nhiên, Kinh Thánh là một quyển sách rất dài cho nên việc nắm rõ câu chuyện của cả Kinh Thánh là một thách thức rất lớn. Tuy nhiên, như một chuyến đi dài có thể được chia thành nhiều chặng, thì câu chuyện Kinh Thánh cũng có thể được chia thành một số phần riêng biệt theo những cột mốc lớn nhất trên con đường từ Sáng Thế Ký đến Khải Huyền. Trong phần này tôi sẽ giới thiệu hai loại mốc trên con đường đó, bao gồm bốn chủ đề chính của Phúc Âm và năm giao ước chính của Kinh Thánh.

Bốn Chủ đề Chính của Phúc Âm

Trong chương 7, tôi giải thích về cốt truyện. Một câu chuyện luôn có một vấn đề cần phải được giải quyết. Và một câu chuyện cũng thường có tình huống đầu và tình huống cuối. Khi xem câu chuyện vĩ đại của Kinh Thánh, chúng ta có thể nhận thấy bốn phần của câu chuyện:

1. Tình Huống Đầu: Đức Chúa Trời đã sáng tạo trời và đất để có nơi ở cho con người dưới sự cai trị của Ngài.
2. Nan đề: Con người đã sa ngã khi chống lại sự cai trị của Đức Chúa Trời và Ngài chịu chết vì tội lỗi của họ.
3. Giải Pháp: Đức Chúa Trời đã tiến hành chương trình cứu chuộc bằng cách ban lời hứa cho Áp-ra-ham, ban phước cho dòng dõi ông và qua ông đem lại phước hạnh cho các nước. Mặc dù có lúc dòng dõi của Áp-ra-ham tin cậy Chúa, nhưng cuối cùng họ thất bại. Chỉ có Chúa Giê-xu có thể làm trọn sứ mệnh Đức Chúa Trời giao cho dòng dõi Áp-ra-ham. Chúa Giê-xu đã giải hòa chúng ta với Đức Chúa Trời bởi thập tự giá và sự sống lại của Ngài.
4. Tình Huống Cuối: Sau khi Chúa Giê-xu trở lại và phán xét thế gian, Đức Chúa Trời sẽ thiết lập vương quốc Ngài trong trời mới, đất mới.

Tóm lược câu chuyện của Kinh Thánh như thế là bỏ qua rất nhiều chi tiết trong Kinh Thánh. Tuy nhiên, bốn cột mốc này có thể giúp bạn liên hệ bất cứ sách nào trong Kinh Thánh với câu chuyện lớn này. Bốn sự kiện của câu chuyện này có thể được tóm lại như là bốn chủ đề chính của Phúc Âm:

Bốn Chủ Đề Chính của Phúc Âm

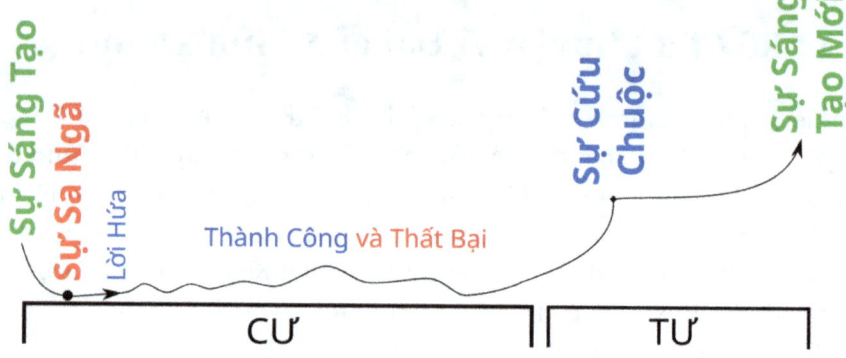

Chúng ta có thể phân tích một câu chuyện hoặc một phân đoạn liên quan đến bốn chủ đề chính này. Ví dụ:

- Phục Truyền 10:12–11:1 là phân đoạn liên quan đến nhiều chủ đề. Câu 14 mô tả sự kiện cả trời và đất đều thuộc về Chúa, là điều dựa trên sự sáng tạo. Câu 15 nói tiếp về tình yêu thương đặc biệt của Chúa cho người Y-sơ-ra-ên, là tình yêu khiến Ngài giải cứu dân Y-sơ-ra-ên và nhận họ là dân sự của Ngài.
- Sự kiện Đa-vít giết Gô-li-át trong 2 Sa-mu-ên 17 minh họa cho sự sa ngã vì người Y-sơ-ra-ên đang chiến đấu với người Phi-li-tin. Xung đột giữa con người với nhau là vấn đề bắt đầu khi Ca-in đã giết A-bên (Sáng 4). Sự kiện này cũng nói đến sự cứu chuộc vì Đa-vít là người được xức dầu của Chúa (1 Sa 16), và Chúa đã giải cứu Đa-vít và qua đó giải cứu người Y-sơ-ra-ên (1 Sa 17:46–47).
- Truyền đạo 12:1–8 là một phân đoạn vừa nói đến Chúa là Đấng Tạo Hóa (sự sáng tạo) vừa mô tả một người lớn tuổi cảm nhận sức khỏe ngày càng xấu đi, là hậu quả của sự sa ngã.
- Ê-sai 25:6–9 có thể liên quan đến cả bốn chủ đề. Thứ nhất, phân đoạn này mô tả những thứ như thịt và rượu (c. 6), là sản phẩm của đất Chúa đã dựng nên (sự sáng tạo). Thứ hai và thứ ba, câu 8 nói về việc Chúa "tiêu diệt sự chết", và c. 9 nói về sự cứu rỗi của Ngài (sự sa ngã và sự cứu chuộc). Còn thứ tư, cả phân đoạn này mô tả một tương lai tốt đẹp

trong vương quốc của Chúa khi Chúa "sẽ lau ráo nước mắt khỏi mặt mọi người," là câu được dùng trong Khải Huyền 21:4 để mô tả thành Giê-ru-sa-lem mới (sự sáng tạo mới).

Như vậy, chúng ta có thể liên hệ một phân đoạn với bốn chủ đề chính của Phúc Âm như là cột mốc để biết vị trí của phân đoạn đó trong cả Kinh Thánh.

Năm Giao Ước Chính của Kinh Thánh

Ngoài ra, chủ đề sự cứu chuộc là một chủ đề được trình bày bằng nhiều cách. Những cách Chúa cứu chuộc con người được bày tỏ qua những giao ước Chúa đã thiết lập với con người trong Kinh Thánh. **Giao ước** (*covenant*) là một thỏa thuận/ cam kết nhằm thiết lập mối quan hệ chặt chẽ giữa hai bên, trong đó cả hai đều đồng ý về: điều kiện, lời thề, hậu quả nếu không thực hiện.[1] Trong Kinh Thánh có năm giao ước chính giữa Đức Chúa Trời và tạo vật của Ngài.

Thứ nhất, Chúa thiết lập giao ước với Nô-ê, dòng dõi của Nô-ê, và tất cả các sinh vật trong Sáng Thế Ký 9:8–11. Giao ước này còn được gọi là **giao ước với công trình sáng tạo** (*covenant with creation*). Giao ước này được thiết lập sau trận lụt lớn, và trong giao ước đó Chúa cam kết không dùng trận lụt lớn "để hủy phá đất nữa" (Sáng 9:11). Cầu vồng là dấu hiệu của giao ước này (Sáng 9:12–17). Giao ước này vẫn còn hiệu lực cho đến ngày nay, có nghĩa Chúa vẫn cam kết thương xót nhân loại bại hoại và không phá hủy trái đất bằng trận lụt lớn nữa. Như vậy, giao ước này áp dụng cho chúng ta cũng như cho bất kỳ ai sống trên đất này, nhưng giao ước này không đòi hỏi chúng ta làm gì cả.

Thứ hai, Chúa đã thiết lập **giao ước với Áp-ra-ham** (*Abrahamic covenant*) trong Sáng Thế Ký 12:1–3 và 7, 15:1–21, và 17:1–14. Trong giao ước này Chúa cam kết:

1. Ban cho Áp-ra-ham dòng dõi đông đúc,
2. Làm rạng rỡ danh của Áp-ra-ham,
3. Ban phước cho Áp-ra-ham và dòng dõi ông (và nguyền rủa ai nguyền rủa Áp-ra-ham và dòng dõi ông) và qua ông ban phước cho các dân tộc, và
4. Ban cho dòng dõi Áp-ra-ham xứ Ca-na-an.

---

[1] George E. Mendenhall và Gary A. Herion, "Covenant", trong *ABD*, b.t D. N. Freedman (New York: Doubleday, 1992), 1179.

Giao ước này có hai yêu cầu cho Áp-ra-ham. Thứ nhất, Áp-ra-ham được Chúa yêu cầu: "Ta là Đức Chúa Trời Toàn Năng; *con hãy bước đi trước mặt Ta và sống thật trọn vẹn*" (Sáng 17:1). Thứ hai, Áp-ra-ham và dòng dõi nam giới của ông phải chịu phép cắt bì như là dấu hiệu của giao ước (Sáng 17:10–14). Giao ước này định hướng cho cả sách Sáng Thế Ký và làm nền tảng cho cuộc xuất hành (Xuất 2:24) và lời cầu thay của Môi-se khi dân Y-sơ-ra-ên phạm tội thờ lạy con bò vàng (Xuất 32:13). Dựa trên giao ước này người Y-sơ-ra-ên chiếm xứ (Xuất 6:8; 33:1; Dân 32:11; Phục 1:8; 9:5) và được Chúa nâng đỡ trong suốt lịch sử của họ (Phục 29:10–15; 2 Các Vua 13:23). Và lời hứa liên quan đến phước hạnh được ban cho các dân tộc qua dòng dõi của Áp-ra-ham được Chúa Giê-xu làm ứng nghiệm trong thập tự giá. Chính Chúa Giê-xu là dòng dõi của Áp-ra-ham trở thành nguồn phước cho chúng ta. Và bởi đức tin chúng ta thừa kế lời hứa cho Áp-ra-ham (Ga 3:7–9, 13–14).

Thứ ba, Đức Chúa Trời thiết lập **giao ước với dân Y-sơ-ra-ên tại Si-nai** (*covenant with Israel at Sinai*) trong Xuất Ê-díp-tô Ký 19–24 (cộng thêm những luật lệ trong Lê-vi Ký và Dân Số Ký và việc tái lập giao ước với thế hệ thứ hai trong sách Phục Truyền). Xuất Ê-díp-tô Ký 19:3–6 tóm tắt sự giao ước này:

> ³Môi-se lên gặp Đức Chúa Trời. Từ trên núi, Đức Giê-hô-va gọi ông và phán: "Con hãy nói với nhà Gia-cốp, và bảo với con dân Y-sơ-ra-ên thế nầy: ⁴'Các con đã thấy điều Ta làm cho người Ai Cập, Ta đã chở các con trên cánh đại bàng, và dẫn các con đến với Ta như thế nào. ⁵Vậy bây giờ, nếu các con thật lòng vâng lời Ta và giữ giao ước Ta thì trong tất cả các dân tộc, các con sẽ là tài sản riêng của Ta; dù cả thế gian đều thuộc về Ta. ⁶Các con sẽ trở thành một vương quốc thầy tế lễ và một dân tộc thánh cho Ta.' Đó là những lời con phải nói lại với con dân Y-sơ-ra-ên."

Giao ước này dựa trên việc Chúa giải cứu người Y-sơ-ra-ên khỏi Ai Cập (c. 4). Đó là ân điển của Chúa, dựa trên tình yêu của Ngài chứ không phải vì điều gì đó tốt đẹp Ngài thấy trong họ (Phục 7:6–8; tham khảo Phục 9:4–5 về xứ). Dựa trên ân điển của Chúa ("Vậy, bây giờ…"), câu 5 kêu gọi người Y-sơ-ra-ên gìn giữ các mệnh lệnh trong giao ước (ví dụ: Mười Điều Răn trong Xuất 20:1–17). Dân tộc các nước đều thuộc về Đức Chúa Trời, nhưng duy người Y-sơ-ra-ên được Ngài tuyển chọn để thực hiện một vai trò đặc biệt (c. 5). Cụ thể, họ phải "trở thành một vương quốc thầy tế lễ và một dân tộc thánh cho Ta" (c. 6). Về một phương diện nào đó, họ đã đóng tốt vai trò đó. Gia đình của Ra-háp được giải cứu và gia nhập dân sự Chúa (Giô-suê 7:25). Ru-tơ cũng được gia nhập dân sự Chúa (Ru-tơ 1:16–17), và cả hai đã trở thành tổ phụ của Đa-vít và Chúa Giê-xu (Mat 1:5–6). Và cũng có sự kiện Sa-lô-môn tiếp nữ hoàng nước Sê-ba và gây ấn tượng về phước hạnh của Chúa cho dân Y-sơ-ra-ên (1 Các Vua 10:1–10). Và còn có một số tình huống khác nữa. Tuy nhiên, mặc dù người Y-sơ-ra-ên lẽ ra phải trở thành "ánh sáng cho các nước, để đem sự cứu rỗi của Ta đến tận cùng trái đất" (Ê-sai 49:6), là phân đoạn áp dụng trước hết cho dân Y-sơ-ra-ên (Ê-sai 49:3), nhưng họ đã vi phạm giao ước và phải đi lưu đày (2 Các Vua 17:6–18; 2 Các Vua 24:1–25:21) như Môi-se đã báo trước (Phục 4:25–31). Vì vậy, Chúa Giê-xu đã đến để thực hiện vai trò này như lời Si-mê-ôn từng tuyên bố (Lu-ca 2:29–32). Chúa Giê-xu đã làm trọn luật pháp (Mat 5:17) và chịu sự rủa sả của luật pháp thay cho chúng ta (Ga 3:11–14).

Thứ tư, Chúa đã thiết lập **giao ước với Đa-vít** (*Davidic covenant*) trong 2 Sa-mu-ên 7:1–17. Giao ước đó bao gồm một số lời hứa cho Đa-vít và dòng dõi ông (theo câu 8–16:

1. Làm nổi danh của Đa-vít (c. 9),
2. Sự bảo vệ của Chúa (c. 10–11),
3. Dòng dõi để cai trị Y-sơ-ra-ên mãi mãi (c. 11–13, 15–16),
4. Sự sửa phạt khi dòng dõi ông phạm tội (c. 14), và
5. Tình thương bất diệt (c. 15).

lời hứa của Ngài xuất hiện nhiều lần trong các thi thiên, nhất là thi thiên hoàng gia (Ví dụ: Thi 2, 18, 20, 21, 72, 132). Dù vậy, dòng dõi của Đa-vít cũng đã vi phạm giao ước và chịu cảnh lưu đày nơi xứ người., khiến cho tác giả Thi Thiên 89 hỏi: "Lạy Chúa, sự nhân từ mà Chúa đã lấy sự thành tín thề hứa với Đa-vít ngày xưa, bây giờ ở đâu?" (Thi 89:49). Sự thất bại của dòng dõi Đa-vít không phải là sự cuối cùng của giao ước. Các tiên tri báo trước về một vị vua sẽ đến. Có lẽ phân đoạn nổi tiếng nhất là Ê-sai 9:5–6 mô tả một đứa con được sinh ra để cai trị trên ngôi Đa-vít. Mặc dù vào thời hậu lưu đày đã có một tổng đốc trong dòng dõi của Đa-vít, là Xô-rô-ba-bên, được Chúa chọn như là "ấn tín" (A-ghê 2:23), nhưng ông chưa là vua vĩ đại sẽ đến. Chúa Giê-xu là Đấng đã đến để nhận ngôi Đa-vít (Lu-ca 1:32–33; cũng xem Khải Huyền 5:5).

Thứ năm, Giê-rê-mi 31:31–34 báo trước về một **giao ước mới** (*new covenant*). Giao ước này được lập trong bối cảnh người Y-sơ-ra-ên đã phá vỡ giao ước được thiết lập tại Si-nai (c. 32). Giao ước này có sự thay đổi, đó là luật pháp được đặt vào lòng của con dân Ngài (c. 33), mang lại sự hiểu biết Chúa trong tất cả mọi người (c. 34). Trong các sách tiên tri có một số manh mối về thay đổi này. Trong đó có hai phân đoạn báo trước về vai trò của Đức Thánh Linh sẽ biến đổi con người ngay từ bên trong (Êxê 36:26–27), là sự biến đổi phổ thông trong dân sự Chúa (Giô-ên 2:28–29). Tân Ước đề cập đến giao ước mới này vài lần. Phao-lô mô tả chức vụ của ông là "phục vụ giao ước mới", là giao ước "trong Thánh Linh", chứ không chỉ nhờ chữ viết mà thôi (2 Cô 3:6). Chính Chúa Giê-xu đã thiết lập giao ước khi Ngài hướng dẫn các môn đồ Ngài làm lễ tiệc thánh (Lu-ca 22:20; 1 Cô 11:25). Điều đó có nghĩa thập tự giá là một phần thiết yếu của giao ước mới. Và đó là điều thư tín Hê-bơ-rơ giải thích. Vai trò của thầy tế lễ trong giao ước cũ (có nghĩa là giao ước được lập với người Y-sơ-ra-ên tại Si-nai) là hình bóng của thực thể trên trời (Hê 8:5), có nghĩa là sự tha tội cho các thánh đồ Cựu Ước, cũng như tín hữu thời giao ước mới, phụ thuộc vào công việc của Chúa Giê-xu làm thầy tế lễ thượng phẩm cho chúng ta (Hê 8:6–13; 9:11–28).

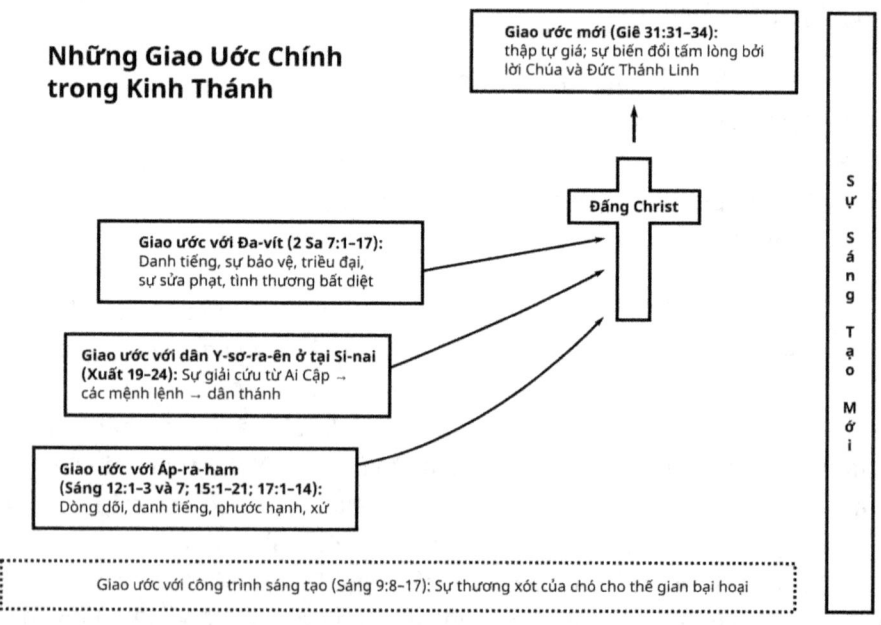

Giao ước với công trình sáng tạo là một giao ước trong trạng thái tiếp diễn, nhưng giao ước với Áp-ra-ham, Y-sơ-ra-ên, và Đa-vít là giao ước hướng đến Chúa Giê-xu và giao ước mới. Câu chuyện Cựu Ước hướng đến Chúa Giê-xu, mang lại sự sáng tạo mới. Như vậy, những điều Cựu Ước hứa được ứng nghiệm trong Tân Ước.

Theo Willem VanGemeren, lời tiên tri và lời hứa cho dân Y-sơ-ra-ên được ứng nghiệm một cách tiệm tiến, tức là Đức Chúa Trời bày tỏ kế hoạch của Ngài theo từng bước. Có những vật thể được xem là một **dấu hiệu** (*token*) trong Cựu Ước, là biểu tượng hoặc đại diện cho một **thực tế** (*reality*) to lớn trong Tân Ước.[2] Ví dụ, thời xưa đền thờ lớn của Sa-lô-môn xây dựng là dấu hiệu về sự hiện diện của Đức Chúa Trời. Đến thời Tân Ước, Cơ Đốc nhân được Đức Thánh Linh ngự trị trong tấm lòng. Đây là một thực trạng lớn hơn đền thờ nhưng chưa phải hoàn toàn là mục đích sau chốt của Đức Chúa Trời. Mục đích cuối cùng của Ngài được bày tỏ trong Khải Huyền 20:1–4:

> Đoạn, tôi thấy trời mới và đất mới; vì trời thứ nhất và đất thứ nhất đã biến đi mất, và biển cũng không còn nữa. Tôi cũng thấy thành thánh, là Giê-ru-sa-lem mới, từ trên trời, ở nơi Đức Chúa Trời mà xuống, sửa soạn sẵn như một người vợ mới cưới trang sức cho chồng mình. Tôi nghe một tiếng lớn từ nơi ngai mà đến, nói rằng: Này, *đền tạm của Đức Chúa Trời ở giữa loài người! Ngài sẽ ở với chúng, và chúng sẽ làm dân Ngài; chính Đức Chúa Trời sẽ ở với chúng*. Ngài sẽ lau ráo hết nước mắt khỏi mắt chúng, sẽ không có sự chết, cũng không có than khóc, kêu ca, hay là đau đớn nữa; vì những sự thứ nhất đã qua rồi" (Dòng in nghiêng là phần tôi nhấn mạnh.)

Vào thời kỳ thành Giê-ru-sa-lêm mới, chúng ta không còn có khoảng cách với Đức Chúa Trời. Tuy nhiên, Khải Huyền vẫn dùng ngôn ngữ của Cựu Ước ("đền tạm") để giúp chúng ta hiểu. Khi đọc Cựu Ước chúng ta nên chú ý đến lời hứa trong Cựu Ước và sự ứng nghiệm trong Tân Ước như thế nào, dấu hiệu trong Cựu Ước trở thành hiện thực trong Tân Ước ra làm sao. Bảng dưới đây cho thấy một số điều trong Cựu Ước được ứng nghiệm trong Chúa Giê-xu và giao ước mới.

Hiểu về mối quan hệ giữa Cựu Ước và Tân Ước sẽ giúp chúng ta biết áp dụng Cựu Ước, là vấn đề trong phần tiếp theo.

Bài tập tự làm: Liên hệ sách với bốn chủ đề chính của Phúc Âm và các giao ước

1. Sách Giô-na liên hệ đến chủ đề nào trong bốn chủ đề chính của Phúc Âm (đặc biệt xem Giô-na 1:9, 14; 2:10; 3:7–10; 4:2, 10–11)?
2. Sách Giô-na liên quan đến (những) giao ước nào trong Kinh Thánh (đặc biệt xem Giô-na 1:9 và 4:2)?

---

[2] Willem A. VanGemeren, *The Progress of Redemption: The Story of Salvation from Creation to the New Jerusalem* (Grand Rapids: Baker, 1988), 24.

Giao Ước Cũ	Giao Ước Mới
Giao ước với Áp-ra-ham: dân lớn và nguồn phước (Sáng 12:2–3)	Cơ Đốc nhân trở thành con cháu của Áp-ra-ham nhờ đặt đức tin nơi Đấng Christ và qua đó được phước (Ga 3:7–9; so sánh Khải 7:9)
Giao ước với dân Y-sơ-ra-ên tại Si-nai: đền tạm và đền thờ (Xuất 26–27)	Đức Thánh Linh ngự trong đời sống của mỗi tín hữu (I Cô 3:16) và tại Giê-ru-sa-lem mới Đức Chúa Trời sẽ ở với dân Ngài (Khải 21:3)
Giao Ước với dân Y-sơ-ra-ên tại Si-nai: các của lễ (Lê 1–7)	Đấng Christ làm của lễ trọn vẹn (Hê-bơ-ro 10:10)
Giao Ước Đa-vít: Đa-vít sẽ có một con làm vua mãi mãi (2 Sa 7:13)	Đấng Christ đang ngồi bên hữu Đức Chúa Trời "cao hơn hết mọi quyền" (Êph 1:20–21) và Ngài sẽ trở lại thiết lập vương quốc của Ngài (1 Cô 15:20–28)

Áp Dụng Phù Hợp Hoàn Cảnh của Chúng Ta vào Câu Chuyện Vĩ Đại của Kinh Thánh

Ngày nay chúng ta đang sống trong giai đoạn giữa sự thăng thiên và sự tái lâm của Chúa Giê-xu. Trong giai đoạn này, trách nhiệm của hội thánh là thực hiện sứ mệnh Chúa giao, đó là giảng Tin Lành cho thế gian cho đến khi mọi dân tộc tin Chúa Giê-xu (Mat 28:18–20; Công Vụ 1:8). Chúa Giê-xu đã đến thiết lập vương quốc của Ngài (Mác 1:15), nhưng Ngài chưa thiết lập cách đầy đủ theo kế hoạch của Chúa vì muốn tạo điều kiện cho các dân tộc biết Ngài. Chúng ta sống trong một thời đại biết về thập tự giá và sự sống lại của Chúa Giê-xu và nhận Đức Thánh Linh. Như vậy, chúng ta phải giải nghĩa và áp dụng Cựu Ước như thể Chúa Giê-xu đã đến rồi. Thần học Kinh Thánh giúp chúng ta áp dụng Cựu Ước phù hợp với vị trí của chúng ta trong chương trình cứu chuộc của Chúa.

Vấn đề nhiều người thắc mắc về Cựu Ước là điều gì trong Cựu Ước còn áp dụng vào ngày nay? Đây là vấn đề gây tranh cãi giữa các học giả cũng như các mục sư. Trên thực tế, hai tín hữu trung tín có thể không đồng ý về những chi tiết trong cách áp dụng Cựu Ước. Cho nên chúng ta phải khiêm nhường và trao đổi với nhau bằng tình yêu thương. Để nói rõ vấn đề này, chúng ta nên phân loại những điều chúng ta thấy trong Cựu Ước. Chúng ta có thể phân thành ba điều liên quan đến điều còn áp dụng vào ngày nay:

1. *Thuộc tính của Đức Chúa Trời không hề thay đổi. Bất cứ điều gì Cựu Ước nói về thuộc tính của Chúa thì ngày nay vẫn đúng như vậy.* Trong lịch sử hội thánh, đã có một ông tên là Marcion (chết vào khoảng năm 160 SC) cho rằng Đấng Tạo Hóa của Cựu Ước (hay phán xét, nổi cơn thịnh nộ, v.v...) là một thần khác với Đức Chúa Trời của Tân Ước, là Đấng yêu thương giống như Chúa Giê-xu. Ông bị giáo hội rút phép thông công vào năm 144 SC.[3] Chúng ta tin rằng Đức Chúa Trời không thay đổi. Ngài là Đấng trường tồn và hoàn toàn thành tín. Như vậy, những điều Cựu Ước nói về Chúa vẫn đúng. Ví dụ, Ngài là Đấng thương xót và cũng là Đấng phạt người có tội (Xuất 34:6–7). Ngài cho thấy hai chân lý đó trong thập tự giá vì qua thập tự giá Chúa đã phạt Đức Chúa Con để thương xót chúng ta.

2. *Trong Cựu Ước có những điều Chúa phán cho người Y-sơ-ra-ên nhưng vẫn áp dụng cho chúng ta ngày nay. Đây là những điều vẫn còn giá trị cho đến ngày nay.* Ví dụ, chúng ta phải hết lòng, hết linh hồn, và hết sức lực kính mến Chúa (Phục 6:5) và yêu kẻ lân cận như chính mình (Lê 19:18) vì Tân Ước lặp lại những mệnh lệnh ấy (Mat 22:37–40; Mác 12:29–31).

3. Cũng có những điều Chúa chỉ phán truyền người Y-sơ-ra-ên tuân giữ và thực hành. *Đó là những điều không đòi hỏi chúng ta áp dụng trong thời nay.* Ví dụ, những lời hướng dẫn liên quan đến đền tạm (Xuất 25–30) hoặc việc giết người Ca-na-an (Phục 7:1–2) không còn hiệu lực vì đó là mệnh lệnh dành cho một thời điểm nhất định. Ngoài ra, chúng ta không làm theo những chỉ dẫn về của lễ (Lê 1–7) vì Chúa Giê-xu đã dâng chính mình làm của lễ một lần đủ cả (Rô 6:10; Hê 7:27; 10:10; 1 Phi 3:18).

Phân loại như thế không giải quyết mọi vấn đề. Những vấn đề nào trong Cựu Ước thuộc loại 2 hoặc loại 3? Có điều chúng ta có thể khẳng định được là hễ một khi Tân Ước đề cập đến những điều thuộc về Cựu Ước, thì chúng ta sẽ biết chắc rằng điều đó còn áp dụng cho thời nay hay không (ví dụ: Chúa Giê-xu khẳng định lại hai điều răn quan trọng nhất trong Mat 22:37–39). Tuy nhiên, Tân Ước không đề cập đến tất cả. Ví dụ, chúng ta có cần giữ ngày Sa-bát không? Mặc dù Chúa Giê-xu hướng dẫn thêm về ngày Sa-bát (ví

---

[3] F. L. Cross và Elizabeth A. Livingstone, b.t.v, "Marcion", trong *The Oxford Dictionary of the Christian Church* (Oxford: Oxford University Press, 2005), 1040.

dụ, xem Mác 2:23–28), nhưng Ngài không giải thích rõ trách nhiệm của tín hữu về ngày Sa-bát. Phao-lô có dạy chúng ta không nên để người ta phán xét mình vì ngày Sa-bát. Tuy nhiên, chúng ta có nên giữ ngày Sa-bát không? Tân Ước không nói rõ. Và có nhiều điều Cựu Ước nói đến mà Tân Ước không xác định liệu điều đó vẫn còn áp dụng hay không. Để tìm hiểu thêm về chủ đề này, tôi đề nghị bạn đọc sách *Ngọt Hơn Mật: Giảng Các Sách Cựu Ước* của Christopher J. H. Wright (NXB Tôn Giáo, 2019). Đó là quyển sách hướng dẫn khéo léo và dễ hiểu. Ông Wright là thầy giáo giỏi về thần học Kinh Thánh sẽ giúp bạn trau dồi sự khôn ngoan trong cách giải nghĩa Kinh Thánh.

Kết Luận

Hành trình qua cả Kinh Thánh là một cuộc phiêu lưu. Có lúc chúng ta bối rối, nhưng ngay cả tình huống bối rối cũng có thể dẫn chúng ta đến gần với Chúa hơn. Chúng ta biết đoạn kết của câu chuyện này rồi. Cảm ơn Chúa vì Ngài ban cho chúng ta Cựu Ước để đem lại cho chúng ta niềm hy vọng (Rô-ma 15:4).

6. Nhìn Đây:
Áp Dụng và Giảng Dạy Cựu Ước

Ngư dân cần có thuyền và lưới;' nông dân cần có hạt giống, nước, và nông cụ; bác sĩ cần có thuốc; còn giáo viên thì cần sách vở. Ngư dân không có thuyền hay lưới có đánh được nhiều cá không? Nông dân không có hạt giống, nước, và nông cụ có thu hoạch vụ mùa được không? Bác sĩ mà không có thuốc thì có chữa được cho nhiều bệnh nhân không? Thầy giáo không có sách vở thì có thông tin để dạy không? Tất nhiên là không. Mỗi nghề nghiệp đòi hỏi phải có công cụ riêng của nghề đó và người "phục vụ lời Chúa" cũng không ngoại lệ. "Phục vụ lời Chúa" là một cụm từ được dùng trong Công Vụ 6:4 nói về việc giảng dạy lời Chúa cho hội thánh. Và hiển nhiên công cụ của người phục vụ lời Chúa cách trung tín ấy là Kinh Thánh. Chương này hướng dẫn cách sử dụng công cụ lời Chúa để phục vụ lời Chúa cho hội thánh. Tuy nhiên, Kinh Thánh không những là công cụ mà còn là phương tiện Chúa dùng để biến đổi chính chúng ta. Như vậy, phân đoạn này tìm hiểu cách áp dụng lời Chúa với mục đích sao cho cả người giảng lẫn người nghe đều được Chúa biến đổi bởi lời của Ngài. Chúng ta muốn trở nên giống như E-xơ-ra là người "chuyên tâm nghiên cứu luật pháp của Đức Giê-hô-va, tuân giữ và dạy cho dân Y-sơ-ra-ên biết luật pháp" (E-xơ-ra 7:10).

Phạm Vi của Việc Áp Dụng

Áp dụng là gì? **Áp dụng** (*application*) Kinh Thánh là quá trình thực hiện sứ điệp của lời Chúa trong đời sống của người nghe hoặc đọc lời ấy. Và quá trình này là quá trình toàn diện, bao gồm sự hiểu biết, thái độ, cảm xúc, và hành vi của chúng ta. Nói cách tổng quát, áp dụng lời Chúa toàn diện trên mọi mặt.

Chúng ta có thể thấy tính toàn diện của việc áp dụng lời Chúa qua sách Phục Truyền. Trong Phục Truyền 4:10–13 Môi-se trích dẫn lời Chúa phán cho ông, bao gồm một số bước trong việc áp dụng. Ngài đề cập đến việc nghe (c. 10) để họ "học tập kính sợ" Chúa và "biết dạy lại lời đó cho con cái mình" (c. 10). Ngài phán để họ "tuân giữ" luật pháp (c. 13). Họ phải lắng nghe (nhận sự hiểu biết), kính sợ (có đúng thái độ), dạy lại (truyền lại sự hiểu biết), và tuân giữ (hành vi) những điều Chúa phán cho họ.

Trong phân đoạn khác, Môi-se mô tả những yêu cầu Chúa dành cho dân sự Chúa như thế này:

> "Vậy, hỡi Y-sơ-ra-ên, điều mà bây giờ Giê-hô-va Đức Chúa Trời đòi hỏi anh em là gì nếu không phải là *tôn kính* Giê-hô-va Đức Chúa Trời, *đi* trong đường lối Ngài, hết lòng hết linh hồn mà *kính mến* và *phục vụ* Giê-hô-va Đức Chúa Trời, *tuân giữ* các điều răn và luật lệ của Đức Giê-hô-va mà tôi truyền cho anh em ngày nay, để anh em được phước?" (Phục Truyền 10:12–13, phần nhấn mạnh của tôi)

Hãy chú ý đến những động từ được in nghiêng ở trên. Những động từ này cũng bày tỏ phạm vi của việc áp dụng:

- "tôn kính": Từ này cũng có thể được dịch là "kính sợ" (cũng như trong Phục 4:10). Đây là từ liên quan đến đức tin nơi Chúa và sợ thờ phượng nhận biết Chúa là Đấng Chí Cao. Đây là động từ mô tả thái độ.
- "đi trong đường lối Ngài": Cụm từ này mô tả đời sống làm theo những hướng dẫn và mệnh lệnh trong lời Chúa. Cụm từ này mô tả hành vi.
- "phục vụ": Đây là động từ liên quan đến sự thờ phượng. Đây là thái độ dẫn đến hành động tôn vinh Chúa.
- "tuân giữ các điều răn và luật lệ": Cụm từ này cũng mô tả hành vi vì đa số điều răn nhắm đến hành động. Tuy nhiên, trong Mười Điều Răn, điều răn thứ 10 nhắm đến thái độ ("Con không được tham muốn...", Xuất 20:17).

Sau hai câu được trích dẫn ở trên, Môi-se kêu gọi "cắt bì tấm lòng của anh em và đừng cứng cổ nữa" (Phục 10:16). Việc áp dụng xuất phát từ tấm lòng (bên trong), và sau đó dẫn đến hành vi bên ngoài. Câu 18 nhấn mạnh việc vâng giữ lời Chúa ảnh hưởng đến mối quan hệ trong xã hội, cụ thể là bảo vệ những người yếu nhất trong xã hội (c. 18). Đó là hành động bên ngoài. Áp dụng cũng bao gồm mối quan hệ với Chúa, là thái độ kính sợ và gắn bó với Chúa (c. 20).

Như vậy, áp dụng phải toàn diện, phù hợp với nội dung của lời Chúa. Giống như nhiều nhà giáo dục, chúng ta có thể nghĩ mục tiêu của giáo dục là biến đổi **đầu, tim, và tay** (head, heart, and hands) của người học. Dù bạn đọc chuyện kể hoặc bài thơ hoặc điều luật hoặc lời tiên tri, chúng ta cũng cần phải trả lời một số câu hỏi:

- Phân đoạn này dạy tôi hiểu và tin điều gì (đầu)?
- Phân đoạn này khích lệ tôi có thái độ và cảm xúc như thế nào (tim)?
- Phân đoạn này hướng dẫn tôi phải làm gì (tay)?

Ví dụ, Lê-vi Ký 19:11–12 chép:

> Các con không được trộm cắp, không được nói dối và lừa đảo nhau. Các con không được lấy danh Ta mà thề dối, vì như vậy là xúc phạm đến danh của Đức Chúa Trời mình. Ta là Đức Giê-hô-va.

Rõ ràng việc "trộm cắp", "nói dối", "lừa đảo", và "thề dối" liên quan đến hành vi (tay). Tuy nhiên, chúng ta thấy chúng cũng liên quan đến tấm lòng vì thề dối trong danh Chúa là làm một việc hoàn toàn ngược lại với thái độ bên trong (vì trong lòng chẳng có ý định thực hiện điều mình thề). Ngoài ra, hành động như thế "xúc phạm đến danh của Đức Chúa Trời", bày tỏ thái độ không kính sợ Chúa (tim). Và phần cuối khẳng định một chân lý: "Ta là Đức Giê-hô-va", nói đến thuộc tính của Chúa, là Đấng công bằng, chân thật, và thánh khiết. Ngoài ra, "Giê-hô-va" (Gia-vê) là tên được dùng trong giao ước với người Y-sơ-ra-ên, khẳng định mối quan hệ với Ngài. Những điều đó là nội dung họ phải hiểu và tin (đầu).

Bạn cũng xem thêm Thi Thiên 25:4–5:

> Lạy Đức Giê-hô-va, xin cho con biết các đường lối Ngài
> Và dạy dỗ con các nẻo đường Ngài.
> Xin dẫn con trong chân lý của Ngài và dạy dỗ con,
> Vì Ngài là Đức Chúa Trời, Đấng cứu rỗi con;
> Hằng ngày con trông đợi Ngài.

Đây là hai câu rất ý nghĩa. Ba dòng đầu tiên là lời cầu xin kiến thức (đầu) để Đa-vít có thể đi theo con đường của Chúa (tay). Ba dòng cuối khẳng định chân lý về Chúa (đầu) và bày tỏ thái độ tin cậy Chúa (tim). Cả phân đoạn bày tỏ thái độ sẵn sàng học hỏi và tin cậy (tim). Chỉ có hai câu, nhưng lời Chúa ở đây áp dụng cho cả đầu, tim, và tay của chúng ta.

Tiêu Chuẩn của Việc Áp Dụng

Áp dụng phải toàn diện. Tuy nhiên, áp dụng không phải là việc dễ dàng. Ngay cả khi có Đức Thánh Linh và thái độ sẵn sàng, chúng ta vẫn có thể gặp khó khăn trong việc áp dụng vào đời sống của mình. Điều chúng ta phải nhìn nhận là giữa chúng ta và Kinh Thánh có một khoảng cách rất xa về thời gian, ngôn ngữ, và văn hóa.

Các học giả gọi đây là hai chân trời, giống như chúng ta đứng ở bờ bên này hồ nước nhìn qua thấy người ở bờ bên kia. Hai người đứng ở hai vị trí cách xa nhau:

1. Chân trời của bản văn (có nghĩa là bối cảnh lịch sử, ngôn ngữ, và nền văn hóa của tác giả)
2. Chân trời của chúng ta, bao gồm cả người đọc lẫn người nghe bài giảng (có nghĩa là bối cảnh lịch sử, ngôn ngữ, và nền văn hóa của chúng ta)

Thách thức đối với chúng ta là làm thế nào để hội nhập vào chân trời của bản văn và chân trời của người nghe giảng.[1] Hoặc nói theo hình ảnh của hồ nước, làm thế nào để băng qua hồ, lấy những gì ở bên kia hồ đem về phía bên mình để sử dụng. Đây là một thách thức lớn. Nói như vậy ngụ ý có hai tiêu chuẩn cho việc áp dụng:

1. Ý áp dụng phải dựa trên những điều được lời Chúa khẳng định hoặc ngụ ý. Chúng ta không bịa ra ý áp dụng mà nội dung không xuất phát từ lời Chúa.
2. Cách áp dụng phải phù hợp với bối cảnh ngày nay. Chúng ta không áp dụng theo cách không phù hợp với người nghe.

Những chương tiếp theo sẽ đề cập đến một số nguyên tắc giúp chúng ta hội nhập phương trời sao cho phù hợp với thể loại văn chương của phân đoạn Kinh Thánh mà mình nghiên cứu. Điều quan trọng ở đây là chúng ta phải quan tâm đến cả hai chân trời. Giảng dạy cho hội thánh là tuyên bố sứ điệp lời Chúa cho người nghe thời nay. Vì vậy, trong phần còn lại của chương này tôi trình bày một số điều quan trọng về quá trình chuyển từ bản văn đến bài giảng.

---

[1] "Sự hội nhập chân trời" của bản văn và người đọc là ý tưởng của Hans Georg Gadamer, nhà triết học Đức của thế kỷ 20. Ông cho rằng sự hội nhập hai chân trời này là một cuộc đối thoại giữa bản văn và người đọc, trong đó người đọc đem những câu hỏi của mình đến bản văn, còn bản văn biến đổi câu hỏi của người đọc. Như vậy, việc đọc là cuộc đối thoại giữa bản văn và người đọc (Grant R. Osborne, *The Hermeneutical Spiral: A Comprehensive Introduction to Biblical Interpretation* [IVP Academic, 2006], 471).

Những Bước Soạn Ý Chính của Bài Giảng

Có lẽ điều quan trọng nhất mà một người học thần học cần phải biết là chức vụ truyền đạt lời Chúa phải dựa vào lời Chúa. Bạn có thể nói: "Cần gì phải nói như thế? Dĩ nhiên, một người giảng dạy lời Chúa thì phải dùng lời Chúa chứ!" Tuy nhiên, theo kinh nghiệm của tôi, các mục sư có những quan điểm khác nhau về chức vụ này. Có mục sư giảng theo chủ đề mà không đọc phân đoạn Kinh Thánh nào. Có mục sư giảng chủ đề dựa vào một câu Kinh Thánh nhưng thật ra chỉ trình bày ý tưởng của riêng mình. Nhưng cũng có mục sư giảng một phân đoạn Kinh Thánh dựa theo ý chính của phân đoạn Kinh Thánh. Trong ba kiểu bài giảng này, chỉ có kiểu cuối cùng là rao giảng lời Chúa cách trung tín, cũng được gọi là giảng giải kinh. Trong sách *Giảng Giải Kinh*, Haddon Robinson đã định nghĩa:

> Giảng giải kinh là sự chuyển tải khái niệm của Kinh Thánh, được rút ra và truyền đạt qua phần nghiên cứu về lịch sử, văn phạm, và văn chương của một phân đoạn theo mạch văn Kinh Thánh, mà người giảng dạy đã được Đức Thánh Linh dạy dỗ trước để sau đó truyền đạt điều mình kinh nghiệm được cho người nghe.[2]

Phần quan trọng nhất của định nghĩa này là chức vụ trung tín rao giảng lời Chúa hoàn toàn dựa vào lời Chúa. Ý chính của một bài giảng phải được người giảng "rút ra và truyền đạt qua" việc nghiên cứu trước của người đó về một phân đoạn Kinh Thánh. *Công việc giải nghĩa là rút ra ý nghĩa của một phân đoạn Kinh Thánh, còn công việc của giảng giải kinh là truyền đạt và áp dụng kết quả của giải nghĩa.* Robinson nói thêm rằng sau phần giải nghĩa "tại tòa giảng, người giải kinh trình bày đủ sự nghiên cứu của mình cho hội chúng để người nghe có thể tự kiểm tra sự giải nghĩa ấy."[3] Giá trị của cách giảng dạy này giúp người nghe nhận biết sứ điệp được bày tỏ bởi thẩm quyền của lời Chúa. Vì vậy, người nghe từ đó có thể học cách cách nghiên cứu Kinh Thánh thông qua việc mục sư trình bày điều ông đã học. Nhưng điều quan hệ muốn nói là phải sao cho người nghe dù không học thần học vẫn có thể nhận biết rõ ràng sứ điệp của bài giảng thực sự đến từ lời Chúa chứ không phải lời ra từ cá nhân mục sư.

---

[2] Robinson, *Giảng Giải Kinh*, 25.
[3] Robinson, 28.

Tại sao tôi phải nói đến vấn đề này trong sách nhập môn giải nghĩa Cựu Ước?[4] Thứ nhất, chương 1 đã nhấn mạnh rằng mục đích của công việc giải nghĩa Kinh Thánh là áp dụng lời Chúa cho người sống trong bối cảnh hiện nay, cho nên đề cập vấn đề này ở đây là điều phù hợp. Thứ hai, theo kinh nghiệm của tôi, nhiều mục sư, đặc biệt khi giảng dạy một phân đoạn Kinh Thánh Cựu Ước, cho rằng mình phải có "sứ điệp thuộc linh" hay "ý nghĩa về sự cứu rỗi" thì bài giảng mới đầy đủ. Mục sư nói "Đây là ý nghĩa thuộc linh..." và đề cập đến một điều khác với ý nghĩa hiển nhiên trong bản văn. Mặc dù điều này không phải là tà thuyết nhưng cũng không phải là sứ điệp của lời Chúa và không bày tỏ thẩm quyền lời Chúa. Ngoài ra, các tín hữu sẽ nghĩ: "Ồ, tôi không biết ý nghĩa đó. Hình như phải làm mục sư mới hiểu được Kinh Thánh," và họ bỏ lỡ việc nghiên cứu Kinh Thánh, không cần cố gắng tìm hiểu lời Chúa. Do đó, một bài giảng như vậy dù "sử dụng" lời Chúa nhưng khác với ý định của Đấng đã soi dẫn lời đó, và vô hình tạo nên khoảng cách giữa lời Chúa với hội chúng. Mục đích của việc giảng dạy lời Chúa không phải để che khuất lời Chúa phía sau bài giảng!

Theo tôi, chúng ta không nên đặt ra cái gọi là "ý nghĩa thuộc linh" để có một sứ điệp tự cho là xứng đáng để hội thánh nhận lãnh. Chúng ta chỉ cần giảng lời Chúa. Tất nhiên, việc giảng giải Cựu Ước không phải là một việc đơn giản như giảng giải các thư tín của sứ đồ Phao-lô (Trên thực tế, giảng thư tín cũng không đơn giản!). Tuy nhiên, cả hai đều có một nguyên tắc chính giống nhau: một bài giảng dựa vào lời Chúa mới bày tỏ thẩm quyền lời Chúa.

Vậy thì ta phải hình thành ý chính của bài giảng từ ý chính của bản văn như thế nào? Nhiều sách tuyên đạo pháp đưa ra các phương pháp gần giống nhau. Tôi sẽ tóm tắt phương pháp của hai quyển sách tuyên đạo pháp.

Trong quyển *Soạn Bài Giảng Giải Kinh*, Ramesh Richard đề nghị chúng ta xác định ý nghĩa của bản văn, là ý tưởng thống nhất cả bản văn, gồm có chủ đề ("Qua bản văn tác giả nói gì?") và ý chính ("Tác giả nói gì về những điều ông đang nói trong bản văn?").[5] Nói đơn giản hơn: Một câu nói lên **ý chính bản văn** (*main idea of the passage*) là câu nói có thể tóm tắt sứ điệp chính của bản văn. Sau đó, chúng ta lấy ý chính của bản văn và đặt câu hỏi: "Dựa vào ý chính của bản văn này, Đức Chúa Trời muốn những người nghe tôi giảng phải hiểu và làm theo điều gì?" Từ câu hỏi này, chúng ta có thể viết

---

[4] Như tôi đề nghị trong chương trước, nếu muốn học thêm về chủ đề giảng dạy Cựu Ước, tôi đề nghị bạn đọc cẩn thận (Christopher J. H. Wright, *Ngọt Hơn Mật: Giảng Các Sách Cựu Ước*, b.d Lan Khuê và Huệ Anh [Hà Nội: NXB Tôn Giáo, 2019]).

[5] Ramesh Richard, *Soạn Bài Giảng Giải Kinh: Phương Pháp 7 Bước*, b.t Nguyễn Vĩnh Duy, b.d Thân Huệ Anh và Đỗ Thị Thanh Phương (Lưu Hành Nội Bộ, không ngày), 37.

ra một câu **mục đích của bài giảng** (*purpose of the sermon*) của mình.⁶ Sau đó, chúng ta hình thành **ý chính bài giảng** (*main idea of the sermon*). Ông đã mô tả quá trình soạn bài giảng, từ đầu đến cuối theo sơ đồ bên dưới.

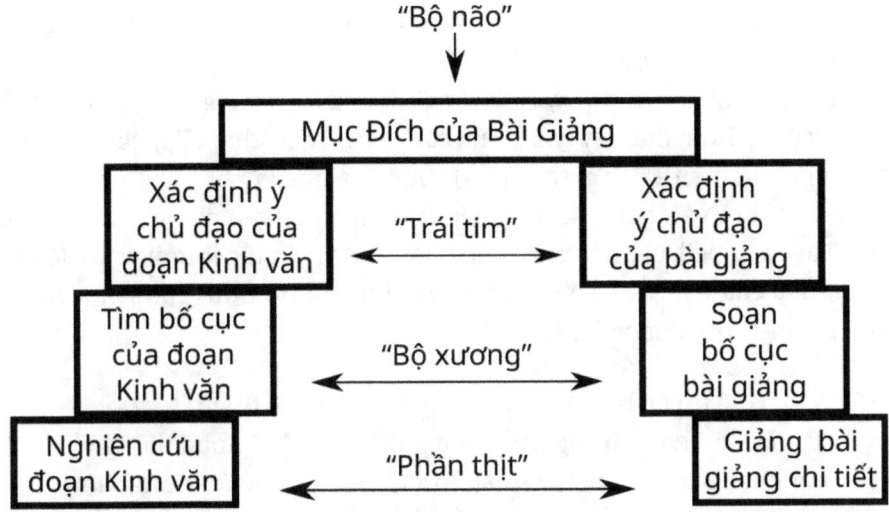

Tôi lấy một ví dụ từ Thi Thiên 1. Cấu trúc của Thi Thiên 1 bao gồm hai phần:

1. Người yêu mến lời Chúa được phước (c. 1–3).
2. Kẻ ác sẽ bị diệt vong (c. 4–6).

Đó là bố cục, nói về hai con đường. Khi so sánh hai con đường này, Thi Thiên 1 nói lời Chúa (chủ đề) và dạy rằng một người làm theo lời Chúa thì được phước, có cuộc sống tốt đẹp, còn người không làm theo lời Chúa sẽ không được hưng thịnh và bị hình phạt (ý bổ sung). Như vậy, để tóm lại sứ điệp của thi thiên, chúng ta có thể soạn ý chính cho phân đoạn này như sau:

> **Ý chính phân đoạn (Thi 1):** Lời Chúa đem lại phước hạnh cho người làm theo, còn ai không làm theo sẽ bị hình phạt.

> **Mục đích bài giảng (Thi 1):** Tôi muốn thuyết phục người nghe biết cuộc đời sống theo lời Chúa tốt hơn cuộc đời không vâng theo lời Ngài.

Ý chính của thi thiên này có chủ đề là "giá trị của lời Chúa" và ý bổ sung là "lời Chúa mang lại nhiều phước hạnh cho người nào vâng theo, nhưng người không vâng theo sẽ gặp khó khăn và thậm chí bị hình phạt."

---
⁶Richard, 45–46.

Ý chính bài giảng (Thi 1): Chúng ta nên làm theo lời Chúa vì sự khôn ngoan của lời Chúa mang lại phước hạnh lớn cho người vâng theo.

Ý chính bài giảng vừa xuất phát từ ý chính của bản văn vừa áp dụng ý đó cho người nghe. Như thế, những việc tôi làm khi nghiên cứu bản văn sẽ định hướng cho bài giảng.

Bryan Chapell trong quyển *Christ-Centered Preaching* cũng đưa ra một phương pháp hình thành ý chính của bài giảng. Theo Chapell, ý chính (Chapell gọi ý chính là **mệnh đề** (*proposition*) của bài giảng là "sự phối hợp chân lý phổ thông dựa vào bản văn với việc áp dụng dựa vào chân lý phổ thông đó."[7] Theo Chapell, chân lý phổ thông này là nguyên tắc thường gặp để tóm tắt sứ điệp của bản văn, có thể áp dụng cho mỗi tín hữu. Chapell lấy sách Giô-na làm ví dụ. Chapell giải thích:

> Ta có thể tuyên bố "Giô-na cuối cùng đã đi đến thành Ni-ni-ve" là điều có thật, nhưng đây không phải là chân lý phổ thông vì nó không đưa ra nguyên tắc Kinh Thánh được áp dụng một cách phổ thông. Lời tuyên bố trên chỉ mang tính mô tả bản văn; nó không phát triển sứ điệp. Tuy nhiên, câu chuyện về Giô-na ủng hộ nguyên tắc "phục vụ Chúa đòi hỏi sự vâng phục" là một chân lý phổ thông có thể áp dụng cho tất cả các tín hữu. Khi chân lý này được phối hợp với việc áp dụng thích hợp như "Vì phục vụ Chúa đòi hỏi sự vâng phục, nên chúng ta phải tìm biết ý muốn của Ngài," ta thấy có một vấn đề khác xuất hiện.[8]

Tóm tắt phương pháp của Chapell, chúng ta phải tìm ra nguyên tắc phổ thông trong bản văn và viết thành một câu tuyên bố áp dụng nguyên tắc đó cho người nghe.

Chapell cũng đề cập đến vấn đề tìm nguyên tắc phổ thông mang tính cứu chuộc. Vì thật sự chúng ta không thể làm theo lời Chúa bởi sức riêng, nên không phải lúc nào bài giảng của chúng ta cũng cần kêu gọi: "Hãy làm việc này, hãy làm việc kia" vì người nghe thường thất bại trong việc áp dụng. Chapell đề nghị chúng ta để cho người nghe biết nội dung cứu chuộc của mỗi bản văn để giúp họ không nỗ lực bằng sức riêng nhằm chống lại cám dỗ nhưng phải ý thức rõ công việc của Đấng Christ là nền tảng duy nhất để

---

[7] Bryan Chapell, *Christ-Centered Preaching: Redeeming the Expository Sermon* (Grand Rapids: Baker, 1994), 140.

[8] Chapell, 141.

các tín hữu được Đức Chúa Trời chấp nhận.[9] Trước hết, chúng ta phải xác định **tình trạng chung của con người sa ngã** (*fallen condition focus*) trong bản văn, tức là lĩnh vực mà con người cố gắng đạt được nhưng thất bại vì tội lỗi.[10] Sau đó, chúng ta phải xác định **ân điển cứu chuộc** (*redemptive focus*) của bản văn, tức là cách thức bản văn bày tỏ kế hoạch, mục đích, và lý do Đức Chúa Trời cứu chuộc tội nhân.[11] Nói cách khác, chúng ta phải tìm ra những điểm con người không đáp ứng được yêu cầu của Đức Chúa Trời và phương cách Ngài ban ân điển cứu chuộc chúng ta ra khỏi tình trạng sa ngã của mình.

Dù chọn lựa phương pháp nào (hoặc dùng cả hai), thì bài giảng của chúng ta nhất định phải dựa vào lời Chúa. Lý do rất đơn giản: càng dựa vào lời Chúa bao nhiêu thì bài giảng của chúng ta sẽ càng bày tỏ thẩm quyền lời Chúa bấy nhiêu. Chúng ta muốn "nhìn đây", có nghĩa là để lời Chúa soi sáng trên đời sống của chúng ta nhằm biến đổi chúng ta theo hình ảnh của Chúa Giê-xu. Nguyên tắc này vô cùng quan trọng cho việc giảng dạy Cựu Ước. Việc đầu tiên hơn hết là cần hình thành ý chính của bài giảng hoàn toàn dựa theo ý chính của bản văn Kinh Thánh.

Một Số Lời Đề Nghị về Việc Giảng Dạy Cựu Ước

Quyển sách này không phải là quyển tập trung vào việc giảng dạy. Cho nên phần còn lại không mô tả từng bước cách soạn bài giảng. Tuy nhiên, tôi thấy nhiều sinh viên và mục sư giảng Cựu Ước nên tôi muốn chia sẻ một số nguyên tắc theo góc nhìn của một học giả Kinh Thánh để hướng dẫn người soạn bài giảng về Cựu Ước.

Đừng Rao Giảng Đặt Con Người Làm Trọng Tâm

Thứ nhất, chúng ta phải tránh đặt con người làm trọng tâm của bản văn. Trên thực tế, Chúa là trọng tâm. Ngài là nhân vật và anh hùng chính của cả Kinh Thánh. Dĩ nhiên, mục đích của bài giảng là nhắm đến con người, tức là chúng ta muốn con người nghe lời Chúa và được gây dựng. Chúng ta không giảng cho Chúa nghe! Tuy nhiên, "phương thuốc" mà chúng ta

---
[9] Chapell, 289.
[10] Chapell, 291.
[11] Chapell, 295.

đề nghị khi giảng dạy Kinh Thánh không phải là phương thuốc loài người. Phương thuốc của loài người là nỗ lực của con người. Mặc dù chúng ta đưa ra một tấm gương tốt và hướng dẫn người ta vâng phục lời Chúa, nhưng cuối cùng cách giải quyết vấn đề thuộc linh luôn dẫn chúng ta trở về với Đức Chúa Trời và ân điển của Ngài trong Đấng Christ. Khi giảng dạy Cựu Ước chúng ta nên chú ý đến hai sai lầm thường gặp.

Sai lầm thứ nhất là bài giảng tập trung nhiều vào sự cố gắng của con người hơn là ân điển của Đức Chúa Trời. Nếu chỉ rút ra một bài học gì đó từ Cựu Ước về con người nhưng thiếu ân điển của Đức Chúa Trời và quyền năng của Đức Thánh Linh, chúng ta sẽ luôn sống thất vọng và độc ác. Đó là lý do chúng ta cần giao ước mới (Giê 31:31–34). Người Giu-đa vào thời của tiên tri Giê-rê-mi đã khám phá rằng họ không đáng được làm dân sự Chúa. Họ thờ hình tượng và phải đi lưu đày vì vi phạm giao ước Chúa lập với họ tại Si-nai. Giê-rê-mi giải thích rằng giao ước được lập với người Y-sơ-ra-ên vào thời của Môi-se có một điểm yếu, đó là con người yếu đuối và bất tuân. Và giải pháp cho sự sa ngã của con người thuộc về Đức Chúa Trời: "Ta sẽ đặt luật pháp Ta vào lòng dạ chúng và khắc ghi lên tâm khảm chúng" (Giê 31:33). Đó là phương thuốc hiệu nghiệm hoàn toàn đến từ Đức Chúa Trời. Ê-xê-chi-ên 37 giải thích thêm rằng tấm lòng mới này là do Đức Thánh Linh mang lại. Nếu chúng ta bảo tín đồ cố gắng hết sức nhưng lại không làm việc bởi quyền năng của Đức Thánh Linh thì họ ắt sẽ bị thất bại. Đó là bài học xương máu của dân Y-sơ-ra-ên. Vì vậy, chúng ta dạy về các mạng lệnh của Đức Chúa Trời nhưng đồng thời chúng ta phải nhắc lại cho hội thánh về ân điển của Đức Chúa Trời trong Đấng Christ và quyền năng của Đức Thánh Linh mà tín đồ được ban cho.

Sai lầm thứ hai là nhấn mạnh nhân vật Cựu Ước như là những gương mẫu để chúng ta noi theo. Một trong những cách áp dụng Cựu Ước rất phổ biến là đưa ra hình ảnh của một nhân vật gương mẫu trong Kinh Thánh mà chúng ta nên bắt chước về hành vi, đức tin, hay một điều nào khác. Greidanus đề nghị chúng ta nên tránh phương pháp này, vì làm như thế chúng ta sẽ bỏ qua khoảng cách giữa lịch sử/ văn hóa của bản văn với thời nay. Mặc dù phương pháp này giúp chúng ta dễ có được bài giảng hấp dẫn, nhưng làm vậy không theo đúng ý định thật của bản văn. Greidanus cho rằng phương pháp này gây ra nhiều vấn đề, đặc biệt là chúng ta không biết chắc chắn liệu một nhân vật nào đó có thực sự là một tấm gương tốt hay không, trừ khi tác giả đánh giá nhân vật đó.[12] Ví dụ, nhiều người xem Ghi-đê-ôn là tấm gương của người biết tìm kiếm ý muốn Chúa khi ông sử dụng mớ lông chiên để thử xem Chúa có thực sự giải cứu hay không (Quan 6:36–

---

[12] Greidanus, *The Modern Preacher and the Ancient Text*, 161–62.

40). Tuy nhiên, rõ ràng ông không phải là tấm gương tốt vì ông thử Chúa sau khi Ngài đã hứa giải cứu (Quan 6:36). Ông cũng nhận biết sai lầm của mình vì ông cầu xin Chúa đừng nổi giận với ông lúc ấy (Quan 6:39). Chúa là Đấng chậm giận, nhưng hành động của Ghi-đê-ôn không phải là tấm gương tốt để chúng ta noi theo. Tuy rằng tác giả Các Quan Xét không nói rõ điều đó nhưng trình thuật sự kiện để chúng ta tự nhận xét và đưa ra kết luận. Không phải lúc nào tác giả cũng đánh giá nhân vật cho nên chúng ta phải cẩn thận e rằng chúng ta sử dụng một nhân vật với mục đích khác với ý của tác giả.[13] Greidanus cũng cho rằng giảng dạy theo nhân vật sẽ dễ chuyển sự chú ý của người nghe từ Đức Chúa Trời sang con người; Kinh Thánh tập trung vào nhân vật chính là Đức Chúa Trời, nhưng bài giảng lại lấy con người làm nhân vật trung tâm.[14]

Như vậy, bài giảng về Cựu Ước nên tránh phương pháp đưa ra gương mẫu con người (ngoại trừ Chúa Giê-xu), trừ khi có một bản văn thực sự đưa ra một ví dụ rõ ràng. Trường hợp một nhân vật rõ ràng là gương mẫu, chúng ta cũng nên cẩn thận không nâng nhân vật đó lên vị trí cao như các vị thần. Bài giảng nên đặt Đức Chúa Trời làm trọng tâm. Nhân vật Kinh Thánh có thể dùng làm ví dụ để nhận biết về ân điển của Đức Chúa Trời, hoặc thông qua nhân vật ấy giúp người nghe học được cách đặt đức tin nơi chính Chúa như thế nào. Chúng ta có thể cảm thông hay cảm động về nhân vật Cựu Ước nào đó, nhưng điều quan trọng hơn hết, đức tin của chúng ta tuyệt nhiên phải đặt nơi Đức Chúa Trời.

Nhìn chung, đa số các nhân vật trong Kinh Thánh đều là những ví dụ tiêu cực. Cựu Ước không che đậy sự sa ngã của các nhân vật quan trọng như Nô-ê, Áp-ra-ham, Môi-se, Đa-vít, Sa-lô-môn, v.v.... Thật ra, tính sa ngã của các nhân vật trong Cựu Ước cho chúng ta thấy nhu cầu phổ biến của loài người là cần được Đức Chúa Trời thương xót. Dĩ nhiên, Kinh Thánh cũng nói đến đức tin của Nô-ê, Áp-ra-ham, Môi-se, Đa-vít, và Sa-lô-môn, nhưng đức tin đó luôn ở trong bối cảnh sa ngã của họ. Giữa nhân vật trong Cựu Ước và con người chúng ta ngày nay có hai điểm chung, đó là bản tính sa ngã của con người và đức tin đặt nơi Đức Chúa Trời. Tuy nhiên, những ai sống trong thời nay lại hưởng được hai ưu điểm nổi bật khi so với các nhân vật trong Cựu Ước, đó là sự ban cho Đức Thánh Linh và kiến thức về Đấng Christ. Nếu bạn đưa ra một gương mẫu trong Cựu Ước, đừng quên nhắc lại cho hội thánh chân lý rằng chúng ta được cứu nhờ ân điển bởi đức tin (Êph 2:8–9), và bởi đức tin chúng ta được xưng công bình (Rô-ma 3:26). Đức Chúa Trời hài lòng

---

[13] Greidanus, 163.
[14] Greidanus, 163.

với chúng ta vì sự công bình của Đấng Christ và ban cho chúng ta quyền năng của Đức Thánh Linh để giúp chúng ta bước theo Ngài.

Hãy Dùng Ví Dụ Của Kinh Thánh Để Dạy Lẽ Thật Thuộc Linh

Thứ hai, Cựu Ước là nguồn ví dụ và minh họa về nhiều chân lý thuộc linh. Tính văn chương của Cựu Ước là cơ hội để kết nối chân lý thuộc linh với cuộc sống của người nghe. Bryan Chapell trong quyển tuyên đạo pháp *Using Illustrations to Preach with Power* (Tạm dịch: *Sử dụng minh họa để giảng với thẩm quyền*) đã đưa ra nhiều minh họa mà Kinh Thánh dùng để dạy chân lý thuộc linh. Theo Chapell, lối hành văn của Kinh Thánh chứng minh rằng chúng ta được phép sử dụng ví dụ để dạy chân lý thuộc linh.[15] Đồng thời, Chapell cũng cho chúng ta thấy rằng Kinh Thánh, bao gồm Cựu Ước và Tân Ước, đều dùng nhiều ví dụ để dạy chân lý thuộc linh, từ đó chúng ta có thể sử dụng trong bài giảng của mình.

Tôi xin đưa ra một số ví dụ. Lê-vi Ký chương 16 đề cập đến Đại Lễ Chuộc Tội. Trong lễ đó, các thầy tế lễ dùng hai con dê. Một con bị giết làm của lễ chuộc tội và một con được sống để mang tội lỗi của dân sự ra ngoài thành:

> [20]"Sau khi làm xong lễ chuộc tội cho Nơi Chí Thánh, Lều Hội Kiến và bàn thờ, A-rôn phải đem con dê đực còn sống đến, [21]đặt cả hai tay trên đầu con dê đực còn sống đó, xưng tất cả gian ác của dân Y-sơ-ra-ên, mọi vi phạm và tội lỗi của chúng, và chất tất cả lên đầu con thú, rồi giao cho một người được chỉ định dẫn nó vào hoang mạc và thả đi. (Lê 16:20–21)

Con dê sống là một ví dụ cho chúng ta thấy khi Đức Chúa Trời tha thứ thì tội lỗi của chúng ta không còn nữa. Sa-tan thường dùng tội lỗi của mỗi người để tố cáo chúng ta (Khải 12:10). Ví dụ này cho chúng ta thấy của lễ cất đi tội lỗi của chúng ta, không còn ngăn cách giữa chúng ta với Đức Chúa Trời và thậm chí của lễ của Đấng Christ là của lễ cuối cùng. Chúng ta không cần phải dâng của lễ nữa vì Ngài đã làm việc đó "một lần đủ cả" (Hê 9:26, 10:10). Nếu một người hiểu rõ ân điển lớn lao của Chúa thì lời phỉnh dụ hù dọa của Sa-tan không hề có giá trị gì. Của lễ trong Cựu Ước là hình ảnh minh họa cụ thể kết quả của của lễ Chúa Giê-xu đã dâng. Như vậy, luật pháp Cựu Ước là nguồn minh họa giải thích ý nghĩa của thập tự giá đem lại sự khích lệ cho chúng ta ngày nay.

---

[15]Bryan Chapell, *Using Illustrations to Preach with Power* (Wheaton, IL: Crossway, 2001), 46.

Một ví dụ tiếp theo đến từ thể loại thơ ca. Sách Thi Thiên có rất nhiều bài cầu nguyện trong tinh thần vui mừng và buồn bã. Các bài cầu nguyện này thường dùng ẩn dụ để bày tỏ tình trạng và cảm xúc của tác giả, giúp chúng ta cầu nguyện và hiểu vấn đề thuộc linh sâu hơn. Thi Thiên 42–43 bắt đầu với một ẩn dụ thật sâu sắc và cao đẹp:

> [1] Đức Chúa Trời ôi! Linh hồn con mơ ước Chúa
> Như con nai cái thèm khát khe nước.
> [2] Linh hồn con khát khao Đức Chúa Trời,
> Là Đức Chúa Trời hằng sống.
> Khi nào con sẽ đến
> Và được gặp mặt Ngài?
> [3] Hằng ngày, người ta cứ hỏi con:
> "Đức Chúa Trời ngươi đâu?"
> Thì con nuốt nước mắt thay cho thức ăn
> Suốt đêm ngày. (Thi 42:1–3)

Đây là tiếng kêu van của một người thật sự gặp khó khăn và cảm nhận hình như thiếu đi sự hiện diện ở cùng của Đức Chúa Trời. Và trong sự khủng khoảng đó khiến tác giả mong đợi Chúa như "con nai cái thèm khát khe nước." Trong tình cảnh khó khăn này, ông khao khát Đức Chúa Trời đến mức chỉ có "nước mắt thay cho thức ăn suốt đêm ngày." Hãy hình dung chỉ có nước mắt mặn để uống. Đó là kinh nghiệm của nhiều Cơ Đốc nhân khi gặp khó khăn và trông nhờ đến sự hiện diện của Chúa. Tác giả tiếp tục nhắc nhở chính mình:

> Hỡi linh hồn ta, vì sao ngươi sờn ngã
> Và bồn chồn trong mình ta?
> Hãy hi vọng nơi Đức Chúa Trời; Ta sẽ còn ca ngợi Ngài nữa,
> Vì nhờ gặp mặt Ngài mà ta được giải cứu. (Thi 42:5)

Minh họa về con nai giúp chúng ta hiểu tâm trạng của Đa-vít khi ông khích lệ linh hồn mình tiếp tục nương cậy Chúa.

Ví dụ cuối cùng được lấy từ sách tiên tri Ê-sai 1:18 là một câu Kinh Thánh rất quen thuộc:

> Đức Giê-hô-va phán:
> "Bây giờ hãy đến, để chúng ta biện luận với nhau:
> Dù tội các ngươi đỏ như son,
> Sẽ trở nên trắng như tuyết;

> Dù đỏ thắm như vải điều,
> Sẽ trở nên trắng như lông chiên." (Ê-sai 1:18)

Mặc dù tuyết và lông chiên không phải là vật thường thấy ở Đông Nam Á, nhưng qua kinh nghiệm hay phim ảnh, nói chung người ta biết được màu trắng của lông chiên hay tuyết như thế nào. Đây là cách Đức Chúa Trời làm cho tinh sạch. Ai có vết máu trên áo trắng cũng đều biết rằng vết máu này không dễ xóa đi. Nhưng khi Đức Chúa Trời làm cho trắng sạch thì "chiếc áo" trở nên trắng tinh, không gì sánh bằng. Đó là một ẩn dụ sống động đầy sức thuyết phục.

Khoảng cách lịch sử/ văn hóa giữa Cựu Ước và thời nay không hề nhỏ. Dù vậy, thiên nhiên ngày nay vẫn không khác gì thời xưa, cho nên các ẩn dụ cụ thể của Cựu Ước vẫn còn có giá trị để dạy chân lý thuộc linh. Dĩ nhiên, đôi khi chúng ta cũng cần phải giải thích thêm về văn hóa hay phong tục thời Kinh Thánh để giúp người nghe có thể hiểu cặn kẽ hơn về Kinh Thánh. Có thể thấy, các ví dụ của Cựu Ước chính là nguồn cung cấp phong phú về mặt này.

Không Thuộc Linh Hóa
Hay Phúng Dụ Hóa Bản Văn

Thứ ba, chúng ta phải tránh một cám dỗ phổ biến khi giảng dạy Cựu Ước, đó là **thuộc linh hóa** (*spiritualize*) bản văn nhằm làm cho bản văn dễ áp dụng. Chúng ta cũng không nên thêm **phúng dụ hóa** (*allegorize*) vào danh sách phương pháp hội nhập khoảng cách lịch sử-văn hóa. **Phúng dụ hóa** là phương cách đào sâu bên dưới nghĩa đen của bản văn để tìm ra ý nghĩa "thật."[16] Chương 2 đề cập đến ví dụ của Clement ở La Mã phúng dụ hóa sợi dây đỏ của Ra-háp như một dấu hiệu báo trước mọi người được cứu bởi huyết của Chúa Giê-xu. "Ý nghĩa" này hoàn toàn thuộc về Clement chứ không phải lời Chúa. **Thuộc linh hóa** là phương pháp hội nhập phương trời bằng cách bỏ qua ý nghĩa thuộc thể của sự vật và bỏ qua bối cảnh lịch sử của bản văn để hình thành một sự tương ứng thuộc linh.[17] Greidanus đưa ra ví dụ về việc Giô-sép bị quăng xuống hố khi có một người giảng nói: "Về mặt thuộc linh và đạo đức, linh hồn của con người cũng ở dưới hố."[18] Phần ký thuật Kinh Thánh này không nói gì về linh hồn của con người. Giô-sép chỉ bị quăng xuống dưới hố nước mà thôi! Vấn đề là hai phương pháp giải

---

[16] Greidanus, *The Modern Preacher and the Ancient Text*, 159.
[17] Greidanus, 160.
[18] Greidanus, 160.

nghĩa Kinh Thánh này không bày tỏ được ý định của tác giả một cách chính xác, và thậm chí còn có nguy cơ dẫn đến việc người giảng tự ý làm thao túng lời Chúa. Hãy nhớ rằng, nếu một khi bạn tưởng chừng bản văn dường như không có gì để áp dụng và bạn nghĩ rằng buộc phải sử dụng phương pháp thuộc linh hóa hay phúng dụ hóa, tôi vẫn một mực khuyên bạn hãy tiếp tục tìm biết ý nghĩa của bản văn trong bối cảnh gốc. Nhìn chung mỗi phân đoạn Kinh Thánh sẽ nói một điều gì đó về Đức Chúa Trời mà vẫn áp dụng được cho chúng ta. Hãy xem lại bản văn! Thà không áp dụng điều gì còn hơn là bịa ra một nguyên tắc không phải là lời Chúa.

Giải Thích Cựu Ước
Liên Hệ Đến Đấng Christ

Thứ tư, trong bài giảng về Cựu Ước, chúng ta phải giải thích cách Cựu Ước liên hệ đến Đấng Christ. Cựu Ước và Tân Ước cùng nói về một Đức Chúa Trời và nhân loại. Khi Đấng Christ đã đến, Ngài không thay đổi bản chất của con người và thuộc tính Đức Chúa Trời. Tuy nhiên, các điều kiện của giao ước thay đổi qua tiến trình cứu chuộc.[19] Vì vậy, chúng ta cần phải giải thích và áp dụng Cựu Ước trong ánh sáng của sự hiện đến và công việc của Chúa Giê-xu.

Về một phương diện, chúng ta phải ý thức về tính liên tục giữa thời Cựu Ước và thời Tân Ước. Khi giảng dạy Cựu Ước, chúng ta nên trả lời ba câu hỏi cho người nghe, và câu trả lời nên dựa vào bản văn. Thứ nhất, bản văn nói gì về Đức Chúa Trời mà chúng ta nên nghe và tin? Thứ hai, bản văn nói gì về con người mà chúng ta cần nghe và chú ý đến? Thứ ba, bản văn đưa ra lời khôn ngoan gì chúng ta nên nghe và làm theo? Như vậy, câu trả lời của chúng ta sẽ cung cấp nguyên tắc thần học và bài học áp dụng cho hội thánh.

Đồng thời, chúng ta cũng phải ý thức về những điều không liên tục giữa Cựu Ước và Tân Ước. Greidanus đề nghị chúng ta chú ý đến tính không liên tục ở ba lĩnh vực như: vị trí của bản văn trong tiến trình bày tỏ chương trình vĩ đại của Đức Chúa Trời, đặc điểm của từng thời kỳ trong tiến trình thực hiện công cuộc cứu rỗi của Chúa, và văn hóa của xưa và nay, của nơi đó và nơi đây.[20] Bài giảng của chúng ta không nên bỏ qua những điều mang tính không liên tục này vì chúng sẽ làm bản văn khó hiểu hay sẽ khiến các tín hữu áp dụng bản văn cách sai lạc.

---

[19]Ví dụ, trong giao ước mới chúng ta không cần có đền thờ vì Chúa Giê-xu đã đến và thay thế cho đền thờ (Giăng 1:14, 2:19) và Đức Thánh Linh ngự trong chúng ta cho nên hội thánh và mỗi tín hữu là đền thờ của Đức Thánh Linh (1 Cô 3:16–17; 6:19).

[20]Greidanus, *The Modern Preacher and the Ancient Text*, 167–69.

Khác biệt văn hóa là điều dễ hiểu nhất. Dân Y-sơ-ra-ên có nhiều phong tục mà chúng ta hoàn toàn không hiểu, chẳng hạn như việc trao đổi giày khi kết thúc một vấn đề kinh doanh (Ru-tơ 4:8). Chúng ta phải giải thích khác biệt này để người nghe hiểu thêm.

Ngoài ra cũng có những sự kiện xảy ra vào một thời điểm nào đó trong lịch sử cứu chuộc hoàn toàn khác với bối cảnh của chúng ta ngày nay. Vào thời của mình, Áp-ra-ham không biết nhiều về chương trình của Đức Chúa Trời. Ông chỉ biết một ít về Chúa và ý muốn của Ngài. Thời đó, đàn ông cưới nhiều vợ là người giàu, và không có gì sai trật về văn hóa cả. Mặc dù Kinh Thánh không đánh giá thấp Áp-ra-ham vì điều này, nhưng chúng ta biết Sáng Thế Ký 2:24 và 1 Ti-mô-thê 3:2 cho rằng hôn nhân là sự hiệp nhất của chỉ một người đàn ông và một phụ nữ. Áp-ra-ham đã cưới nhiều vợ. Nhưng điều đó không có nghĩa là chúng ta được phép cưới nhiều vợ (hay cưới nhiều chồng). Sáng Thế Ký mô tả cách sống của Áp-ra-ham như một sự kiện chứ không phải tấm gương để noi theo. Nếu phải nói lời nhận xét, chúng ta thấy rõ qua những chia rẽ xảy ra trong gia đình của Áp-ra-ham, tác giả đã ngụ ý rằng đa thê là hiện tượng không lành mạnh. Tuy nhiên, điều chúng ta nắm chắc rõ ràng là dưới ánh sáng của toàn bộ Kinh Thánh, chế độ đa thê không hề là ý muốn của Chúa.

Về đặc điểm của từng giai đoạn trong tiến trình cứu chuộc, chúng ta phải phân biệt giữa điều kiện của giao ước cũ mà Đấng Christ làm ứng nghiệm và điều hướng dẫn chúng ta sống tin cậy Đức Chúa Trời. Ví dụ, Lê-vi Ký chương 11 đề cập đến luật về đồ ăn sạch và không sạch giúp ta thấy rõ sự thánh khiết của Đức Chúa Trời. Theo Lê-vi Ký 11:9–12, người sống ở thời giao ước Môi-se được phép ăn cá "có vây và có vảy" (c. 9). Tuy nhiên, các loại khác không có vây và vảy như tôm thì không được ăn (c. 10). Trong Công Vụ 10:9–16, Đức Chúa Trời bày tỏ cho sứ đồ Phi-e-rơ biết rằng các vật không sạch đã được Ngài làm cho sạch, nên người theo giao ước mới được phép ăn tôm (cũng xem lời của Chúa Giê-xu và quan điểm của tác giả trong Mác 7:14–23). Khi giải thích cho hội thánh về những phần không liên tục, chúng ta không nên nói rằng một phần lời Chúa không còn giá trị (điều này trái với 2 Ti 3:16–17), nhưng ấy là bởi kế hoạch của Ngài mà những gì thuộc giao ước cũ đã được Đấng Christ làm ứng nghiệm. Và nếu được, chúng ta nên giải thích lý do Đức Chúa Trời yêu cầu dân Y-sơ-ra-ên làm như thế. Ví dụ, đối với vấn đề đồ ăn sạch và không sạch, đó là một bức tranh cụ thể của sự thánh khiết. Người Y-sơ-ra-ên được kêu gọi làm dân thánh (Xuất 19:6; Phục 26:18–19), và các điều luật đó giúp chúng ta biết được sự thánh khiết của Đức Chúa Trời là điều hết sức quan trọng.

Khi chúng ta liên hệ phân đoạn Cựu Ước đến Đấng Christ, theo Christopher Wright, có một số cách chúng ta liên hệ Cựu Ước với Đấng Christ[21]:

1. "Thông qua câu chuyện" dẫn đến Đấng Christ.
2. "Thông qua những lời hứa" được ứng nghiệm trong Đấng Christ.
3. "Thông qua những tương đồng" về cách làm việc của Đức Chúa Trời qua các thời đại.
4. "Thông qua những tương phản" như cách Đấng Christ đã vâng phục Đức Chúa Cha trong khi A-đam và nhân vật khác không vâng phục Chúa.
5. "Thông qua đáp ứng mà bản văn kêu gọi" chúng ta đáp ứng lời Chúa.
6. "Thông qua Phúc âm ân điển" dẫn chúng ta đến Đấng Christ để được giải hòa với Chúa và được đổi mới theo hình ảnh của Ngài bởi quyền năng của Đức Thánh Linh.

Những lời hướng dẫn của Wright vừa thực tế vừa chính xác về thần học. Tôi khuyên mọi người giảng dạy Cựu Ước nên đọc toàn bộ sách của Wright.

Kết Luận

"Nhìn đây" là bước chúng ta không được bỏ qua. Chúng ta không đọc Kinh Thánh chỉ như là nguồn cung cấp thông tin mà thôi. Chúng ta là đầy tớ của Đấng Chí Cao, Đấng đã bày tỏ ý muốn của Ngài qua Kinh Thánh. Khi đọc lời Chúa, chúng ta muốn được đổi mới trong tâm trí của mình (Rô-ma 12:2). Rồi sau đó, chúng ta muốn chia sẻ lời sự sống cho người khác để họ cũng được đổi mới. Chúng ta nên áp dụng lời Chúa một cách toàn diện cho đời sống của chúng ta, rồi rao giảng chân lý đó cho hội thánh (1 Ti 4:16). Điều chúng ta áp dụng phải dựa trên bản văn chúng ta nghiên cứu và phù hợp với đời sống của chúng ta ngày nay. Áp dụng Kinh Thánh là cách phục vụ Chúa thật vui vẻ và quan trọng. Cầu xin Chúa ban cho chúng ta sự khôn ngoan và ân điển để trung thành trong việc này!

Những chương tiếp theo sẽ lần lượt nghiên cứu cách giải nghĩa các thể loại văn chương khác nhau. Những bước căn bản vẫn áp dụng:
- Nhìn lên
- Nhìn xuống
- Nhìn lại và nhìn tới
- Và nhìn đây

---

[21] Wright, *Ngọt Hơn Mật*, 45–67.

Cho dù học thể loại văn chương nào, thì vẫn phải áp dụng các bước này. Hãy học thuộc lòng và áp dụng cho từng thể loại văn chương khác nhau.

7. Giải Nghĩa Chuyện Kể

Kinh Thánh chủ yếu là câu chuyện về công việc của Đức Chúa Trời trong công trình sáng tạo của Ngài, và tập trung vào mối quan hệ giữa Ngài với con người. Theo truyền thống, chúng ta gọi những sách từ Giô-suê đến Ê-xơ-tê là sách lịch sử. Tuy nhiên, trong Ngũ Kinh (nhất là Sáng Thế Ký, Xuất Ê-díp-tô Ký, và Dân Số Ký), thơ ca (ví dụ, sách Gióp), và sách tiên tri (ví dụ, sách Giô-na và A-ghê) cũng có yếu tố lịch sử. Chuyện kể chiếm một phần rất lớn trong Cựu Ước. Vì vậy, khi chúng ta muốn tìm hiểu về thể loại văn chương chính của Cựu Ước, chúng ta nên bắt đầu bằng cách nắm biết về thể loại chuyện kể. Trước khi đi vào chi tiết tìm hiểu những phần quan trọng của chuyện kể, chúng ta phải nhận biết một ít về nội dung lịch sử trong Cựu Ước.

Cách Viết Lịch Sử Thời Cựu Ước

Một số học giả xem thường các sách lịch sử trong Kinh Thánh. Họ nghi ngờ giá trị lịch sử của Cựu Ước vì Cựu Ước không đáp ứng cách viết lịch sử của con người hiện đại ngày nay. Do đó, thật đáng tiếc khi họ không xem Kinh Thánh là nguồn lịch sử đáng tin cậy. Quan điểm của họ có đúng không? Theo tôi, quan điểm của họ không đúng. Chúng ta phải tìm hiểu cách viết lịch sử của Kinh Thánh thì mới có quan điểm đúng được.

Chúng ta phải nhìn nhận tác giả ngày xưa có cách viết lịch sử khác với tác giả hiện đại. Điều này không có nghĩa là sách lịch sử cổ không đáng tin cậy, mà là chúng ta phải có phương pháp đọc khác với cách đọc sách lịch sử hiện đại. Theo Dillard và Longman, cách viết lịch sử của Cựu Ước có bốn đặc điểm: tính chọn lọc, điểm nhấn mạnh, trình tự mô tả, và bài học áp dụng.[1]

Tính chọn lọc là một đặc điểm hiển nhiên—sách lịch sử nào cũng phải chọn lựa nhân vật cũng như sự kiện quan trọng và tập trung mô tả những

---

[1] Raymond B. Dillard và Tremper Longman III, *An Introduction to the Old Testament*, 2nd a.b (Grand Rapids: Zondervan, 2006), 21–23.

nhân vật và sự kiện đó. Nếu không, "cả thế gian cũng không thể chứa hết những sách được viết ra" (Giăng 21:25). Các tác giả đã lựa chọn sự kiện họ quan tâm vì ngày xưa giấy rất đắt cho nên họ phải viết cách ngắn gọn chọn lọc. Dillard và Longman đề cập đến Sa-mu-ên–Các Vua và Sử Ký là một ví dụ về hai nhóm sách có nguyên tắc lựa chọn khác nhau. Ví dụ, Sa-mu-ên có nguyên một phần dài nói về Đa-vít và Bát-sê-ba, còn Sử Ký chỉ vỏn vẹn có tên Bát-sê-ba trong gia phả. Nếu vậy, Sử Ký có kém giá trị vì thiếu câu chuyện về Bát-sê-ba không? Đương nhiên không!

Tính chọn lọc cũng liên quan đến *điểm nhấn mạnh*. Chúng ta biết được ý định của tác giả qua những gì bản văn nhấn mạnh. Sa-mu-ên nhấn mạnh đến tội lỗi của Đa-vít với Bát-sê-ba, là một trong những tội lỗi của các vua Y-sơ-ra-ên dẫn đến sự phân rẽ vương quốc và cuộc lưu đày. Còn tác giả của Sử Ký không nhấn mạnh đến tội lỗi của Đa-vít mà chỉ nhắm mục đích đề cao chế độ quân chủ của vua. Ngoài ra, 2 Các Vua 21 không đề cập đến sự ăn năn của vua Ma-na-se trong khi 2 Sử Ký 33:10–13 kể lại sự ăn năn đó. Qua đó, chúng ta biết tác giả Sử Ký muốn nhen lên trong lòng người Do Thái hậu lưu đày niềm hy vọng được Chúa thương xót chấp nhận khi họ biết ăn năn thống hối (so sánh 2 Sử Ký 7:14). Theo Dillard và Longman, Sử Ký cũng nhấn mạnh đến đền thờ vì đó là lúc người Do Thái trở về Giu-đa đang xây dựng đền thờ mới sau thời gian lưu đày. Những ý nhấn mạnh khác nhau không có nghĩa là sách này không có giá trị lịch sử cao bằng sách khác.

Trình tự mô tả của Cựu Ước khác với các sách lịch sử hiện đại vì không phải lúc nào Cựu Ước cũng được trình bày theo niên đại. Dillard và Longman đưa ra một ví dụ về Đa-vít trong 1 Sa-mu-ên khi Đa-vít an ủi Sau-lơ bằng cách gảy đàn (1 Sa 16:14–23). Chương tiếp theo tường thuật việc Đa-vít chiến thắng Gô-li-át và dường như Sau-lơ không biết Đa-vít là ai (1 Sa 17:58). Ở hai chương này, tác giả của sách Sa-mu-ên hình thành bài tường thuật không dựa theo trình tự niên đại nhưng dựa theo đề tài để giới thiệu Đa-vít vừa là nhạc sĩ vừa là chiến sĩ. Trình tự được sắp xếp theo đề tài không có nghĩa sách Sa-mu-ên đảo lộn thời đại mà là nó có trình tự riêng theo ý định của tác giả.

Đặc điểm thứ tư Dillard và Longman đề cập đến là *bài học áp dụng*. Các tác giả Kinh Thánh muốn nhấn mạnh về đức tin và hành vi của dân sự Chúa. Có lẽ đặc điểm này khiến các nhà sử học hiện đại nghi ngờ nhiều nhất vì họ tưởng rằng lịch sử học phải mang tính khách quan. Ngược với thói quen hiện đại, các tác giả Kinh Thánh không che giấu ý định của mình. Không lẽ vì vậy Kinh Thánh không đáng tin cậy sao? Theo tôi thì không, vì mỗi tác giả đều có ý định riêng của cá nhân, nhưng vẫn viết về các sự kiện một cách chính xác.

Chúng ta phải biết rằng tác giả của các sách Cựu Ước đã chọn lọc, nhấn mạnh, và sắp xếp việc ký thuật nhằm áp dụng một sự kiện nào đó cho đức tin của dân sự Chúa. Vì thế, dù khẳng định Kinh Thánh hoàn toàn đúng với sự thật, nhưng không nhất thiết phải luôn trình bày hết tất cả mọi điều. Theo Greidanus, chúng ta không nên xem ký thuật của Kinh Thánh như một cửa sổ trong suốt mà là một cửa sổ kính màu giải nghĩa sự kiện.[2] Tóm lại, chúng ta phải hiểu rằng cách viết lịch sử cổ khác hẳn với cách viết lịch sử hiện đại.

Đặc Điểm của Chuyện Kể

Khi nghiên cứu chuyện kể, chúng ta cũng cần tìm hiểu phương cách trình bày thần học của bài luận. Trong khi giáo huấn trình bày nội dung thần học cách trực tiếp, thì chuyện kể thường trình bày nội dung thần học cách gián tiếp. Chuyện kể mô tả chứ không đưa ra quy tắc áp dụng rõ ràng. Chẳng hạn khi đọc sự kiện mô tả về lịch sử cứu chuộc, chúng ta rút được bài học kinh nghiệm với Chúa thông qua những sự kiện mà các thánh đồ Cựu Ước từng trải qua.

Để tìm hiểu một chuyện kể, chúng ta chú ý đến bốn khía cạnh:

1. **Bối cảnh** (*setting*): môi trường địa lý, lịch sử, văn hóa của phân đoạn
2. **Cốt truyện** (*plot*): những hoạt động/ tình tiết xảy ra trong phân đoạn
3. **Nhân vật** (*character*): những người tham gia trong chuyện kể
4. **Góc nhìn** (*point of view*): quan điểm (thần học) của tác giả về nhân vật và hoạt động trong chuyện kể

Trong phần này chúng ta sẽ tìm hiểu cách phân tích chuyện kể.[3] Trong những ví dụ ở dưới, tôi đã chia bản văn thành mệnh đề riêng biệt rồi. Chúng ta sẽ từng bước tìm hiểu những bước phân tích một bản văn.

---

[2] Greidanus, *The Modern Preacher and the Ancient Text*, 94. Cửa sổ kính màu được dùng trong các nhà thờ Châu Âu trước thời thường dân được học biết chữ để họ thông qua những cửa sổ kính màu ấy có thể nhớ đến những câu chuyện quan trọng trong Kinh Thánh khi thờ phượng Chúa. Dĩ nhiên, cửa sổ kính màu có giới hạn nhưng vẫn góp phần gợi nhớ về các sự kiện quan trọng trong lịch sử cứu chuộc.

[3] Trong sách này tôi sử dụng trang web **BibleArc.com** để phân tích. Phần mềm ấy rất hữu ích và dễ sử dụng. Phương pháp của tôi không phải là phương pháp duy nhất, và bạn có thể sử dụng những tính năng của trang web ấy cách khác với tôi. Điều quan trọng muốn nhấn mạnh là nếu chúng ta muốn hiểu rõ lời Chúa thì chúng ta cần đọc kỹ.

1. Bối cảnh

Vấn đề đầu tiên là tìm hiểu bối cảnh của bản văn. Bối cảnh bao gồm những điều liên quan đến thời điểm, địa điểm hoặc phong tục, văn hóa. Khi phân tích trên **BibleArc.com**, tôi đề nghị bạn ghi nhận thông tin về bối cảnh sử dụng *Text* (**Bản văn**) → *Text color* (**Văn bản màu**) dùng màu xanh lá cây vì đây là màu tự nhiên.[4] Tuy nhiên, dù bạn sử dụng màu gì thì cũng nên ghi lại và nghiên cứu về những câu hỏi giải nghĩa liên quan đến bản văn. Ví dụ, Giô-na 1:1–3 cung cấp một số thông tin quan trọng về bối cảnh. Trong ba câu đầu tiên bao gồm những vấn đề sau:

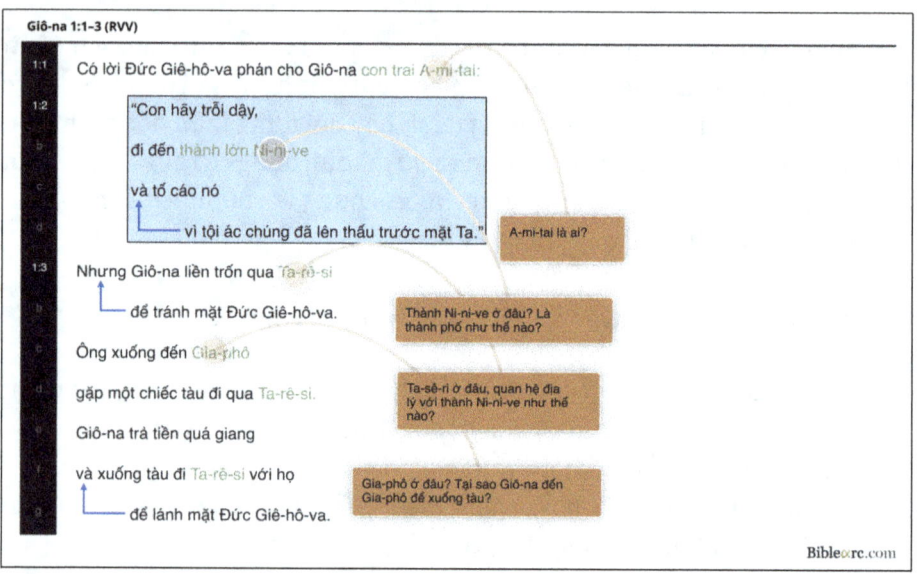

Trong bước này, chúng ta ghi chú để nhớ những thông tin liên quan đã tìm thấy trong Kinh Thánh hoặc sách tham khảo khác. Trên **BibleArc.com**, chúng ta sử dụng ghi chú dấu chấm, có nút "+" ở bên phải, ở trên cửa *Phrase* (**Phân Tích**).

Sau khi quan sát những chi tiết về bối cảnh, chúng ta phải giải nghĩa chi tiết đó. Thứ nhất là Giô-na và bố tên là A-mi-tai. Họ là ai? Đã sống vào thời điểm nào? Nếu tìm kiếm hai tên trong cả Cựu Ước, chúng ta sẽ tìm thấy hai tên đó trong 2 Các Vua 14:25. Qua 2 Các Vua 14:23–25, chúng ta khám phá rằng Giô-na đã nói tiên tri vào thời của vua Giê-rô-bô-am II, là vua độc ác đã cai trị 41 năm và mở rộng biên giới như thời của vua Sa-lô-môn. Thứ hai, Giô-na 1:1–3 đề cập đến ba thành phố:

---

[4]Tôi chọn màu xanh lá cây vì màu đó dễ nhớ như là màu sắc địa phương = *local color.*

1. Ni-ni-ve: Qua câu 2, chúng ta biết được hai điều về thành này: đó là một thành lớn và nhiều tội ác. Qua sách tham khảo và những phân đoạn khác trong Kinh Thánh (như Sáng 10:11; 2 Các Vua 19:36), chúng ta có thể biết được rằng thành Ni-ni-ve là thành quan trọng (từng có lúc là thủ đô) của đế quốc A-si-ri. Tham khảo bản đồ, chúng ta biết thành Ni-ni-ve ở vùng Mê-sô-bô-ta-mi. Từ xứ Y-sơ-ra-ên đi đến đó ta sẽ đi theo hướng Bắc rồi rẽ sang hướng Đông Nam, dọc sông Ti-gơ-rít.
2. Ta-rê-si là một thành được hiểu là nơi xa cách xứ Y-sơ-ra-ên (Ê-sai 60:9) và là nơi vua Sa-lô-môn gửi tàu đến qua lại bán buôn (1 Các Vua 10:22). Như vậy, Ta-rê-si là thành phố cảng, muốn đến phải đi bằng đường biển. Các học giả không chắc rằng thành Ta-rê-si là thành nào, có thể là ở Tạt-sơ (thuộc Thổ Nhĩ Kỳ ngày nay), hoặc Carthage (thuộc Tunisia ngày nay), hoặc Tartessos (thuộc Tây Ban Nha ngày nay).[5] Có lẽ quan điểm cuối cùng (ở Tây Ban Nha) là quan điểm đúng.
3. Gia-phô được biết trong Kinh Thánh là một thành phố cảng nhận gỗ bá hương từ Li-ban (2 Sử Ký 2:16; E-xơ-ra 3:7).

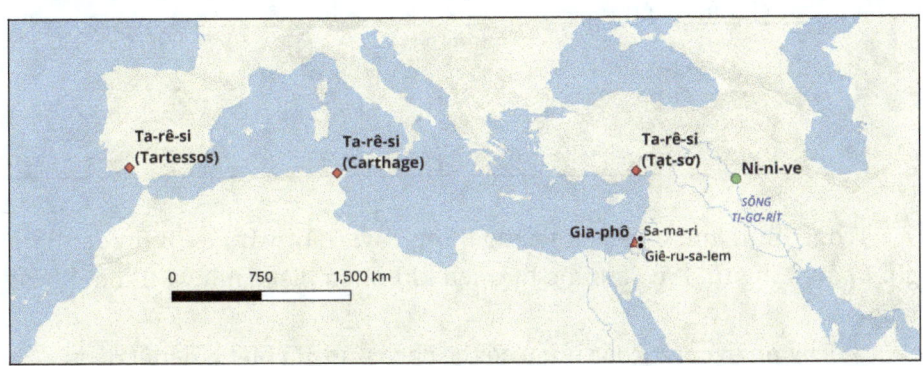

Khi xem bản đồ, chúng ta thấy rằng Ta-rê-si ở cách xa Ni-ni-ve. Theo bản văn mô tả, Giô-na muốn "tránh mặt Đức Giê-hô-va" (Giô-na 1:3). Rõ ràng Giô-na không vâng phục Chúa. Ông muốn tránh sự hiện diện của Chúa vì muốn lẩn tránh sứ mệnh Chúa giao cho ông là đi tố cáo tội ác của thành Ni-ni-ve. Cho nên ông chọn đi ngược lại con đường dẫn đến thành Ni-ni-ve.

Bối cảnh Kinh Thánh không những liên quan mật thiết đến yếu tố lịch sử, mà còn liên quan đến những lần thay đổi cảnh trong chuyện kể. Các tác giả Kinh Thánh thường cho biết về những thay đổi về bối cảnh bằng

---

[5]R. Reed Lessing, "Just Where was Jonah Going? The Location of Tarshish in the Old Testament", *Concordia Journal* 28 (2002): 291–93.

cách chuyển sang địa điểm hoặc thời điểm mới hoặc thay đổi nhân vật. Bạn có thể ghi nhận những thay đổi này bằng cách chia bản văn thành các tiểu đoạn riêng. Trên **BibleArc.com**, dùng *Sections* (**Tiểu đoạn**) → *New separator* (**Phân cách mới**). Ví dụ, trong Giô-na 1:1–4 và tiếp theo có ba phân cảnh khác nhau. Thứ nhất là cảnh khi Chúa giao sứ mệnh nói tiên tri ở thành Ni-ni-ve (c. 1–2). Thứ hai là cảnh ở Gia-phô, là nơi Giô-na xuống tàu (c. 3). Thứ ba là ở trên biển (c. 4tt.).

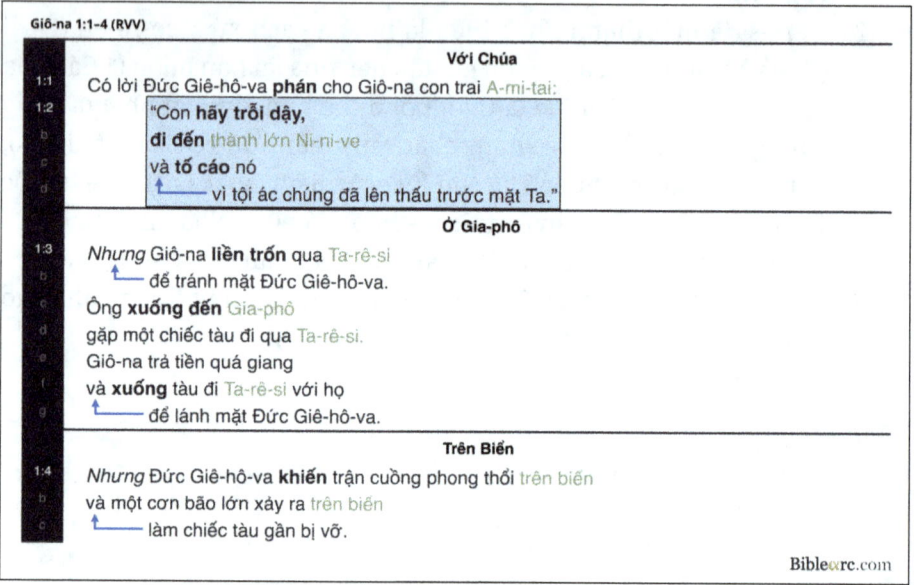

Trong hình ảnh ở trên, tôi cũng dùng *Text* (**Bản văn**) → **B** (in đậm) để ghi nhận động từ. Đây là bước hữu ích khi phân biệt cảnh và tìm hiểu cốt truyện.

Những phân cảnh khác nhau có thể cho chúng ta biết nơi một đoạn văn chương bắt đầu và kết thúc. Trong tình huống này, Giô-na 1 bao gồm ba địa điểm khác nhau, nhưng toàn bộ chương tích hợp thành một câu chuyện đầy đủ. Tiếp theo, chúng ta phải chú ý đến cốt truyện.

2. Cốt truyện

Cốt truyện là những hoạt động xảy ra trong một chuyện kể, bao gồm cả lời nói của các nhân vật. Trước hết chúng ta phải tìm hiểu về cấu trúc.

Một câu chuyện thu hút người nghe thường có một vấn đề nào đó cần phải được giải quyết. Vấn đề đó gây ra căng thẳng và khiến chúng ta chú ý nhiều hơn. Ví dụ, nếu tôi về nhà và tâm sự với vợ, "Em sẽ không bao giờ đoán được người tôi gặp ở siêu thị...", thì vợ tôi sẽ rất tò mò, muốn biết tôi gặp ai. Chúng ta gọi vấn đề đó là **mâu thuẫn** hoặc **tình tiết phức tạp** (*conflict or complication*). Đừng nghĩ rằng chỉ có mâu thuẫn giữa con người, chẳng hạn như người này ghét người kia. Mặc dù cũng có thể bao gồm mâu thuẫn giữa cá nhân với cá nhân, nhưng đây là thuật ngữ chuyên môn do các nhà văn lựa chọn để mô tả vấn đề gây căng thẳng trong câu chuyện. Một mâu thuẫn có thể là:

- Mâu thuẫn giữa hai nhân vật cần sự giải hòa
- Nan đề cần giải quyết
- Câu hỏi để trả lời

Mâu thuẫn là một trong hai phần thiết yếu của mọi câu chuyện.

Phần thiết yếu thứ hai là **giải pháp** (*resolution*). Khi có giải pháp thì căng thẳng mà mâu thuẫn gây ra được giảm thiểu. Ví dụ, trong câu chuyện tôi kể cho vợ tôi, giải pháp có thể là tôi nói: "Anh tình cờ gặp người bạn đã mất liên lạc 10 năm vừa qua." Như vậy, bằng cách tiết lộ thông tin chi tiết tôi đỡ phải căng thẳng, và vợ tôi cũng không có gì phải lo lắng.

Trong Giô-na 1, mâu thuẫn chính là sự bất tuân của Giô-na. Đó chính là sự kiện gây căng thẳng. Chúa sẽ làm gì để sửa trị tiên tri của Ngài? Trong câu chuyện, Chúa dùng một cơn bão để khiến cho các thủy thủ phải ném Giô-na xuống biển. Đó là một mâu thuẫn phụ liên đới với mâu thuẫn chính, và mâu thuẫn phụ này liên quan đến tình trạng của các thủy thủ. Khi họ ném Giô-na xuống biển, thì biển trở nên yên lặng. Qua đó mâu thuẫn đối với các thủy thủ được giải quyết. Còn mâu thuẫn đối với Giô-na thì sao? Một mặt, Chúa đã ngăn chặn việc trốn tránh Chúa của Giô-na. Ông không thể như ý tiếp tục chuyến đi đến thành Ta-rê-si. Nhưng ông có chết đuối không? Hoặc Chúa sẽ giải cứu ông để ông đến thành Ni-ni-ve chăng? Qua Giô-na 2 chúng ta biết Chúa giải cứu Giô-na. Và qua Giô-na 3, chúng ta thấy Giô-na vâng phục Chúa.

Mâu thuẫn và giải pháp là trọng tâm của cốt truyện, nhưng ngoài ra có thể có thêm ba phần nữa:

- **Tình huống ban đầu** (*initial situation*) mô tả tình huống khi câu chuyện bắt đầu, cung cấp thông tin bối cảnh và giới thiệu nhân vật.
- **Diễn biến dẫn đến sự thay đổi** (*transforming action*) là bất cứ hành động nào của nhân vật nhưng chưa bao gồm giải pháp.

- **Tình huống cuối cùng** (*final situation*) kết thúc câu chuyện, hoặc cho biết về tình trạng của nhân vật chính.[6]

Khi đọc câu chuyện Kinh Thánh, nhiều lúc mâu thuẫn chính là kinh nghiệm thông thường của con người, và chúng ta thông cảm với nhân vật. Nhiều lúc giải pháp đến từ ân điển của Đức Chúa Trời giúp giải quyết vấn đề ấy.[7] Cho nên việc phân tích cốt truyện là bước quan trọng khi giải nghĩa chuyện kể trong Kinh Thánh nhằm mục đích giúp chúng ta biết phải áp dụng câu chuyện như thế nào.

Trong Giô-na 3, cốt truyện bao gồm những phần sau:

- **Tình huống đầu:** Lời Chúa ban cho Giô-na sứ mệnh rao truyền cho Ni-ni-ve (c. 1–2).
- **Mâu thuẫn:** Thành Ni-ni-ve bị Chúa phán xét qua lời tiên tri của Giô-na (c. 3–4).
- **Diễn biến:** Dân thành Ni-ni-ve tin Chúa, kiêng ăn (c. 5).
- **Diễn biến tiếp theo:** Vua thành Ni-ni-ve tuyên bố người dân phải kiêng ăn bày tỏ ăn năn và kêu cầu Chúa không giáng tai họa trên họ (c. 6–9).
- **Giải pháp:** Chúa đổi ý, không giáng tai họa trên họ (c. 10).[8]

Trên **BibleArc.com**, chúng ta có thể sử dụng tính năng *Arrows+* (**Mũi tên+**) → *New relationship* (**Quan hệ mới**) để ghi lại những phần riêng biệt trong câu chuyện. Để giúp cho việc tìm hiểu cốt truyện được dễ dàng hơn, như tôi đề cập ở trên, tôi đề nghị bạn sử dụng bản văn in đậm cho tất cả các động từ vì động từ mô tả hành động của các nhân vật, tức là cốt truyện.

Một trong những hành động của nhân vật trong cốt truyện là lời nói của nhân vật. Chúng ta có thể biết được nhiều điều về các nhân vật qua lời nói của họ. Vì vậy, khi phân tích trên **BibleArc.com**, chúng ta phải sử dụng *Arrows+* (**Mũi tên+**) → *New box* (**Khung mới**) để phân biệt lời nói của các nhân vật. Khi lập khung mới, bạn có thể sử dụng màu sắc của nhân vật đang nói (xem ví dụ bên trên và bên dưới trong Giô-na 1:1–4; trong đó tôi dùng màu xanh da trời cho lời trích dẫn của Chúa).

Xem ví dụ phân tích cốt truyện của Giô-suê 5:13–15:

---

[6]Lawrence A. Turner, "Preaching Narrative: Plot", trong *"He Began with Moses": Preaching the Old Testament Today*, b.t Grenville J. R. Kent, Paul J. Kissling, và Laurence A. Turner (Nottingham: InterVarsity, 2010), 16.

[7]So sánh với cách giảng của Bryan Chapell trong chương 4.

[8]Cốt truyện này không có tình huống cuối cùng vì mối quan tâm của tác giả không hẳn là người thành Ni-ni-ve mà là thái độ của Giô-na. Vì vậy, câu chuyện tiếp tục trong ch.4 với tình huống của Giô-na khi ông chờ đợi xem chuyện gì xảy ra cho thành Ni-ni-ve.

7. Giải Nghĩa Chuyện Kể

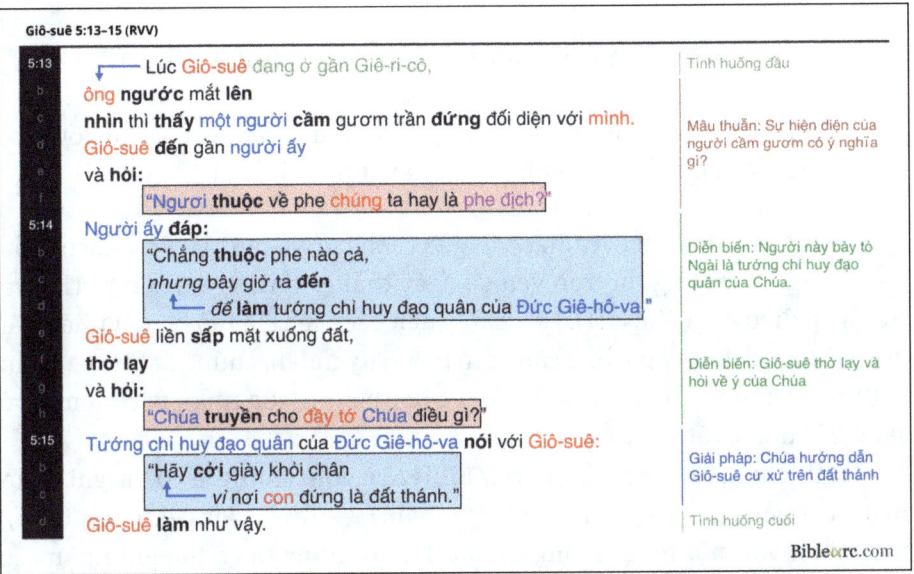

Câu chuyện này rất ngắn gọn. Mâu thuẫn liên quan đến thắc mắc cần được giải đáp. Người cầm gươm này là ai? Sau khi Người ấy trả lời: "Chẳng thuộc phe nào cả", Giô-suê hiểu rằng đây là cuộc gặp gỡ đặc biệt và xin một lời từ Chúa. Cuối cùng, Người ấy hướng dẫn Giô-suê cách cư xử phải lẽ trên đất thánh, câu chuyện nhấn mạnh việc chuẩn bị thuộc linh cho người Y-sơ-ra-ên quan trọng hơn sự chuẩn bị quân sự (Giô 1:7–8).[9] Tác giả không cho biết sứ điệp là gì một cách trực tiếp. Nhưng qua cuộc đối thoại này chúng ta biết rằng việc Y-sơ-ra-ên đánh bại thành Giê-ri-cô không phải là vấn đề Chúa thiên vị dân Y-sơ-ra-ên, mà là vấn đề về sự thánh khiết. Chúa đã chọn người Y-sơ-ra-ên để chiếm xứ như một dân tộc thánh (Xuất 19:6, Phục 26:18–19). Ngài trên cả các dân tộc. Một mặt, lúc ấy giải pháp cuối cùng chưa lộ rõ: Người cầm gươm này có ủng hộ người Y-sơ-ra-ên không?[10] Mặt khác, trong bối cảnh Giô-suê 1:9, chúng ta biết Đức Gia-vê ở cùng Giô-suê. Cho nên câu chuyện nhỏ này đã an ủi Giô-suê và khích lệ ông can đảm đánh Giê-ri-cô.

3. Nhân vật

Nhân vật là những người tham gia vào chuyện kể. Một trong những lý do chính khiến chúng ta thích chuyện kể là vì các nhân vật. Để tìm hiểu nhân vật cách chính xác, chúng ta cần trả lời những câu hỏi như:[11]

---

[9] David M. Howard Jr., *Joshua*, vol 5 (Nashville: Broadman & Holman, 1998), 155.
[10] Howard, 5:155.
[11] Leland Ryken, *Words of Delight: A Literary Introduction to the Bible*, 2nd a.b (Grand Rapids: Baker, 1992), 72.

- Nhân vật chính là người như thế nào? Họ thay đổi ra sao?

- Bạn thông cảm với nhân vật hay nhận thấy nhân vật không tốt?
- Tác giả Kinh Thánh đánh giá nhân vật như thế nào?

Chúng ta có thể biết về nhân vật qua cách tác giả mô tả (ví dụ, sách Gióp mô tả ông "là một người trọn vẹn và ngay thẳng, kính sợ Đức Chúa Trời và tránh xa điều ác" (Gióp 1:1). Hãy chú ý đến cách tác giả mô tả một nhân vật vì đó là thông tin quan trọng cần nắm biết. Tuy nhiên, chúng ta biết về nhân vật Kinh Thánh chủ yếu qua lời nói và hành động của nhân vật, và nhờ so sánh các nhân vật với nhau.[12]

Để tìm hiểu từng nhân vật, trên **BibleArc.com** chúng ta có thể ghi nhận nhân vật bằng cách sử dụng *Text* (**Bản văn**) → *Text color* (**Văn bản màu**), mỗi nhân vật một màu. Trong Giô-na 1:1–3, chúng ta có thể ghi nhận các nhân vật như sau:

```
Giô-na 1:1-3 (RVV)

1:1   Có lời Đức Giê-hô-va phán cho Giô-na con trai A-mi-tai:

1:2       "Con hãy trỗi dậy,

   b      đi đến thành lớn Ni-ni-ve

   c      và tố cáo nó
                ↑
   d            └── vì tội ác chúng đã lên thấu trước mặt Ta."

1:3   Nhưng Giô-na liền trốn qua Ta-rê-si
          └── để tránh mặt Đức Giê-hô-va.
   b

   c  Ông xuống đến Gia-phô

   d  gặp một chiếc tàu đi qua Ta-rê-si.

   e  Giô-na trả tiền quá giang

   f  và xuống tàu đi Ta-rê-si với họ
                ↑
                └── để lánh mặt Đức Giê-hô-va.

                                               Biblearc.com
```

Trong ảnh ở trên, tôi chọn văn bản màu như sau:

- Đức Giê-hô-va/ Gia-vê: màu xanh da trời

---

[12] Adele Berlin, *Poetics and Interpretation of Biblical Narrative,* Bible and Literature Series 9 (Sheffield: Almond, 1983), 38, 40.

- Giô-na: màu đỏ
- Người thành Ni-ni-ve: màu tím
- Các thủy thủ: màu cam

Tôi có thói quen dùng màu xanh da *trời* cho Đức Chúa *Trời*, nhưng bạn có thể chọn bất cứ màu nào cho từng nhân vật. Tốt nhất là bạn sử dụng một màu cho một nhân vật. Trong Giô-na 1:1–3 chúng ta thấy Đức Chúa Trời sai tiên tri Giô-na đi đến thành Ni-ni-ve để tố cáo họ. Qua đó, chúng ta biết được Chúa là Đấng tể trị cả thế gian, không chỉ ở người Y-sơ-ra-ên. Từ Giô-na 1:9, chúng ta biết Ngài "đã làm nên biển và đất khô." Với sự hiểu biết đó, hành động của Giô-na hình như điên rồ. Ông không vâng phục Chúa mà lại xuống tàu để tránh sự hiện diện của Ngài. Sau khi các thủy thủ khám phá sứ mệnh của Giô-na và Đấng ông phục vụ, họ sợ hãi, tìm đủ mọi cách để không phải ném ông xuống biển, nhưng không còn cách nào khác. Sau khi họ ném Giô-na xuống biển, thì biển trở nên im lặng, điều này xác thực Giô-na là tiên tri thật. Như vậy, qua việc tìm hiểu về nhân vật trong câu chuyện, chúng ta có thể hiểu có ít nhất hai chủ đề trong Giô-na 1: sự bất tuân của Giô-na và sự tể trị của Đức Chúa Trời.

Chúng ta tìm hiểu nhân vật vì chúng ta thông cảm với họ. Qua đời sống của họ, chúng ta nhận biết đâu là cám dỗ và tội lỗi; đâu là đức tin và hành động đáng khen. Nhân vật đã phản ánh rõ nét kinh nghiệm sống của con người chúng ta . Đồng thời, chúng ta cũng nhìn thấy Chúa đã hành động trong đời sống của họ như thế nào, và điều đó chính là trọng tâm của sứ điệp Kinh Thánh. Nhưng làm thế nào biết được nhân vật nào tốt? Làm thế nào hiểu sứ điệp tác giả muốn khích lệ chúng ta tin và áp dụng?

4. Quan điểm của tác giả

Tác giả Kinh Thánh ít khi nói với chúng ta rằng: "Đây là bài học của câu chuyện này" như ngụ ngôn của E Dốp (nhà văn của Hy Lạp xưa)[13] thường kết thúc với một câu tóm tắt bài học. Chuyện kể Kinh Thánh đòi hỏi chúng ta tự theo dõi những sự kiện, tìm hiểu nhân vật, và nắm bắt sứ điệp qua câu chuyện. Tuy nhiên tác giả đã sử dụng một số biện pháp để bày tỏ cho chúng ta quan điểm của mình.

Tác giả có thể trực tiếp đánh giá hoặc giải thích hành động của nhân vật. Trong Các Vua, tác giả thường xuyên đánh giá các nhân vật bằng một câu như: "A-háp, con trai Ôm-ri, làm điều ác dưới mắt Đức Giê-hô-va hơn tất cả các vua trước mình" (1 Các Vua 16:30). Hoặc về vua Giô-sa-phát: "Vua

---

[13] E Dốp, *Truyện Ngụ Ngôn E Dốp: Văn Học Cổ Điển Hi Lạp*, b.d Bùi Phụng (Hà Nội: NXB Văn Học, 2017).

đi theo đường lối của vua cha là A-sa, không hề sai lệch. Vua làm điều thiện dưới mắt Đức Giê-hô-va" (1 Các Vua 22:43). Sách Các Quan Xét cũng có lời đánh giá cả một thời đại trong lịch sử Y-sơ-ra-ên: "Thời ấy, Y-sơ-ra-ên không có vua. Mỗi người làm theo ý mình cho là phải" (Quan 21:25). Được đặt ở cuối sách (cũng xem Quan 17:6), lời đánh giá này là chìa khóa giúp chúng ta giải nghĩa những sự kiện trong sách. Những lời đánh giá và giải nghĩa như thế không phải lúc nào cũng có. Nhưng khi nào chúng ta thấy, chúng ta phải chú ý kỹ đến những lời ấy. Trên **BibleArc.com**, khi phân tích, chúng ta có thể sử dụng *Text* (**Bản văn**) → *U* (gạch dưới) để đánh dấu lời khẳng định quan điểm của tác giả.

Thông thường, tác giả nói cách gián tiếp về quan điểm của mình. Một trong những cách tác giả dùng nhiều nhất là lặp đi lặp lại một từ hoặc một khái niệm nào đó. Như đã thấy trong Giô-na 1:3, tác giả đánh giá hành động của Giô-na bằng cách nhấn mạnh ông qua Ta-rê-si, và thậm chí ông làm việc đó để "tránh mặt Đức Giê-hô-va". Trên **BibleArc.com**, chúng ta có thể dùng *Text* (**Bản văn**) → *Highlight* (**Tô sáng**) để ghi nhận lời được lặp đi lặp lại, mỗi ý một màu. Chọn một, hai, hoặc ba ý quan trọng nhất trong phân đoạn. Dưới đây là ví dụ trong Giô-na 1:3:

```
Giô-na 1:3

1:3    Nhưng Giô-na liền trốn qua Ta-rê-si
  b        └─ để tránh mặt Đức Giê-hô-va.
  c    Ông xuống đến Gia-phô
  d    gặp một chiếc tàu đi qua Ta-rê-si,
  e    Giô-na trả tiền quá giang
  f    và xuống tàu đi Ta-rê-si với họ
  g        └─ để lánh mặt Đức Giê-hô-va.

                                              Biblearc.com
```

Đây là hành động khó tưởng tượng, một nhà tiên tri trốn sự hiện diện của Đức Chúa Trời. Qua việc lặp đi lặp lại cụm từ, tác giả của sách Giô-na hướng dẫn chúng ta đánh giá sự bất tuân của Giô-na. Thường những từ ngữ được lặp đi lặp lại là manh mối về chủ đề của câu chuyện.

Có lúc khái niệm được lặp lại có thể có ý nghĩa mỉa mai, nói điều ngược lại với ý của tác giả. Ví dụ, trong 2 Sa-mu-ên 14, Giô-áp đã lập kế hoạch giải hòa Đa-vít và con trai Áp-sa-lôm sau khi Áp-sa-lôm đã giết Am-nôn (anh trai của mình) vì Am-nôn đã hãm hiếp Ta-ma (em gái của Áp-sa-lôm). Giô-áp sai một phụ nữ từ Thê-cô-a để thuyết phục Đa-vít tha thứ cho Áp-sa-lôm. *Hai lần* bà ấy khen Đa-vít, lần đầu bà ấy nói: "bệ hạ, là chúa tôi, khác nào thiên sứ của Đức Chúa Trời, hiểu điều lành và điều dữ" (2 Sa 14:17; cũng xem c. 20). Vì lời khôn khéo của phụ nữ này, Đa-vít đã chấp nhận cho Áp-sa-lôm ở trong thành Giê-ru-sa-lem, nhưng không muốn nhìn thấy Áp-sa-lôm (2 Sa 14:24). Sau hai năm, Áp-sa-lôm muốn nhờ vả Giô-áp giúp mình được yến kiến vua, nhưng Giô-áp không chịu đến gặp Áp-sa-lôm. Sau đó Áp-sa-lôm liền dùng kế yêu cầu tôi tớ mình đốt cánh đồng lúa mạch của Giô-áp. Hành động sai lầm của Áp-sa-lôm cho thấy ông là người kiêu ngạo, chưa ăn năn về việc giết Am-nôn. Thế là sau đó Giô-áp buộc phải can thiệp, và Đa-vít chấp nhận cho Áp-sa-lôm ra mắt vua. Sự kiện đó là dấu hiệu cho thấy Đa-vít đã không thực sự "hiểu điều lành và điều dữ" liên quan đến con của mình. Trong chương tiếp theo Áp-sa-lôm đã lập âm mưu nổi loạn hòng chiếm đoạt ngai của vua Y-sơ-ra-rên, từ đó tác giả ngầm đánh giá sự hiểu biết non kém của Đa-vít trong cách đối nhân xử thế. Lời của người phụ nữ từ Thê-cô-a quả là lời mỉa mai, cho chúng ta nhận biết quan điểm tương phản của tác giả.

Phân Tích Chuyện Kể trên BibleArc.com

Sau khi chia phân đoạn thành các mệnh đề và xác định ý chính và ý phụ sử dụng canh lề và mũi tên, bạn nên ghi nhận những phần quan trọng như sau:

1. Chia các câu thành mệnh đề (câu hoàn chỉnh).

2. Xác định câu chính và câu phụ.

3. Đánh dấu từ quan trọng.

   a) **Thông tin bối cảnh:** Dùng *Text* (**Bản văn**) → *Text color* (**Văn bản màu**) màu xanh lá cây.

   b) **Động từ**: dùng *Text* (**Bản văn**) → **B** (in đậm) để ghi nhận động từ.

   c) *Liên từ*: Dùng *Text* (**Bản văn**) → *I* (in nghiêng) để ghi nhận liên từ ("vì", "để", v.v...) cho biết mối quan hệ lô-gíc.

   d) **Nhân vật:** Dùng *Text* (**Bản văn**) → *Text color* (**Văn bản màu**) để ghi nhận lần đề cập đến nhân vật, mỗi nhân vật một màu.

   e) *Lời đánh giá trực tiếp của tác giả*: Dùng *Text* (**Bản văn**) → *U* (gạch dưới).

   f) Những từ ngữ hoặc khái niệm được lặp đi lặp lại: Dùng *Text* (**Bản văn**) → *Highlight* (**Tô sáng**).

4. Tìm hiểu mối quan hệ lô-gíc giữa các câu.
   a) Cảnh mới trong câu chuyện: Dùng Sections (**Tiểu đoạn**) → **New Separator** (**Phân cách mới**).
   b) Cốt truyện: Dùng *Arrows+* (**Mũi tên+**) → *New relationship* (**Quan hệ mới**) để xác định những phần riêng biệt của cốt truyện (có thể bao gồm: tình huống ban đầu, mâu thuẫn, diễn biến dẫn đến sự thay đổi, giải pháp, và tình huống cuối cùng).
   c) Lời trích dẫn của nhân vật: Dùng *Arrows+* (**Mũi tên+**) → *New box* (**Khung mới**) để biệt riêng ra lời trích dẫn của nhân vật.
5. Dựa trên kết quả đó, viết bố cục và ý chính của phân đoạn.

Sau khi phân tích những chi tiết đó, chúng ta kết hợp tất cả những bài học chúng ta rút ra từ bối cảnh, cốt truyện, nhân vật, và quan điểm của tác giả để nắm biết sứ điệp của câu chuyện.

Phân tích Giô-na 1 mang lại một số thông tin:

- Quan sát bối cảnh giúp chúng ta biết Giô-na đã trốn Chúa, đi ngược hướng khỏi thành Ni-ni-ve, là nơi Chúa sai ông đến.
- Phân tích cốt truyện cho thấy sự bất tuân của Giô-na trở nên vô ích vì cơn bão đã ngăn chặn chuyến đi sai hướng của Giô-na, vấn đề bắt đầu được giải quyết khi Giô-na bị ném xuống biển.
- Tìm hiểu nhân vật giải thích cốt truyện: khi biết Giô-na đã không vâng phục Chúa là Đấng đã tạo nên biển và đất khô, chúng ta biết rằng tất cả sự kiện nằm trong sự tể trị của Chúa.
- Chúng ta khám phá quan điểm của tác giả qua những từ ngữ được lặp lại chỉ mục đích của Giô-na (1:3; cũng xem c. 10). Ngoài ra, c. 5, 6 và 14 đề cập đến sự cầu nguyện của các thủy thủ, và c. 7 mô tả họ bắt thăm. Một lần nữa chúng ta thấy sự tể trị của Chúa.

Như vậy, ý chính của câu chuyện này là: Sự bất tuân của Giô-na không thể phá vỡ kế hoạch của Đức Chúa Trời, là Đấng tạo nên biển và đất khô. Ngài giải cứu các thủy thủ kêu cầu Ngài, và Ngài đã dùng ân điển của Ngài để đuổi theo Giô-na, kéo ông trở về với Ngài. Chúng ta biết đó là chương trình của Ngài ở chương 2.

Giảng Dạy và Áp Dụng Chuyện Kể

Trong tất cả các thể loại văn chương của Kinh Thánh, tôi thích giảng dạy chuyện kể nhất. Hầu hết mọi người làm quen với việc kể chuyện cho người khác hoặc lắng nghe chuyện người khác kể. Và sức mạnh của chuyện kể nằm ở các nhân vật vì trong họ chúng ta thấy được tình trạng và tội lỗi của chính mình hoặc của cộng đồng chúng ta. Chính vì vậy, chuyện kể giúp chúng ta có quan điểm tươi mới về Chúa và cách sống theo lời Ngài.

Những Chiếc Bẫy Khi Giảng Dạy Chuyện Kể

Tuy nhiên, trước khi giải thích về cách giảng dạy chuyện kể, tôi phải đề cập đến hai chiếc bẫy trong việc giảng dạy chuyện kể. Cả hai bẫy đều liên quan đến cùng một vấn đề căn bản: sự nhầm lẫn giữa mô tả và quy tắc.

Bẫy 1: Áp dụng chuyện kể như áp dụng trong lời giáo huấn

Bẫy thứ nhất là áp dụng chuyện kể như thể áp dụng lời giáo huấn. Chuyện này xảy ra khi chúng ta hiểu sai về thể loại văn chương và cho rằng chuyện kể đưa ra một nguyên tắc rõ ràng để chúng ta áp dụng. Giáo huấn bao gồm những điều khẳng định chúng ta phải tin gì hoặc mệnh lệnh mô tả việc chúng ta phải làm hay không được làm. Nói đơn giản, giáo huấn đưa ra quy tắc. Thế nhưng, như đề cập trong phần **Đặc Điểm của Chuyện Kể** ở đầu chương này, chuyện kể thường mô tả những nhân vật và hành động của họ, chứ không phải quy tắc.

Có lúc tác giả cũng đánh giá một nhân vật, giúp chúng ta biết phải áp dụng như thế nào. Trong 2 Sử Ký 26:4–5 giải thích những hành động đúng và sai của vua Ô-xia:

> ⁴Vua làm điều ngay thẳng dưới mắt Đức Giê-hô-va, đúng như những gì vua cha là A-ma-xia đã làm. ⁵Suốt thời Xa-cha-ri là người thông hiểu các khải tượng của Đức Chúa Trời, Ô-xia hết lòng tìm kiếm Đức Chúa Trời. Vua tìm kiếm Đức Chúa Trời bao lâu thì Ngài khiến vua được may mắn bấy lâu.

Qua đó tác giả cho biết chìa khoá để giải nghĩa hành động của vua Ô-xia. Từ câu 6 đến 15 mô tả những thành tích của vua Ô-xia, nhất là về sức mạnh quân sự trong thời kỳ trị vì của ông. 2 Sử Ký 26:7 cho biết "Đức Chúa Trời giúp đỡ vua thắng dân Phi-li-tin, dân Ả-rập ở Gu-rơ Ba-anh và dân Ma-ôn". Ở cuối câu 15 cho biết Chúa giúp ông "cho đến khi trở nên cường thịnh". Rồi câu 16 giải thích: "Nhưng khi đã trở nên cường thịnh thì Ô-xia sinh lòng kiêu ngạo khiến vua suy vong". Vì vậy, Chúa đã đoán phạt vua Ô-xia, và ông bị bệnh phong hủi cho đến khi ông qua đời (2 Sử Ký 26:19–20). Những câu tôi đề cập đến ở trên (nhất là lời đánh giá trong c. 4–5 và 16) là chìa khoá để giải nghĩa về sự trị vì của vua Ô-xia. Vì lời Chúa đánh giá cao việc vua tìm kiếm Chúa (c. 5) và xét đoán kẻ kiêu ngạo (c. 16), nên chúng ta có thể rút ra bài học từ phân đoạn này rằng Đức Chúa Trời vui lòng giúp đỡ người tìm kiếm Ngài, nhưng Ngài phán xét người kiêu ngạo. Như vậy, khi tác giả đánh giá, chúng ta có thể tìm được nguyên tắc áp dụng cách dễ dàng hơn. Tuy nhiên, chúng ta phải ý thức rằng tác giả không nói rõ chúng ta cần phải làm gì. Chúng ta phải dựa trên lời mô tả được tác giả trình bày trong câu chuyện để đưa vào áp dụng. Và không phải chuyện kể nào cũng có lời đánh giá kèm theo để chúng ta biết cách áp dụng.

Trong 1 Sa-mu-ên 4:3, người Y-sơ-ra-ên đã đem hòm giao ước ra trận chiến, nghĩ đó là lá bùa có thể giải cứu họ khỏi người Phi-li-tin. Sau đó, người Phi-li-tin trở nên can đảm mạnh bạo, đánh bại người Y-sơ-ra-ên, chiếm được hòm giao ước, và giết hai con trai của Hê-li, thầy tế lễ già nua ốm yếu (c. 6-11). Khi Hê-li nghe về hòm giao ước và hai con trai của mình, thì ông liền chết ngay (c. 18). Vợ của Phi-nê-a, con trai của Hê-li, sau khi hay tin chồng chết trận, nàng thình lình chuyển dạ sinh con rồi cũng chết theo. Trước khi chết, nàng đặt tên cho con trai là Y-ca-bốt, và giải thích: "Vinh quang đã lìa khỏi Y-sơ-ra-ên!" (c. 21). Trong câu chuyện này không có lời đánh giá nào. Như vậy, làm thế nào chúng ta có thể áp dụng câu chuyện này? Thứ nhất, chúng ta nhớ rằng Đức Chúa Trời là Đấng toàn năng. Vì vậy, không có sự kiện nào xảy ra ở ngoài tầm tay và chương trình của Ngài. Thứ hai, chúng ta biết từ 1 Sa-mu-ên 2:12 rằng con trai của Hê-li "thật là đồi bại", và lời Chúa báo trước về sự đoán phạt dành cho Hê-li và con trai (1 Sa 2:27–36; 3:10–14). Như vậy, khi 1 Sa-mu-ên 4:3 kể lại lời của người Y-sơ-ra-ên: "Chúng ta hãy đi thỉnh Hòm Giao Ước của Đức Giê-hô-va từ Si-lô đến đây, để Hòm Giao Ước ở giữa chúng ta và sẽ giải cứu chúng ta khỏi tay các kẻ thù!" và câu 4 cho biết hai con trai của Hê-li đã đi cùng hòm giao ước, chúng ta biết rằng hành động này không được Chúa đẹp lòng. Chúa đã cho phép người Phi-li-tin chiếm hòm giao ước vì Ngài đoán phạt gia đình của Hê-li và dân Y-sơ-ra-ên vô tín. Nếu như giảng dạy câu chuyện này như lời giáo huấn thì chúng ta sẽ không có điều gì để áp dụng. Nhưng sau khi nhận biết chuyện kể thường mang tính mô tả hơn quy tắc, chúng ta có thể nhận biết chương trình của Đức Chúa Trời. Bối cảnh là trên hết, và bối cảnh hướng dẫn chúng ta đến việc áp dụng.

Áp dụng chuyện kể như áp dụng trong lời giáo huấn không khả thi. Chúng ta ghi nhận lời mô tả trong câu chuyện rồi suy luận từ những điều tác giả nói về con người và Đức Chúa Trời. Nhưng cẩn thận con người cũng chính là chiếc bẫy thứ hai.

Bẫy 2: Nói nên bắt chước nhân vật, không chú ý đến sứ điệp chính của câu chuyện

Ở phần trên tôi từng cho rằng nhân vật là sức mạnh của chuyện kể. Chuyện kể mô tả nhiều nhân vật thú vị, vì qua đó chúng ta thấy được những yếu đuối cũng như sức mạnh của con người. Tuy nhiên, nếu chúng ta luôn luôn cho rằng nhân vật Kinh Thánh là tấm gương để noi theo thì chúng ta có thể áp dụng sai.

Ví dụ, Sáng Thế Ký 38 mô tả cách Giu-đa tạo ra dòng dõi của mình, nhưng đó không phải là một cách hay và cũng không cho chúng ta nhiều cơ sở để áp dụng. Rõ ràng chúng ta không nên nói: Hãy noi gương Giu-đa! Như thế chúng ta sẽ áp dụng như thế nào ? Trước hết, tôi cần tóm tắt câu chuyện. Theo câu 2, Giu-đa nhìn thấy một phụ nữ người Ca-na-an (!) tên là Su-a và thích người này. Vì vậy, ông cưới bà và ăn ở cùng bà, và bà đã sinh cho ông ba con trai. Tác giả không đánh giá hành động của Giu-đa, nhưng trước đó trong Sáng Thế Ký 9:25 Nô-ê từng rủa sả Ca-na-an và dòng dõi ra từ Ca-na-an. Như vậy, việc Giu-đa cưới người Ca-na-an không phải là việc tốt, nhưng tác giả không trực tiếp nói ra điều đó. Sau đó Giu-đa đã cho con trai thứ nhất cưới một người tên Ta-ma, nhưng con trai này là người độc ác nên bị Chúa giết (c. 7). Ta-ma tiếp tục làm vợ của người con trai thứ hai, nhưng ông cũng là người độc ác và bị Chúa giết (c. 10). Hai câu đó là lời đánh giá nhân vật duy nhất đến từ tác giả. Sau đó Giu-đa ngại cho Ta-ma cưới con trai thứ ba vì e rằng con trai thứ ba cũng sẽ chết như hai người anh. Thế là ông lấy lý do người con trai này còn nhỏ, và đề nghị bà Ta-ma trở về nhà cha. Tuy nhiên, ông không hề có kế hoạch cho con trai út của mình cưới bà Ta-ma. Nên khi người con trai này đến tuổi trưởng thành mà Giu-đa vẫn chưa cho Ta-ma cưới, thì Ta-ma hiểu rằng Giu-đa không thật lòng với bà (c. 14). Vì vậy bà thay quần áo, che mặt giống như gái mại dâm và ngồi chờ Giu-đa đi ngang qua. Giu-đa nhìn thấy bà (c. 15) và muốn ăn nằm cùng người kỵ nữ này. Bà nhận "con dấu với sợi dây và cây gậy" của Giu-đa làm tin cho việc ông sẽ gửi con dê để ông được ăn nằm cùng bà (c. 18). Và cuối cùng qua cuộc tiếp xúc đó, bà Ta-ma mang thai, và Giu-đa lên án bà (c. 24). Tuy nhiên, khi bà đưa ra những món đồ của Giu-đa, thì Giu-đa phải thừa nhận: "Ta-ma đúng hơn ta" (c. 25; Bản Dịch Mới dịch "phải lẽ"). Câu chuyện này mô tả hành động thật kinh khủng của hai nhân vật chính. Vì vậy, chúng ta không thể nói: Hãy noi gương Giu-đa và Ta-ma, là hai tộc trưởng vĩ đại của Y-sơ-ra-ên! Ngược lại, chúng ta phải tìm hiểu sứ điệp của phân đoạn trong bối cảnh của cả sách.

Sứ điệp của phân đoạn này là gì? Như Giu-đa thừa nhận, ông là người sai trong tình huống này. Ngoài lời nói của ông, không có lời đánh giá nào, và thậm chí không đề cập gì đến Đức Chúa Trời ngoài việc Chúa giết hai con trai của Giu-đa. Có một điều chúng ta chắc chắn là Giu-đa là nhân vật bị lên án trong câu chuyện này. Như vậy, sứ điệp của chương này nói đến sự độc ác giữa các tộc trưởng. Chúng ta nên tham khảo bối cảnh lớn hơn để nắm được vai trò của chương 38.

Một mặt, chúng ta nên so sánh Giu-đa trong chương 38 với Giô-sép. Khi chúng ta nhìn tới ch. 39, chúng ta thấy một nhân vật có nhân cách tốt, là Giô-sép. Trong khi Giu-đa nằm cùng "kỵ nữ" (con dâu giả dạng), thì Giô-sép từ chối nằm cùng vợ của chủ mình để rồi sau đó bị bỏ tù, mặc dù ông hoàn toàn vô tội. Như vậy, có lẽ chúng ta nên hiểu rằng Giu-đa là nhân vật không có phẩm chất, còn Giô-sép là nhân vật ngay thẳng. Thế nhưng về sau trong thời hạn hán, Giu-đa lại sẵn sàng hy sinh mạng sống mình cho Bên-gia-min, người em cùng cha khác mẹ ghi trong Sáng Thế Ký 44:33–34 khiến chúng ta phải thay đổi cách nhìn của mình về Giu-đa. Có lẽ một rong những lý do tác giả kể ra tội lỗi của Giu-đa với Ta-ma là để cho thấy Giu-đa đã trưởng thành hơn. Ngày trước ông đối xử ích kỷ với Ta-ma, còn bây giờ ông sẵn sàng hy sinh bản thân vì em trai. Đó là một thay đổi đáng khen.

Mặt khác, chúng ta cũng có thể nhìn lại chương 12, nhớ về lời Chúa hứa ban phước cho dòng dõi của Áp-ra-ham. Như vậy, mặc dù các con trai của Gia-cốp có thể phạm tội cách kinh khủng, nhưng Chúa vẫn thành tín và giàu ân điển dành cho họ. Như vậy, câu chuyện này sẽ khích lệ chúng ta tin cậy ân điển của Đức Chúa Trời dành cho tội nhân, cụ thể là ân điển đến từ sự hy sinh của Chúa Giê-xu qua dòng dõi của Giu-đa, để chịu hình phạt vì tội lỗi của chúng ta. Câu chuyện về Giu-đa quả thật làm nổi bật hành động ân điển của Chúa trong một gia đình không xứng đáng để Ngài thực hiện chương trình cứu chuộc của Ngài. Vì vậy chúng ta không thể kết luận một cách thô thiển rằng chúng ta phải sống giống như Giu-đa hoặc Ta-ma vì Kinh Thánh nghiêm cấm sự loạn luân, sa ngã trong hôn nhân.

Còn Giô-sép thì sao? Chúng ta có nên noi gương Giô-sép không? Nếu Giô-sép là nhân vật ngay thẳng và kính sợ Chúa (Sáng 39:9), chúng ta nên noi gương ông. Tuy nhiên, ngay cả nhân cách của Giô-sép cũng nằm trong một bối cảnh lớn hơn. Đó là Chúa có chương trình sử dụng ông, bao gồm những đau khổ không do ông gây ra (khi bị tù trong ch. 39 và bị lãng quên trong tù trong ch. 40), để giải cứu gia đình của Gia-cốp trong nạn đói (45:4–8; 50:20). Lời hứa cho Áp-ra-ham đã được ứng nghiệm qua đời sống của Giô-sép: Chúa đã dùng ông để trở thành nguồn phước cho người Ai Cập cũng như cho Gia-cốp và cả gia đình ông. Và việc Chúa sử dụng Giô-sép, là người chịu đau khổ cách bất công để giải cứu người khác là hình bóng về Chúa Giê-xu, người hoàn toàn vô tội đã chịu đau khổ vì tội lỗi chúng ta.

Như vậy, vấn đề căn bản là chúng ta không nên lẫn lộn giữa mô tả và quy tắc. Chúng ta nên chú ý đến cách tác giả mô tả các nhân vật và cốt truyện để tìm hiểu thêm về Đức Chúa Trời và con người. Qua đó chúng ta có thể tìm ra cách áp dụng. Quả thật nghiêm túc phân tích cốt truyện có thể giúp chúng ta nắm biết sứ điệp của một câu chuyện.

Cốt Truyện Là Bí Quyết Áp Dụng

Trên thực tế, những nội dung ở trên liên quan đến cốt truyện là bí quyết áp dụng chuyện kể. Hãy nhớ lại mô hình của Bryan Chapell trong chương 6 để tìm nguyên tắc phổ quát cho bài giảng: chúng ta phải xác định **tình trạng chung của con người sa ngã** (*fallen condition focus*) trong bản văn, tức là mức sống mà con người cố gắng đạt được nhưng bất thành vì bản chất của tội lỗi. Và tiếp đến, chúng ta phải xác định **ân điển cứu chuộc** (*redemptive focus*) của bản văn. Theo kinh nghiệm của tôi, bình thường trong chuyện kể:

- Mâu thuẫn của bản văn cho thấy tình trạng chung của con người được mô tả trong bản văn.
- Giải pháp của câu chuyện là bước ngoặc, điểm nhấn về ân điển cứu chuộc của Chúa trong bản văn.

Chúng ta có thể xem lại những ví dụ trong phần trên về hai loại bẫy khi giảng dạy chuyện kể.

1. Trong 2 Sử Ký 26, mâu thuẫn của sự kiện là vua Ô-xia đã trở nên kiêu ngạo. Con người vốn hay kiêu ngạo và tin vào chính mình. Ân điển cứu chuộc bao gồm việc ông từng rắp lòng tìm kiếm Chúa (c. 4–5) và việc sau này Chúa kỷ luật vua Ô-xia qua bệnh phong hủi (c. 19). Rõ ràng đây là hình phạt đối với vua Ô-xia, có lẽ nhằm khiến ông ăn năn (so sánh 2 Sa 7:14), nhưng đối với chúng ta ngày nay có hai điều khiến chúng ta được khích lệ. Trước tiên, vua Ô-xia dự phần góp mặt vào giao ước Chúa lập với Đa-vít, tổ phụ của ông, Chúa từng hứa rằng sẽ không bao giờ lìa bỏ dòng dõi Đa-vít nhưng sẽ yêu thương họ và thiết lập vương quốc "vững lập mãi mãi" (2 Sa 7:15; 1 Sử Ký 17:13–14). Và cũng vì vậy, chúng ta được nhắc nhở rằng Chúa Giê-xu, chính là vua thuộc dòng dõi Đa-vít, hoàn toàn trung tín và sẽ cai trị mãi mãi đời đời.
2. 1 Sa-mu-ên 4 bao gồm hai câu chuyện. Thứ nhất, người Y-sơ-ra-ên mất hòm giao ước. Thứ hai, tin tức về hòm giao ước truyền đến Si-lô, và Hê-li và con dâu của ông qua đời. Theo tôi, mâu thuẫn của

chương này là việc người Y-sơ-ra-ên bỏ qua lời Chúa và tin cậy vào đồ vật dùng để thờ phượng (hòm giao ước) thay vì tin cậy Chúa khi họ đối diện với kẻ thù mạnh mẽ hơn (là người Phi-li-tin). Đó là tình trạng chung của con người. Còn giải pháp là Chúa khiến cho họ bị mất hòm giao ước. Đây cũng là cách kỷ luật họ vì sự vô tín. Sau đó, mâu thuẫn thứ hai là tin tức về hòm giao ước và hai con trai của Hê-li. Trên thực tế, mâu thuẫn này liên quan đến vấn đề kiến thức hiểu biết: Chúng ta sẽ phải giải thích việc mất hòm giao ước như thế nào? Giải pháp là thông tin đến từ miệng của vợ Phi-nê-a: Chúa rút vinh quang ra khỏi Y-sơ-ra-ên để đưa họ đi lưu đày. Đó cũng là kỷ luật đầy tình yêu thương của Chúa vì qua đó Chúa dẹp bỏ những người lãnh đạo đồi bại (hai con trai của Hê-li) theo chương trình của Ngài, đồng thời cho thấy quyền năng của Chúa trên thần Đa-gôn của người Phi-li-tin (ch. 5).

3. Sáng Thế Ký 38 mô tả mâu thuẫn là Giu-đa không cư xử cách trung thực với con dâu của mình. Tình trạng chung của con người là chúng ta hay hành động cách bại hoại trong mối quan hệ với người khác và với Chúa. Giải pháp là Chúa dùng Ta-ma để duy trì dòng dõi cho Giu-đa. Đó là cách Chúa ban ân điển dư dật cho tội nhân, dẫn đến hành động ban cho chúng ta Chúa Cứu Thế qua dòng dõi con của Ta-ma. Như vậy, nếu Ngài có thể yêu thương tội nhân như Giu-đa và sử dụng ông, thì Ngài cũng có thể yêu thương chúng ta.

4. Câu chuyện về Giô-sép, từ ch. 37 và ch. 39 đến hết ch. 50 bao gồm nhiều mâu thuẫn và giải pháp khác nhau. Tuy nhiên, bức tranh lớn của câu chuyện liên quan đến sự tồn tại của gia đình Gia-cốp. Vì nạn đói liên tục, họ ở trong tình trạng có thể không sống sót để trở thành một dân đông như sao trên trời hay cát bờ biển, như Chúa hứa với Áp-ra-ham (ví dụ, Sáng 22:17). Và con người nói chung cũng luôn trong tình trạng chết vì tội lỗi của mình. Giải pháp là Chúa sử dụng Giô-sép, một người vô tội đối với các anh và Phô-ti-pha, để chịu đau khổ, rồi sau đó đưa ông lên vị trí có thể giải cứu nhiều người Ai Cập và cả gia đình ông. Như vậy, câu chuyện của Giô-sép là ví dụ về cách Chúa giải cứu con người, trước hết là dòng dõi của Gia-cốp, và sau đó là cho những ai tin Chúa Giê-xu.

Áp dụng chuyện kể đòi hỏi chúng ta phải vừa nhận thức được bức tranh lớn của Kinh Thánh, lại vừa chú ý đến manh mối trong bối cảnh. Khi chúng ta kết hợp hai điều đó, việc áp dụng lời Chúa mang lại niềm vui và niềm hy vọng cho người nghe.

Nghiên Cứu Thêm: Tổng Quan về Niên Đại Học Cựu Ước

Những câu chuyện trong Kinh Thánh không phải là thần thoại nằm ngoài lịch sử. Kinh Thánh được viết trong bối cảnh lịch sử cụ thể có thể liên hệ đến lịch sử nhân loại. Niên đại học sẽ mang lại nhiều giá trị cho việc nghiên cứu Kinh Thánh. Giá trị chủ yếu là qua đó chúng ta có thể liên hệ một phân đoạn Kinh Thánh với lịch sử nhân loại. Nguồn thông tin quan trọng nhất về lịch sử Cựu Ước chính là Kinh Thánh. Nếu biết niên đại của bản văn thì chúng ta có thể tìm hiểu thêm về thời điểm đó trong sách khác có cùng niên đại.

Niên đại học là một lĩnh vực của lịch sử học, sắp xếp các nhân vật và sự kiện theo **niên đại tuyệt đối** (*absolute chronology*)[14] của dương lịch. Mặc dù có nhiều vấn đề khó giải quyết về niên đại Cựu Ước, nhưng chúng ta vẫn phải có kiến thức chung về niên đại để hiểu được một bản văn.

Niên đại học trong Cựu Ước phức tạp vì Cựu Ước sử dụng **niên đại tương đối** (*relative chronology*), tức là so sánh với sự kiện khác chứ không phải tính theo dương lịch của chúng ta hay theo thiên văn học, và có nhiều dữ liệu không sử dụng cùng một hệ thống ghi chép. Ngày xưa, một số học giả như Giám Mục James Ussher đã sáng tạo hệ thống niên đại Kinh Thánh bằng cách cộng các năm chép trong Kinh Thánh lại với nhau. Tuy nhiên, phương pháp đó không chính xác vì Kinh Thánh không có đủ thông tin và hơn nữa cũng có nhiều sự kiện diễn ra đồng thời cùng lúc. Mặt khác xuất hiện nhiều biến thể của bản văn giữa bản văn tiếng Hê-bơ-rơ và bản văn tiếng Hy Lạp (LXX). Hiện nay, các học giả đang so sánh các nguồn tài liệu của nhiều nước để làm rõ niên đại cổ.[15] Các học giả so sánh niên lịch của người ở vùng Mê-sô-bô-ta-mi (các năm được đặt tên theo tên của quan chức trị vì năm ấy) và sự kiện thiên văn học để có niên đại tuyệt đối. Ví dụ, ngày 15 tháng 6 năm 763 TC có một hiện tượng nhật thực (các nhà khoa học có thể biết sự kiện như vậy đã diễn ra vào ngày nào), nên các niên đại từ năm 892–648 TC trong lịch Mê-sô-bô-ta-mi đều được biết đến.[16] Khi các học giả so sánh lịch của Mê-sô-bô-ta-mi với các thời kỳ trị vì của các vua A-si-ri, Ba-by-lôn, và Ai Cập, chúng ta biết được niên đại tuyệt đối từ khoảng năm 2000 TC cho đến về sau. Trước đó, chúng ta chỉ ước tính. Tuy nhiên, từ năm 2000

---

[14] Đây là thuật ngữ chỉ niên đại cụ thể (ví dụ: Ngày 01 tháng 01 năm 2007), chứ không phải niên đại ước tính chung chung (ví dụ: Nhằm năm thứ hai đời vua ...).

[15] Kenneth A. Kitchen và T. C. Mitchel, "Niên Đại Cựu Ước", trong *Thánh Kinh Tân Từ Điển*, b.t I. Howard Marshall và c.s. (Hà Nội: NXB Phương Đông, 2009), 1302–3

[16] Kitchen và Mitchel, 1303.

TC, chúng ta có thể so sánh các niên đại ấy với những câu Kinh Thánh nói về các vua và các sự kiện của A-si-ri, Ba-by-lôn, và Ai Cập. Qua đó, chúng ta có thể biết được niên đại tuyệt đối của các vua Y-sơ-ra-ên.[17] Dĩ nhiên, niên đại càng trở về trước càng có **phạm vi sai số** (*margin of error*) lớn, nhưng kể từ năm 620 TC trở đi thì hầu như không có sai sót nào, ngoại trừ từ năm 911 TC tuy có một số sai sót nhưng không nhiều.[18]

Có hai cầu nối giữa lịch của người A-si-ri và danh sách các vua Do Thái tạo nền tảng niên đại vững chắc cho chúng ta. Thứ nhất là hai niên đại thuộc thế kỷ 9 TC. Theo vua Sanh-ma-na-se II của A-si-ri, vào năm 853 TC, vua A-háp của vương quốc Y-sơ-ra-ên đã tham gia cuộc chiến với A-si-ri. Mười hai năm sau (năm 841 TC), vua Giê-hu của vương quốc Y-sơ-ra-ên đến thăm vua Sanh-ma-na-se II và dâng vật triều cống. Mười hai năm này cùng thời với mười hai năm giữa A-háp và Giê-hu, cho nên năm 853 TC là năm cuối cùng của A-háp và năm 841 TC là năm đầu tiên của Giê-hu.[19] Thứ hai là cuộc tấn công vương quốc Giu-đa vào năm 701 TC của San-chê-ríp, vua A-si-ri (2 Vua 18:13tt.). Giữa năm vua A-háp băng hà và năm thứ 14 của vua Ê-xê-chia có tất cả 152 năm trong cả hai niên lịch của người A-si-ri và người Y-sơ-ra-ên.[20] Như vậy, có hai chỗ nối vững chắc giữa thế kỷ 9 và 8 TC giúp chúng ta xác định được niên đại cố định và tuyệt đối của các vua Y-sơ-ra-ên. Bảng bên dưới cung cấp một số niên đại quan trọng của Cựu Ước.

Điều quan trọng giúp chúng ta có thể biết được lịch sử Trung Đông cổ là hệ thống ghi chép niên đại về các vua. Theo **hệ thống năm lên ngôi** (*accession year system*), những tháng sau khi một vua lên ngôi kế vị vua trước được gọi là "năm lên ngôi" của vua mới. Và ngày đầu tiên của năm tiếp theo được tính bắt đầu cho năm đầu tiên của vị vua mới này. Còn theo **hệ thống năm không lên ngôi** (*non-assession year system*), năm lên ngôi là năm trị vì đầu tiên của vua.[24] Tùy theo tình hình chính trị, Giu-đa và Y-sơ-ra-ên đã dùng hệ thống năm lên ngôi hay hệ thống năm không lên ngôi để ghi lại triều đại của vua.[25] Giữa hai vương quốc nam và bắc có lúc đã sử dụng cùng một hệ thống, nhưng có lúc lại không. Khi gặp rắc rối về niên

---

[17] Kitchen và Mitchel, 1303.

[18] Kitchen và Mitchel, 1303.

[19] Walter C. Kaiser Jr. và c.s., *Hard Sayings of the Bible* (Downers Grove, IL: InterVarsity, 1996), 56.

[20] Kaiser và c.s., 56.

[23] Các niên đại này theo niên đại của Kitchen và Mitchel, "Niên Đại Cựu Ước", 1305–7. Các niên đại có "*" phía sau chỉ là ước tính.

[24] Kitchen và Mitchel, "Niên Đại Cựu Ước", 1303.

[25] Kaiser và c.s., *Hard Sayings of the Bible*, 57.

Một Số Niên Đại Quan Trọng của Cựu Ước[22]	
Sáng Thế–2000 TC	Các sự kiện trong Sáng 1–11
2000–1825 TC*	Áp-ra-ham
1750–1640 TC*	Giô-sép
1260 TC*[23]	Xuất Ai Cập (Ra Khỏi Ai Cập)
1220 TC*	dân Y-sơ-ra-ên Vượt Sông Giô-đanh
1045–1011/1010 TC	Vua Sau-lơ
1011/1010–971/970 TC	Vua Đa-vít
971/970–931/930 TC	Vua Sa-lô-môn
931/930–722/721 TC	Thời kỳ Chế Độ Quân Chủ Chia Rẽ
722 TC	Thành Sa-ma-ri sụp đổ
605 TC	Cuộc Chiến Đấu tại Cạt-mên (Đa-ni-ên và các bạn bị lưu đày sang Ba-by-lôn)
597 TC	Vua Nê-bu-cát-nết-sa tấn công Thành Giê-ru-sa-lêm, lưu đày một số người Giu-đa sang Ba-by-lôn
587 TC	Thành Giê-ru-sa-lem sụp đổ, có thêm nhiều người Giu-đa tiếp tục bị lưu đày
539 TC	Sắc lệnh của Vua Si-ru cho phép dân lưu đày trở về quê hương
516 TC	Đền thờ thứ hai được xây xong

đại giữa hai vương quốc, chúng ta cần phải tìm hiểu hệ thống ghi chép các triều đại của vua để giải quyết các vấn đề như vậy.

Đối với người nghiên cứu Kinh Thánh bình thường, những chi tiết về niên đại có thể rất khó hiểu. Tuy nhiên, chúng ta phải ý thức về cách các sách liên quan đến lịch sử. Trong sơ đồ bên dưới, liên hệ tất cả các sách trong Cựu Ước theo dương lịch. Mặc dù một số sách không chắc chắn về niên đại (ví dụ, Gióp và Giô-ên), nhưng hầu hết các sách trong Cựu Ước đều liên quan đến một niên đại rõ ràng.

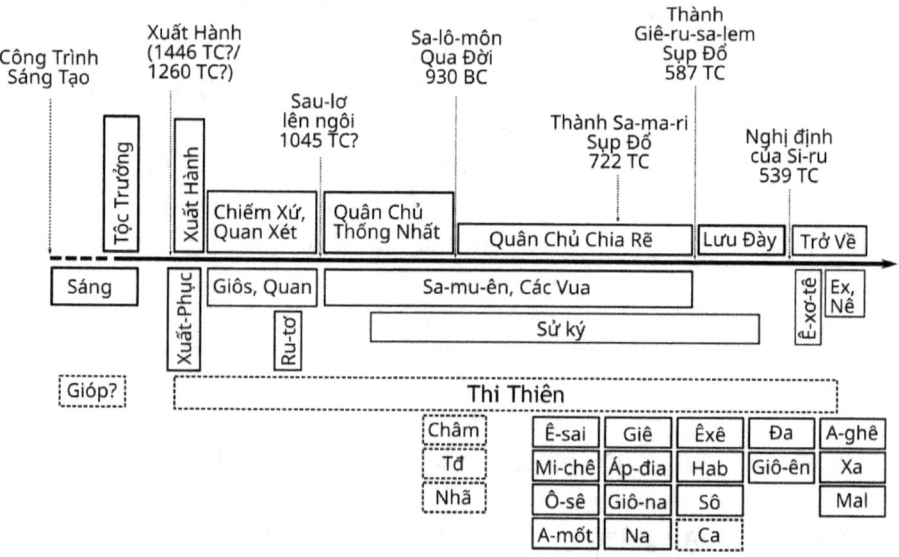

8. Giải Nghĩa Luật Pháp (Giao Ước)

Nền tảng của toàn bộ Kinh Thánh là Ngũ Kinh, Ngũ Kinh là năm sách của Môi-se bao gồm từ Sáng Thế Ký đến Phục Truyền Luật Lệ Ký. Phạm vi khuôn khổ của Ngũ Kinh là câu chuyện từ A-đam đến Áp-ra-ham và dòng dõi của ông sau khi xuất Ai-cập cùng Mô-se sống trong vùng đồng bằng Mô-áp để chuẩn bị tiến vào miền đất hứa. Tuy nhiên Ngũ Kinh được biết trong hội thánh như là "luật pháp". Chương này hướng dẫn cách giải nghĩa những phần của Ngũ Kinh không phải là thể loại chuyện kể mà là điều luật hay giáo huấn.

Luật Pháp Thật Sự Là Gì?

Theo truyền thống của người Do Thái, Kinh Thánh Hê-bơ-rơ bao gồm ba phần:

- *Tô-ra* là là Ngũ Kinh.
- *Nevi'im* là tiên tri (Giô-suê, Các Quan Xét, Sa-mu-ên, Các Vua, Ê-sai, Giê-rê-mi, Ê-xê-chi-ên, và 12 tiểu tiên tri).
- *Ketuvim* là các tài liệu khác (hay thánh văn, bao gồm những sách còn lại trong Cựu Ước, từ Thi Thiên đến Sử Ký).

Thứ tự sách thì khác với thứ tự trong Cựu Ước của Cơ Đốc Giáo. Tuy nhiên, nội dung thì giống nhau. Trong Lu-ca 24:44, chính Chúa Giê-xu đã từng nhắc đến ba phần của Kinh Thánh là "Luật Pháp Môi-se, các sách Tiên Tri, cùng các Thi Thiên" (Thi Thiên đại diện cho các thánh văn).

Như vậy, chúng ta phải tìm hiểu phần thứ nhất, là Tô-ra. Trong những thế kỷ trước thời của Chúa Giê-xu, một số thầy thông giáo Do Thái dịch Kinh Thánh sang tiếng Hy Lạp cho người không hiểu tiếng Hê-bơ-rơ. Bản dịch của họ được gọi là Bản Bảy Mươi (LXX, ghi theo số La-mã).[1] Trong bản LXX, họ dịch từ *tô-ra* sang *nomos* (tiếng Hy Lạp: νόμος), có nghĩa là "luật pháp". Hội thánh đầu tiên chủ yếu đọc Kinh Thánh bằng tiếng Hy Lạp, và các tác giả Tân Ước cũng trích dẫn bản LXX. Vì vậy, theo truyền thống của Cơ Đốc Giáo, từ *tô-ra* được dịch sang "luật pháp" trong tất cả các bản dịch tiếng Việt (giống như từ "law" trong tiếng Anh được dịch sang tiếng Việt). Đối với nhiều người, từ "luật pháp" có nghĩa là **duy luập pháp** (*legalism*) tức là con người có thể làm đẹp lòng Đức Chúa Trời qua việc làm của chúng ta. Chúng ta phản đối duy luật pháp vì đó là điều không tưởng. Tuy đó là sự thật, nhưng một số người lại nghĩ rằng, nếu vậy, Ngũ Kinh không liên quan đến họ vì luật pháp bất khả thi.

Tuy nhiên, từ *tô-ra* không mang nghĩa "luật pháp". Từ *tô-ra* (tiếng Hê-bơ-rơ: תּוֹרָה) có nghĩa "giáo huấn".[2] Ngũ Kinh là tập sách giảng dạy về giao ước Chúa lập với người Y-sơ-ra-ên, từ những lời hứa cho các tộc trưởng đến sự ứng nghiệm trong người Y-sơ-ra-ên được Chúa giải cứu khỏi Ai Cập và chiếm xứ. Đúng là có nhiều điều luật trong Ngũ Kinh, nhưng trên thực tế, Ngũ Kinh bao gồm nhiều thể loại văn chương khác nhau. Những chuyện kể, gia phả, thơ ca, và điều luật được viết để dạy cho chúng ta về Đức Chúa Trời và ý muốn của Ngài. Christopher J. H. Wright xác định phần luật pháp là gì:

> Khi nói đến "luật pháp Cựu Ước", chúng ta thường muốn nói đến những phần nằm trong Torah mà thật sự trông có vẻ như luật pháp theo cách chúng ta hiểu về từ này—gồm những điều răn, các trường hợp liên quan đến pháp lý, thẩm phán và nhân chứng, những chỉ dẫn cụ thể, hình phạt dựa trên luật pháp, v.v... Kiểu tài liệu như thế hầu hết đều được tìm thấy ở nửa phần sau của Xuất Ê-díp-tô Ký (đặc biệt Xuất 20–23), Lê-vi Ký và Phục Truyền (nhất là Phục 12–26).[3]

Nhưng chúng ta cũng phải hiểu rằng ngay cả những phần chúng ta thấy giống như luật pháp cũng có thể không có cùng mục đích hiệu ứng như luật

---

[1] Có nhiều giả thuyết về nguồn gốc của Bản LXX. Câu chuyện truyền thống được viết trong *Lá Thư của Aristeas* vào thời trước Chúa Giê-xu cho rằng 72 trưởng lão Do Thái đã dịch toàn bộ Kinh Thánh trong 72 ngày. Câu chuyện này không được học giả chấp nhận có tính chính xác về khía cạnh lịch sử, nhưng có lẽ tên gọi của Bản LXX xuất xứ từ câu chuyện đó.

[2] Ludwig Koehler, Walter Baumgartner, và Johann Jakob Stamm, *The Hebrew and Aramaic Lexicon of the Old Testament*, b.t M. E. J. Richardson, electronic ed. (Leiden: Brill, 1999), 1711.

[3] Wright, *Ngọt Hơn Mật*, 117–18.

pháp thời nay. Điều răn thứ mười cấm chúng ta tham lam. Đó có phải là luật pháp giống như luật pháp của nhà nước không? Có lẽ không. Vì vậy, chúng ta phải hiểu đặc điểm của văn chương pháp lý trong Cựu Ước.

Đặc Điểm của Văn Chương Pháp Lý trong Cựu Ước

Các văn kiện pháp lý có một số đặc điểm về hình thức mà chúng ta cần nắm biết để giải nghĩa đúng. Đồng thời chúng ta cũng cần biết về hai loại hình điều luật khác nhau.

Hình Thức Giao Ước

Điều quan trọng nhất của văn chương pháp lý là hình thức **giao ước** (*covenant*). Đó là một thỏa thuận/ cam kết nhằm thiết lập mối quan hệ chặt chẽ giữa hai bên, trong đó cả hai đều đồng ý về: điều kiện, lời thề, hậu quả nếu không thực hiện.[4] Một số giao ước trong Kinh Thánh có hình thức ở dạng hiệp ước ngoại giao của người Hê-tít thời ấy cho nên chúng ta cần biết về hình thức giao ước đó.

Người Hê-tít là một dân tộc đã thiết lập một đế quốc hùng mạnh vào phần đầu của thế kỷ 17 TC (ở khu vực Thổ Nhĩ Kỳ ngày nay).[5] Khi họ đã chinh phục những vương quốc nhỏ hơn, họ thiết lập hiệp ước ngoại giao với những nước đó. Hiệp ước của người Hê-tít là một loại hình hiệp ước giữa hai vương quốc, một vương quốc lớn mạnh và một vương quốc khác nhỏ yếu hơn. Trong hiệp ước, vua của vương quốc lớn mạnh đồng ý bảo vệ vương quốc nhỏ yếu miễn là vương quốc nhỏ yếu tuân giữ các điều kiện của hiệp ước. Hiệp ước này gồm có các phần sau:

1. **Lời mở đầu:** giới thiệu về vua mạnh, gồm có tước vị và điểm mạnh của vua mạnh,
2. **Phần giới thiệu lịch sử:** thuật lại quá trình quan hệ giữa hai bên, nhấn mạnh các công việc tốt lành mà vương quốc lớn mạnh đã làm cho vương quốc nhỏ yếu,

---

[4]Mendenhall và Herion, "Covenant", 1179.
[5]Billy Jean Collins, "The Hittites and the Hurrians", trong *The World around the Old Testament: The People and Places of the Ancient Near East*, b.t Bill T. Arnold và Brent A. Strawn (Grand Rapids: Baker Academic, 2016), 197.

3. **Các điều kiện của hiệp ước:** có nhiều việc hai bên phải làm như giúp nhau khi bị tấn công, vương quốc yếu hơn đóng thuế cho vương quốc mạnh, đọc hiệp ước mỗi năm, v.v....
4. **Danh sách nhân chứng:** nhân chứng thường là các thần của hai vương quốc (vì vậy phần này không có trong giao ước Kinh Thánh), và
5. **Các phước lành và sự rủa sả:** nếu vương quốc nhỏ yếu không giữ các điều kiện, họ sẽ bị rủa sả và đánh mất các lợi ích của hiệp ước, nhưng nếu giữ điều kiện thì sẽ được phước lành.[6]

Chúng ta thấy ảnh hưởng của hình thức hiệp ước này có trong cấu trúc sách Phục truyền Luật Lệ Ký.[7]

1. **Lời mở đầu** (Phục 1:1–5)
2. **Phần giới thiệu lịch sử** (Phục 1:6–4:49)
3. **Các điều kiện của giao ước** (Phục 5:1–26:19)
4. **Danh sách nhân chứng** (không có)
5. **Các phước lành và sự rủa sả** (Phục 27–30)

Điều quan trọng là lô-gíc của hiệp ước chính là lô-gíc của Phúc Âm: ân điển của Chúa là nền tảng cho mối quan hệ giữa Chúa và người, trong đó Chúa kêu gọi dân sự làm việc lành. Vì vậy, Mười Điều Răn bắt đầu: "Ta là Giê-hô-va Đức Chúa Trời của con, Đấng đã đem con ra khỏi đất Ai Cập, khỏi nhà nô lệ" (Xuất 20:2; Phục 5:6). Việc Chúa giải cứu người Y-sơ-ra-ên là nền tảng cho mối quan hệ giao ước và những yêu cầu đặt ra cần được trung thành tuân giữ. Đây là Phúc Âm đúng không? Đấng Christ đã giải cứu chúng ta. Vì vậy, Ngài kêu gọi chúng ta sống theo ý muốn của Chúa (Rô-ma 12:1–2). Như vậy, hình thức của giao ước Chúa lập với người Y-sơ-ra-ên không phải là duy luật pháp mà là lời hướng dẫn về cách sống trong mối quan hệ với Chúa. Mục đích là cung cấp cho người Y-sơ-ra-ên lời hướng dẫn để họ sống cách khôn ngoan trong xứ mới (Phục 4:5–6).

Hai Loại Hình Điều Luật

Các điều luật cũng có hình thức cố định. Trong Cựu Ước, ta thấy có hai loại hình luật chính: **luật tuyệt đối** (*absolute law* hoặc *apodictic law*) và **luật có điều kiện** (*conditional law* hoặc *casuistic law*).

---

[6]F. C. Fensham, "Giao Ước, Liên Minh", trong *Thánh Kinh Tân Từ Điển*, b.t I. Howard Marshall và c.s. (Hà Nội: NXB Phương Đông, 2009), 743.

[7]Meredith G. Kline, *Treaty of the Great King: The Covenant Structure of Deuteronomy* (Grand Rapids: Eerdmans, 1963), 48–49.

Điều luật tuyệt đối luôn luôn có hình thức "Hãy làm..." hay "Không được làm...". Mười điều răn trong Xuất Ê-díp-tô Ký chương 20 là một ví dụ quen thuộc của luật tuyệt đối.

Còn luật có điều kiện có hình thức như "Nếu A, thì B."[8] Ví dụ, Xuất Ê-díp-tô Ký 21:2 quy định về người đầy tớ: "Khi con mua một người nô lệ Hê-bơ-rơ, người đó sẽ phục vụ sáu năm; đến năm thứ bảy người đó sẽ được tự do ra đi mà không phải trả tiền." Điều luật này chỉ áp dụng cho đầy tớ Hê-bơ-rơ, không phải cho ngoại kiều.

Quá Trình Nghiên Cứu Văn Chương Pháp Lý

Khi giải nghĩa chuyện kể, chúng ta giải nghĩa một câu chuyện trong bối cảnh câu chuyện của cả sách và bối cảnh của cả Kinh Thánh. Khi giải nghĩa điều luật thì bối cảnh sẽ khác một chút. Bối cảnh không những chỉ là một câu chuyện mà còn là bất cứ phân đoạn nào đề cập đến cùng chủ đề trong Cựu Ước hoặc Tân Ước. Như vậy, việc nghiên cứu văn chương điều luật bao gồm những bước sau:

1. Phân tích phân đoạn nhỏ: một hoặc nhiều câu liên tục nói đến cùng một chủ đề.
2. Tìm hiểu vai trò của điều luật đó trong bộ sưu tập điều luật, bao gồm Sách Giao Ước trong Xuất Ê-díp-tô Ký 20:22–23:19 (xem Xuất 24:7), Bộ Luật về Sự Thánh Khiết trong Lê-vi Ký, và tô-ra của Phục Truyền 12–26.
3. Tham khảo những phân đoạn khác trong Kinh Thánh liên quan đến chủ đề đó, bao gồm:
   - Những phân đoạn trong bộ sưu tập điều luật khác
   - Chuyện kể
   - Thi thiên
   - Châm ngôn
   - Lời tiên tri, và
   - Phân đoạn Tân Ước.

Khi so sánh một điều luật với những phân đoạn liên quan, mục đích của chúng ta là tìm hiểu ý của Chúa về điều luật đó một cách tường tận hơn, từ đó mở rộng sự hiểu biết của chúng ta về bối cảnh văn hóa, và xác định rõ

---

[8]Wilson G. Baroody và William F. Gentrup, "Exodus, Leviticus, Numbers, and Deuteronomy", trong *A Complete Literary Guide to the Bible*, b.t Leland Ryken và Tremper Longman III (Grand Rapids: Zondervan, 1993), 128.

những thay đổi trong lịch sử cứu chuộc liên quan đến cùng một chủ đề như thế nào (ví dụ: trong Tân Ước không còn yêu cầu dân sự Chúa tuân theo điều luật về đồ ăn sạch ghi trong Lê-vi Ký 11:2–23, 41–43 và Phục Truyền 14:4–20. Xem Mác 7:14–19 và Công Vụ 10:9–16).

Phần tiếp theo hướng dẫn việc phân tích một phân đoạn pháp lý. Và sau cùng sẽ tìm hiểu cách áp dụng điều luật.

Phân Tích Văn Chương Pháp Lý trên BibleArc.com

Trước khi phân tích một phân đoạn riêng biệt, bạn nên nghiên cứu về cấu trúc của bộ luật mình đang nghiên cứu (ví dụ như cả Sách Giao Ước trong Xuất 20:22–23:19). Nếu không đủ thời gian tự nghiên cứu, thì hãy tra cứu sách giải nghĩa Kinh Thánh. Sách giải nghĩa thường có bố cục cho cả sách.

Dựa trên hiểu biết về văn chương pháp lý được mô tả ở trên, tôi đề nghị quá trình nghiên cứu bao gồm những việc như sau:

1. Chia các câu thành mệnh đề (câu hoàn chỉnh).

2. Xác định câu chính và câu phụ.

3. Đánh dấu từ quan trọng.

    a) **Thông tin bối cảnh:** Dùng *Text* (**Bản văn**) → *Text color* (**Văn bản màu**) màu xanh lá cây.

    b) **Động từ**: dùng *Text* (**Bản văn**) → **B** (in đậm) để ghi nhận động từ.

    c) *Liên từ*: Dùng *Text* (**Bản văn**) → *I* (in nghiêng) để ghi nhận liên từ ("vì", "để", v.v...) cho biết mối quan hệ lô-gíc.

    d) **Nhân vật**: Dùng *Text* (**Bản văn**) → *Text color* (**Văn bản màu**) để ghi nhận lần đề cập đến nhân vật, mỗi nhân vật một màu.

    e) *Lời đánh giá trực tiếp của tác giả*: Dùng *Text* (**Bản văn**) → *U* (gạch dưới).

    f) Những từ ngữ hoặc khái niệm được lặp đi lặp lại: Dùng *Text* (**Bản văn**) → *Highlight* (Tô sáng).

4. Tìm hiểu mối quan hệ lô-gíc giữa các câu.

    a) Xác định những điều luật có chủ đề riêng biệt: Dùng *Sections* (Tiểu đoạn) → *New Separator* (**Phân cách mới**).

8. Giải Nghĩa Luật Pháp (Giao Ước)

b) Xác định chủ đề: *Sections* (**Tiểu đoạn**) → *New heading* (**Tiêu Đề Mới**).

c) Xách định mối quan hệ giữa các mệnh đề trong điều luật: Dùng *Arrows+* (**Mũi tên+**) → *New relationship* (**Quan hệ mới**) (xem thêm ở đoạn dưới).

5. Dựa trên kết quả đó, viết bố cục và ý chính của phân đoạn.

Tiếp theo tôi muốn giải thích thêm về bước 4c ở trên, tức là xác định mối quan hệ giữa các mệnh đề. Khi quan sát những điều luật trong Kinh Thánh, chúng ta thường gặp một số phần khác nhau như sau:

- **Yêu cầu**: Mệnh lệnh hoặc lời hướng dẫn phải làm việc gì. Thường được giới thiệu bằng từ "hãy," "chớ," "phải," "đừng," "không được, hoặc "sẽ". Ví dụ, Xuất Ê-díp-tô Ký 20:3: "Trước mặt Ta con không được có các thần nào khác."
- **Điều kiện**: Luật có điều kiện xác định khi nào điều luật này cần áp dụng. Thường được giới thiệu bằng từ "nếu" hoặc "khi." Ví dụ, Lê-vi Ký 19:20 cho biết điều kiện: "Nếu một người đàn ông ăn nằm với một nữ nô lệ đã hứa gả cho một người đàn ông khác nhưng chưa được chuộc ra hoặc chưa được trả tự do, thì …".
- **Kết quả**: Tiếp theo từ chỉ điều kiện "nếu" hoặc "khi", chúng ta thấy một điều luật có thể đưa ngay kết quả hay quyết định, ví dụ như nhận định người ấy mắc tội hay không. Thường đi kèm theo điều kiện và được giới thiệu bằng từ "thì". Lê-vi Ký 19:20 kết luận: "… thì cả hai đều sẽ bị phạt nhưng không bị tử hình vì nữ nô lệ đó chưa được trả tự do."
- **Động cơ** hoặc **lý do**: Nêu ra lý do yêu cầu dân sự phải tuân theo luật này. Thường được giới thiệu bằng từ "vì" và cho biết một chân lý thần học hoặc một sự kiện trong quá khứ. Ví dụ, trong Lê-vi Ký 11:45 có hai lý do dân Y-sơ-ra-ên phải nên thánh, đó là vì Chúa giải cứu họ khỏi Ai Cập, và vì Ngài là thánh.
- **Mục đích**: Cho biết kết quả mong muốn. Mục đích gần giống như động cơ nhưng hướng đến tương lai. Thường được giới thiệu bằng từ "để." Ví dụ, Phục Truyền 25:15 cho biết mục đích của việc có cân đo lường chuẩn xác và trung thực là "để anh em được sống lâu trên đất".

Dưới đây là một số ví dụ phân tích điều luật.

Xuất Ê-díp-tô Ký 20:1–6

Mười điều răn là phần luật pháp chúng ta biết nhiều nhất. Các điều luật này là luật tuyệt đối, không có điều kiện. Mười điều răn có cấu trúc của giao ước:

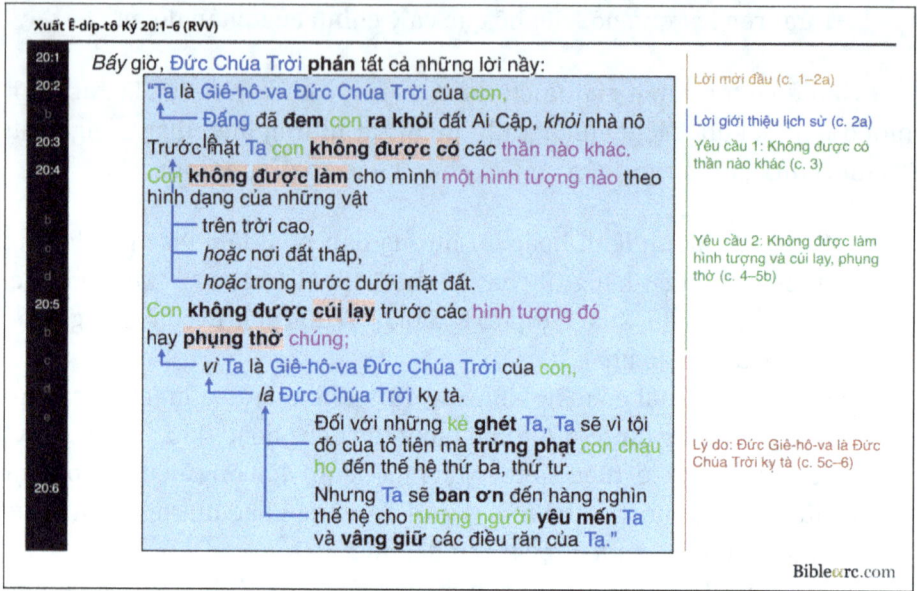

Chúng ta có thể thấy cấu trúc của hiệp ước Hê-ít trong những câu này. Câu 1–2a là "Lời mở đầu," là phần giới thiệu Chủ của giao ước, là "Giê-hô-va Đức Chúa Trời." Còn câu 2b là "Lời Giới Thiệu Lịch Sử," có nghĩa là nền tảng cho mối quan hệ, đó là việc Chúa đã giải cứu người Y-sơ-ra-ên Ra khỏi Ai Cập. Từ câu 3 trở đi là các yêu cầu của giao ước, có nghĩa là những điều cần phải thực hiện để giữ mối quan hệ tốt với Chúa. Cả hai yêu cầu đầu tiên đều liên quan đến việc thờ phượng cho nên tôi tô sáng màu hồng những từ liên quan. Cuối cùng, Yêu cầu 2 nêu lý do trong c. 5c–6, được giới thiệu bằng từ "vì." Lý do Chúa cấm người Y-sơ-ra-ên không được thờ hình tượng là vì một chân lý về Đức Chúa Trời, đó là Ngài là "Đức Chúa Trời kỵ tà," không chấp nhận một thần nào có thể tranh giành địa vị vinh quang của Ngài.

Xuất Ê-díp-tô Ký 22:1–4

Một ví dụ của luật có điều kiện là Xuất 22:1–4. Phân đoạn này có ba chủ đề khác nhau, nhưng tất cả đều liên quan đến việc trộm cướp:

Trong bài phân tích ở trên chia thành tiểu đoạn và có tiêu đề cho từng tiểu đoạn như "Xử Lý Việc Bắt Trộm Con Bò, Con Chiên". Ngoài ra, còn xác

8. Giải Nghĩa Luật Pháp (Giao Ước)

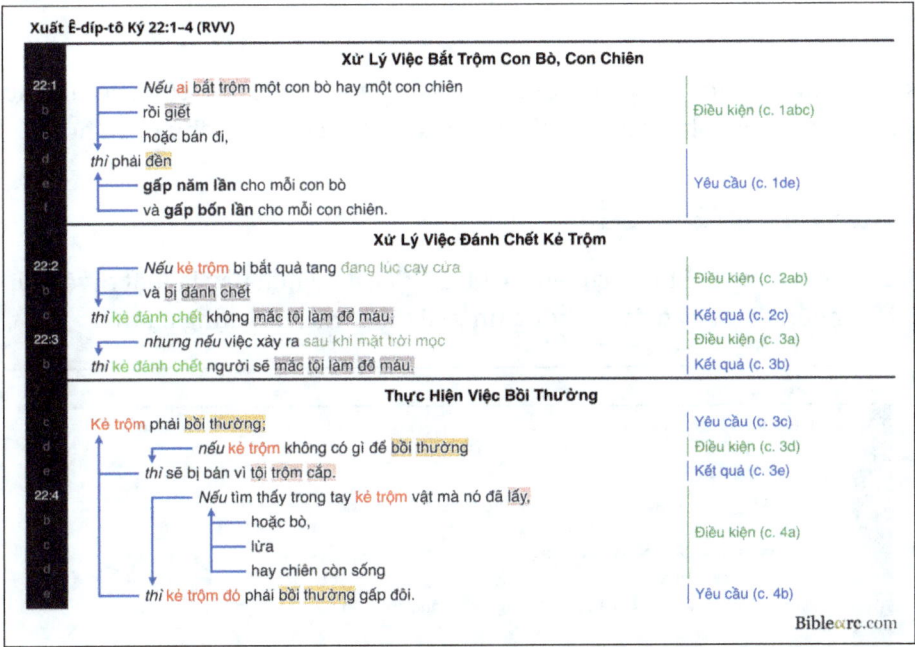

định từng mệnh đề đóng vai trò điều kiện, yêu cầu, hoặc kết quả. Trong c. 2c và 3b, kết quả là quyết định mắc tội hay không mắc tội. Tuy nhiên, c. 3e là quyết định về hình phạt ("sẽ bị bán").

Xuất Ê-díp-tô Ký 23:6–8

Xuất 23:6–8 cũng minh họa điều luật cho biết lý do:

Câu 7c là lý do được giới thiệu bằng từ "vì." Đây là lý do riêng cho câu 7b hoặc cho cả c. 6, 7a, và 7b? Cả hai đều có thể đúng. Từ "công chính" trong cả hai c. 7b và c. Tuy nhiên, từ "công lý" trong c. 6 cũng có thể liên quan đến

c. 7c vì một người "bẻ cong công lý" có thể là người "xưng công chính cho kẻ gian ác." Câu 8bcd rõ ràng là lý do cho c. 8a vì có cùng chủ đề là hối lộ.

Phục Truyền 24:14–15

Ví dụ cuối cùng là Phục Truyền 24:14–15. Các điều luật này là luật tuyệt đối, nhưng cũng đưa ra một số thông tin giải thích cách áp dụng cụ thể:

```
Phục Truyền 24:14-15 (RVV)
24:14
 b     Không được ức hiếp người làm thuê nghèo khó và bần cùng,        Mệnh lệnh (c. 14a)
 c         dù người đó
 d             là anh em mình                                          Điều kiện (c. 14bcd)
               hay là ngoại kiều tạm cư trong xứ và trong thành của anh
               em.
24:15
 b     Phải thanh toán tiền công cho người ấy mỗi ngày,                Mệnh lệnh (c. 15a)
 c         trước khi mặt trời lặn,                                     Thời gian (c. 15b)
           vì người ấy vốn nghèo khó chỉ còn biết trông chờ vào đó.    Lý do (c. 15c)
 d         Nếu không,
 e     người ấy sẽ kêu van Đức Giê-hô-va về anh em                     Hậu quả nếu không giữ (c.
       và anh em phải mắc tội.                                         15def)
                                                              Bibleαrc.com
```

Câu 14 là mệnh lệnh nói chung về cách cư xử với người làm thuê nghèo khó. Mặc dù nói là có điều kiện trong c. 14bcd, nhưng điều kiện cho thấy đây là luật áp dụng cho tất cả mọi người nghèo. Câu 15 giải thích cụ thể hơn về việc phải thanh toán tiền công. Có hai chi tiết: câu 15b cho rằng phải thanh toán mỗi ngày, và câu 15c đưa ra lý do liên quan đến kinh nghiệm của người Y-sơ-ra-ên. Họ phải thương xót vì họ vốn là người nghèo. Câu 15def cho thấy động cơ ở hình thức hậu quả. Nếu họ không thực hiện, người nghèo sẽ kêu van, và người thuê sẽ mắc tội trước mặt Đức Gia-vê.

Ví dụ minh họa cho Quá Trình Nghiên Cứu Điều Luật

Phần trước đã trình bày nhiều ví dụ cho việc phân tích điều luật. Trong phần này tôi sẽ phân tích hai câu luật và liên hệ chúng với những nơi khác trong Kinh Thánh để minh hoạ quá trình nghiên cứu điều luật. Phục Truyền 24:17–18 hướng dẫn cách người Y-sơ-ra-ên phải đối xử với người yếu đuối trong xã hội dựa trên kinh nghiệm của họ ở Ai Cập, đây là mệnh lệnh họ từng vi phạm nhiều lần trong lịch sử của họ.

1. Phân tích phân đoạn nhỏ:

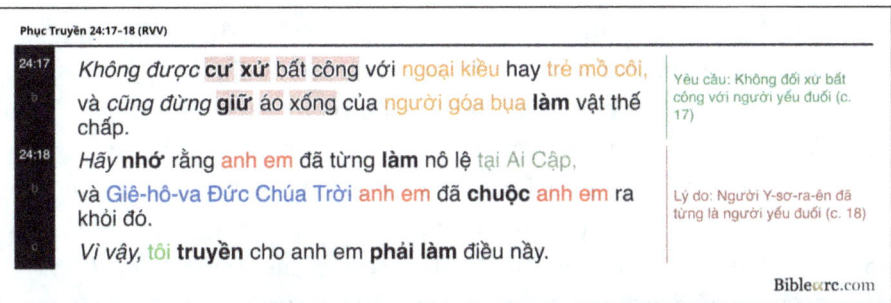

Phân đoạn này liên quan đến sự hiện diện của ba nhóm người yếu đuối trong xã hội: ngoại kiều, trẻ mồ côi, và người goá bụa. Cả ba đều là những người không được xã hội bảo vệ hoặc chu cấp. Mặc dù c. 17a nói chung về việc "cư xử bất công" nhưng c. 17b nêu rõ cụ thể về việc "giữ áo xống ... làm vật thế chấp". Yêu cầu này đòi hỏi người Y-sơ-ra-ên phải biết bảo vệ người yếu đuối nhất trong xã hội. Lý do liên quan đến lịch sử của dân Y-sơ-ra-ên. Họ đã từng là những người yếu đuối khi làm nô lệ tại Ai Cập (c. 18a). Họ hẳn hiểu rõ những thách thức của người yếu đuối vì kinh nghiệm quá khứ ở Ai Cập. Và trong hoàn cảnh ấy, Chúa đã cứu chuộc họ. Có nghĩa là họ đã nhận được tình thương của Chúa cho nên họ phải bày tỏ tình thương cho người đang lâm vào hoàn cảnh khó khăn.

2. Tìm hiểu vai trò của điều luật đó trong bộ sưu tập điều luật: Phục Truyền 24:17–18 nằm trong chuỗi điều luật đa dạng trong 24:6–22, bao gồm những chủ đề như thế chấp, ăn cắp, bệnh về da, đối xử với người nghèo, án tử hình, cách thu hoạch để cung ứng cho người nghèo, mức độ hình phạt dành cho người có tội, và việc khớp miệng của con bò đang đạp lúa. Theo Daniel I. Block, mặc dù chương này bao gồm nhiều đoạn ngắn nói đến nhiều chủ đề khác nhau, nhưng mối quan tâm chính của phần này là tiếp tục trau dồi người Y-sơ-ra-ên có tấm lòng thương xót đối với người yếu kém, xây dựng trên những điều luật khác được Môi-se giải thích trong Phục Truyền 15:1–11 và 23:19–20.[9] Môi-se đã giảng dạy ở vùng đồng bằng Mô-áp (Phục 1:1) cho thế hệ thứ hai của lớp người Y-sơ-ra-ên đã ra khỏi Ai-cập nhằm chuẩn bị họ vào xứ mới để họ sống lâu trong xứ (Phục 11:8–9). Sau khi mô tả lịch sử của mối quan hệ giữa Chúa và thế hệ thứ hai này trong Phục Truyền 1–4, Môi-se kêu gọi dân Y-sơ-ra-ên kính mến Ngài và giữ giao ước với Ngài để họ được sống. Trong Phục Truyền 4–11, Môi-se nhắc lại về điều kiện chung của giao ước, còn trong ch. 12–26 ông giảng thêm về những điều

---

[9] Daniel I. Block, *Phục Truyền Luật Lệ Ký*, b.d Lan Khuê, vol 2 (Hà Nội: NXB Tôn Giáo, 2018), 323.

kiện chi tiết.¹⁰ Phân đoạn này nằm gần phần cuối của điều kiện chi tiết, có lẽ để nhấn mạnh tấm lòng cần có trong giao ước với Chúa.

3. Tham khảo những phân đoạn khác trong Kinh Thánh liên quan đến cùng chủ đề: Thứ nhất, người Y-sơ-ra-ên đã chịu khổ ở Ai Cập và vì thế đã kêu cầu Chúa trong Xuất Ê-díp-tô Ký 1–2. Sau đó, Chúa đã giải cứu họ (Xuất 5–14), là sự kiện đáng vui mừng được thể hiện trong Xuất Ê-díp-tô Ký 15. Sự kiện ấy làm nền tảng cho điều luật trong Phục Truyền 24:17–18.

Thứ hai, chủ đề thương xót người yếu đuối được đề cập nhiều lần trong Ngũ Kinh. Chúng ta có thể thấy chính Chúa quan tâm đến tình trạng của A-ga khi bà bị đuổi ra khỏi nhà của Áp-ram (Sáng 16:7–14; so sánh 1 Các Vua 17:7–16). Và trong các điều luật nhiều lần đề cập đến tình trạng của ngoại kiều, trẻ mồ côi, hoặc người góa bụa (Xuất 22:22; Lê 19:33–34; 23:22; 25:35; Phục 1:16; 10:18*; 14:28–29*; 16:11*, 14*; 24:14, 19–21*; 26:12*). Nhiều lúc như trong Phục Truyền 24:17–18, một câu Kinh Thánh đề cập đến cả ba nhóm (như phân đoạn có * phía sau trong các câu Kinh Thánh trên). Họ là ví dụ điển hình về người yếu thế cần được bảo vệ. Thậm chí Phục Truyền 27:19 còn rủa sả: "Đáng nguyền rủa cho kẻ nào bẻ cong công lý đối với ngoại kiều, kẻ mồ côi và người góa bụa!". Rõ ràng đối với Chúa, bảo vệ họ là việc quan trọng.

Thứ ba, mối quan tâm về tình trạng của người ngoại bang, trẻ mồ côi, và người góa bụa cũng được nhắc lại trong các sách văn thơ (Gióp 22:9; 24:3, 9, 12; 31:17, 21; Thi 10:14, 18; 68:5; 82:3; 94:6; 146:9; Châm 23:10) và tiên tri (Giê 49:11) vì Đức Chúa Trời là Đấng quan tâm đến tầng lớp thấp kém của xã hội. Các tiên tri của Y-sơ-ra-ên đã lên án dân sự vì sai phạm của họ làm tổn hại đến người nghèo (Ê-sai 1:23; 10:1–2; Giê 5:28; Ê-xê 22:7; Ma-la-chi 3:5). Họ cũng kêu gọi người Y-sơ-ra-ên ăn năn bằng cách đối xử công bình với người nghèo (Ê-sai 1:17; Giê 7:5–7; 22:3; Xa 7:10).

Thứ tư, Gia-cơ 1:27 đúc kết sự tin đạo thuần khiết chính là chăm sóc cho trẻ mồ côi và người góa bụa. Đây là bí quyết áp dụng: mối quan tâm của Chúa đối với người yếu đuối vẫn tiếp tục cho đến ngày nay. Và trong phần tiếp theo tôi sẽ tìm hiểu cách áp dụng luật pháp trong thời nay.

---

¹⁰T. Desmond Alexander, *From Paradise to the Promised Land: An Introduction to the Main Themes of the Pentateuch*, 3rd a.b (Grand Rapids: Baker, 2012), Kindle locations 6218–6224.

Giảng Dạy và Áp Dụng Văn Chương Pháp Lý

Áp dụng luật pháp là một vấn đề không dễ. Trong lịch sử hội thánh, đã có nhiều thái độ khác nhau đối với "luật pháp của Môi-se". Đối với người yêu mến lời Chúa, đây là một vấn đề quan trọng.

Hai Quan Điểm Cực Đoan: Thần Luật Và Thuyết Phân Kỳ

Trong lịch sử hội thánh có hai quan điểm cực đoan. Thứ nhất, có người muốn áp dụng luật pháp (trừ phần nghi lễ được ứng nghiệm qua Đấng Christ) vào thời nay y như thời xưa. Quan điểm này được gọi là **thần luật** (*theonomy*). Theo quan điểm này, Cựu Ước vẫn được áp dụng triệt để vào xã hội thời nay, và tín hữu phải cố gắng lãnh đạo đất nước theo lời dạy của Kinh Thánh.[11] Với quan điểm này phát sinh hai vấn đề: Họ hiểu sai vai trò của luật pháp trong chương trình của Chúa, đó là giúp chúng ta hiểu tội lỗi là gì (Rô 3:20) và hướng dẫn người Y-sơ-ra-ên về cách sống theo giao ước với Đức Gia-vê để họ có thể làm nước thầy tế lễ (Xuất 19:5–6). Họ cũng không thấy rằng luật pháp được ban cho dân Y-sơ-ra-ên chỉ phù hợp với văn hóa thời xưa, còn thời nay văn hóa đã có nhiều thay đổi.

Quan điểm cực đoan thứ hai đi theo hướng trái ngược, phủ nhận luật pháp cần phải áp dụng cho chúng ta thời nay. Nhà thần học vĩ đại của Cuộc Cải Chánh là Martin Luther có vẻ thiên về quan điểm này. Mặc dù thái độ của Martin Luther khá phức tạp, nhưng trong số những người theo ông đã phân định giữa nội dung luật pháp và nội dung Phúc Âm trong Kinh Thánh và hầu như họ bỏ hẳn phần nội dung luật pháp. Một quan điểm liên quan là **thuyết phân kỳ** (*dispensationalism*). Theo họ, luật pháp chỉ dành cho dân Y-sơ-ra-ên thôi; luật pháp không áp dụng cho Cơ Đốc nhân. Theo Charles Ryrie, lý do là vì Chúa Giê-xu đã hủy bỏ chế độ "luật pháp - việc làm" và mở đầu cho thời kỳ sống theo nguyên tắc "đức tin - sự công bình".[12] Theo Ryrie, Chúa đã bãi bỏ "Luật Pháp Môi-se" và yêu cầu chúng ta theo "Luật Pháp Đấng Christ".[13] Mặc dù Ryrie không ủng hộ việc bỏ hẳn Cựu Ước, nhưng quan điểm thuyết phân kỳ khiến cho tín hữu nghĩ rằng Cựu Ước không còn giá trị đối với họ. Như vậy, trên thực tế thì họ bỏ lơ Cựu Ước. Tuy nhiên, quan điểm của họ đi ngược lại nguyên tắc Chúa Giê-xu từng nói Ngài không đến để bỏ luật pháp (Mat 5:17), và hơn nữa sứ đồ Phao-lô khẳng định cả Cựu Ước vẫn luôn hữu ích (2 Ti 3:16–17). Thật ra, chính trong Cựu Ước cũng

---

[11]R. R. Clapp, "Reconstructionism, Christian", trong *Dictionary of Christianity in America*, b.t Daniel G. Reid và c.s. (Downer's Grove, IL: InterVarsity, 1990).

[12]Charles Caldwell Ryrie, *Thần Học Căn Bản* (Chicago, Ill: Moody Press, 1999), 370–71.

[13]Ryrie, 374.

không cho rằng con người được cứu bởi việc làm nhưng bởi đức tin, như Phao-lô đã giải thích (Rô 3:20). Người Y-sơ-ra-ên ngày xưa nào được cứu bởi việc làm. Họ được cứu bởi đức tin.

Như vậy, chúng ta phải nghĩ thế nào về luật pháp? Có một lựa chọn khác, đó là chúng ta cần trau dồi sự khôn ngoan trong việc giải nghĩa Kinh Thánh. Vì vấn đề này không đơn giản, nên chúng ta không thể có một nguyên tắc đơn giản để giải quyết vấn đề.

Hướng Giải quyết Tìm Kiếm Sự Khôn Ngoan

Chúng ta có thể bắt đầu từ những vấn đề đơn giản và rõ ràng. Chúng ta phải nhận biết những điều nào vẫn có thể áp dụng trong Giao Ước Mới, ví dụ điều răn cấm thờ hình tượng (1 Cô 10:14) hoặc cấm giết người (Mat 19:18). Có một manh mối khi thấy Tân Ước nhắc lại luật nào đó thì chúng ta có thể chắc chắn rằng lời dạy đó tuy trong Cựu Ước nhưng ngày nay vẫn còn áp dụng. Mặt khác, cần nhìn nhận có một số điều trong Cựu Ước không còn hiệu lực nữa vì Chúa Giê-xu đã làm ứng nghiệm. Ví dụ, chúng ta không dâng của lễ vì Chúa Giê-xu dâng chính mình Ngài làm của lễ "một lần đủ cả" (Hê 10:10). Và chúng ta không có đền thờ tại Giê-ru-sa-lem vì tín hữu và hội thánh là đền thờ của Đức Thánh Linh (1 Cô 3:16; 6:19).

Như vậy những điều Tân Ước không đề cập đến thì sao? Những điều đó "hữu ích" (2 Ti 3:16) như thế nào? Đây là những tình huống không đơn giản, đòi hỏi chúng ta phải có sự khôn ngoan trong lĩnh vực giải nghĩa Kinh Thánh.

Một bước đơn giản có thể giúp chúng ta thấy được những điều vượt thời gian và áp dụng trong tất cả các giao ước mới cũ là chúng ta xác định những điều không thay đổi về Đức Chúa Trời và con người. Chúng ta có thể đặt ra hai câu hỏi khi suy ngẫm về một phân đoạn Kinh Thánh:

1. *Phân đoạn nói gì về Đức Chúa Trời?* Đức Chúa Trời không hề thay đổi. Vì vậy, điều gì chúng ta học về Đức Chúa Trời qua Cựu Ước cũng đang mô tả về Đức Chúa Trời ngày nay.
2. *Phân đoạn nói gì về con người?* Văn hóa thay đổi, nhưng bản chất con người không thay đổi nhiều. Khi nhìn vào con người trong thế giới Kinh Thánh, chúng ta học được điều gì cũng liên quan đến chúng ta ngày nay trong bối cảnh Phúc Âm của Đấng Christ?

Dựa trên những câu hỏi đó, chúng ta có thể học hỏi nhiều điều từ luật pháp, ngay cả những phần "không còn áp dụng". Ví dụ, mặc dù chúng ta thời nay không cần phân biệt đồ ăn sạch và không sạch nhưng chúng ta có thể học hỏi về sự thánh khiết của Đức Chúa Trời và việc đến gần Ngài. Chúng ta không thể tùy tiện đến với Ngài với đời sống ô uế tội lỗi. Cảm ơn Chúa vì của lễ của Chúa Giê-xu đã làm cho chúng ta trở nên thánh khiết (Hê 10:10).

Nhưng ngoài ra, chúng ta còn có thể học được gì từ luật pháp, nhất là những phần Tân Ước không lặp lại hoặc nói là đã được ứng nghiệm rồi? Christopher Wright đề nghị chúng ta xem người Y-sơ-ra-ên như là mô hình. Ông hỏi: "Làm sao để chúng ta đi từ việc quan sát thế giới đức tin và xã hội của dân Y-sơ-ra-ên thời xưa đến thế giới của chính chúng ta và nối liền hai khoảng cách lại với nhau?"[14] Chúng ta không thể tái lập xã hội Y-sơ-ra-ên cổ và càng không thể thờ ơ với cả Cựu Ước. Chúng ta xem dân Y-sơ-ra-ên là **mô hình** (*paradigm*), có nghĩa là một kiểu mẫu giúp tìm hiểu tình huống mới.[15] Chúng ta bắt đầu với thực tế đã biết (dân Y-sơ-ra-ên) để đối phó với tình huống mới (chúng ta). Chúng ta tìm hiểu về cách luật pháp Cựu Ước giải quyết một vấn đề ngày xưa. Chúng ta xác định những nguyên tắc trong những điều luật liên quan để chúng ta biết cách giải quyết vấn đề đó trong bối cảnh của chúng ta ngày nay. Vấn đề không phải là liệu phân đoạn đó *có áp dụng cho chúng ta hay không* (vì 2 Ti 3:16 nói là cả Kinh Thánh đều hữu ích) mà là phân đoạn đó được áp dụng *như thế nào*.[16] Chúng ta không bắt chước từng chi tiết trong luật pháp Cựu Ước, nhưng chúng ta có thể rút ra những nguyên tắc vẫn có thể áp dụng cho thời nay.

Ví dụ, chính Chúa Giê-xu đã làm việc này khi Ngài thiết lập Tiệc Thánh. Lễ Vượt Qua là nghi lễ mà người Y-sơ-ra-ên ở Ai Cập được Chúa hướng dẫn thực hiện khi họ sắp ra khỏi Ai Cập để họ thoát chết trong tai họa thứ mười (Xuất 12). Sau đó, người Y-sơ-ra-ên được Chúa hướng dẫn giữ lễ này hằng năm, nhưng hội thánh thì không cần giữ. Thay vào đó, Chúa Giê-xu đã thiết lập lễ Tiệc Thánh. Theo truyền thống, Tiệc Thánh sử dụng rượu vang và bánh mì của Lễ Vượt Qua nhưng cộng thêm ý nghĩa liên quan đến thập tự giá. Hội thánh của chúng ta thì không dùng rượu vang mà là nước nho. Chúng ta cũng không ăn thịt chiên quay và rau đắng (Xuất 12:8). Tuy nhiên, Lễ Vượt Qua là nghi lễ tưởng nhớ việc Chúa cứu người Y-sơ-ra-ên khỏi sự chết, và Tiệc Thánh kỷ niệm việc Chúa Giê-xu phó thân thể Ngài và đổ huyết của Ngài vì tội lỗi của chúng ta để chúng ta thoát khỏi sự chết.

Một ví dụ khác là Phục Truyền 13:6–11. Trong đó có điều luật nói về việc một người trong gia đình hoặc bạn thân muốn dụ dỗ mình thờ thần khác

---

[14]Christopher J. H. Wright, *Old Testament Ethics for the People of God* (Downers Grove, IL: InterVarsity, 2004), 62–63.

[15]Wright, 63.

[16]Peter Vogt, *Interpreting the Pentateuch: An Exegetical Handbook* (Grand Rapids: Kregel, 2009), 46.

(Phục 13:6–7). Yêu cầu của điều luật này là không được nghe theo họ (Phục 13:8), đây cũng là điều hiển nhiên thôi. Tuy nhiên, trong c. 9 yêu cầu người Y-sơ-ra-ên phải xử tử người đó. Hồi đó, Y-sơ-ra-rên là một nước thánh, một quốc gia ở dưới sự cai trị của Chúa. Còn Hội thánh ngày nay không phải là một quốc gia có lực lượng công an và tòa án. Vì vậy, chúng ta không phải xử tử ai cả. Tuy nhiên, với nguyên tắc không thể chấp nhận một người "tìm cách lôi kéo anh em xa cách Giê-hô-va Đức Chúa Trời của anh em" (c. 10), chúng ta phải tránh xa người đó. Nếu họ là tín hữu thì chúng ta kỷ luật người đó và không nên tiếp xúc với họ như Phao-lô dạy trong 1 Cô-rinh-tô 5:9–13.

Một Vài Đề Nghị Khi Giảng Dạy Văn Chương Pháp Lý

Có lẽ vì ảnh hưởng của thuyết phân kỳ hoặc vì nhiều mục sư không biết áp dụng văn chương pháp lý nên ít Hội thánh được giảng dạy về luật pháp. Có lẽ Mười Điều Răn và Phục Truyền 6:5–9 là phân đoạn dễ giảng dạy nhất. Tuy nhiên, luật pháp có rất nhiều phân đoạn có thể giúp chúng ta hiểu rõ hơn về sự cứu rỗi trong Chúa Giê-xu và ý muốn của Chúa cho đời sống của chúng ta. Khi giảng dạy văn chương pháp lý, chúng ta nên làm một số việc.

Thứ nhất, trong bài giảng nên tìm hiểu tình trạng chung của con người mà luật pháp nhắm đến. Đó là điều giúp người nghe biết lý do họ phải lắng nghe luật pháp và hướng dẫn chúng ta đến điều áp dụng. Ví dụ ở trên trong Phục Truyền 13 nói đến người dụ dỗ mình thờ thần khác. Ở Việt Nam nói riêng và trên thế giới nói chung, có rất nhiều thần giả, có nghĩa là những đối tượng con người tin cậy nhưng không phải là Đức Chúa Trời. Bên cạnh hình tượng truyền thống, thần tượng cũng có thể là tiền bạc và quyền lực là nguy cơ rõ ràng đối với chúng ta. Khi giải thích điều đó cho Hội thánh, người ta sẽ thấy cám dỗ trong đời sống của chính họ và muốn biết giải pháp của Chúa là gì.

Thứ hai, bài giảng về luật pháp nên nhấn mạnh những điều nói về thuộc tính hay hành động của Đức Chúa Trời. Trong Phục Truyền 13:3 nói về việc Chúa "thử nghiệm anh em để xem anh em có hết lòng hết linh hồn kính mến Giê-hô-va Đức Chúa Trời của anh em không". Có lẽ điều này cũng liên quan đến Chúa là Đấng kỵ tà (xem tiếp trong Xuất 20:5; 34:14; Phục 4:24; 5:9; 6:15; 32:21). Ngoài ra, trong câu 5 nhắc đến chân lý về Chúa "là Đấng đã đem anh em ra khỏi đất Ai Cập, chuộc anh em khỏi nhà nô lệ". Sự giải cứu của Chúa là lý do chúng ta nên trung thành với Ngài.

Thứ ba, chúng ta phải giải thích những điều không còn tiếp diễn trong giao ước mới. Ngay cả trong thời kỳ E-xơ-ra, việc tiêu diệt người ngoại bang (trong trường hợp dù họ là vợ của người Do Thái trở về xứ sau cuộc lưu đày) không còn được áp dụng (xem E-xơ-ra 9–10). Chúng ta cũng không giết ai khi họ dụ dỗ mình theo thần khác. Trong bài giảng cần giải thích những điều này cách rõ ràng.

Thứ tư, bài giảng nên giải thích cách Chúa Giê-xu làm ứng nghiệm luật pháp (Mat 5:17). Nếu Tân Ước trích dẫn hoặc hàm chứa luật pháp trong phân đoạn chúng ta giảng, thì chắc chắn chúng ta cần đề cập đến. Tuy nhiên, rất nhiều phân đoạn không được nhắc đến trong Tân Ước. Và như vấn đề nêu ở trên, Phục Truyền 13:5 đã được trích dẫn trong 1 Cô-rinh-tô 5 (cụ thể trong c. 13: "Hãy loại trừ những kẻ gian ác ra khỏi anh em."). Phao-lô áp dụng câu này trong mối quan hệ với người gian ác nói chung, theo như 1 Cô-rinh-tô 5:11 chép:

> Nhưng điều tôi viết cho anh em là đừng giao tiếp với bất cứ người nào tự xưng là anh em mà lại gian dâm, hoặc tham lam, hoặc thờ thần tượng, hoặc chưởi rủa, hoặc say sưa, hoặc trộm cướp, cũng không nên ăn chung với người như vậy.

Phao-lô cho chúng ta thấy cách xem Y-sơ-ra-ên là mô hình, cụ thể là chúng ta cũng cần tránh xa người cố tình gian ác. Trong tình huống này thì cũng bao gồm việc "thờ thần tượng". Thế nhưng nếu phân đoạn không có phần trích dẫn luật pháp thì chúng ta nên dựa trên phân đoạn nào trong Tân Ước để giải thích cách phân đoạn được ứng nghiệm trong Chúa Giê-xu? Một mặt, chúng ta cần sự khôn ngoan hiểu biết về thần học Kinh Thánh nói chung. Mặt khác chúng ta cũng có thể tìm những phân đoạn Tân Ước khác đề cập đến cùng một chủ đề; ở đây chủ đề là việc thờ hình tượng hoặc thờ thần khác. Chỉ tìm kiếm từ "hình tượng" sẽ cho ra kết quả như Rô-ma 1:23, Cô-lô-se 3:5, 1 Giăng 5:21 và nhiều phân đoạn khác. Như vậy, chúng ta có thể tìm hiểu thêm về chủ đề này trong Tân Ước để hướng dẫn việc áp dụng mạng lệnh Cựu Ước.

Kết Luận

Văn chương pháp lý của Cựu Ước chứa nhiều điều hữu ích để giúp chúng ta hiểu về chức vụ của Chúa Giê-xu, lịch sử Y-sơ-ra-ên, và cách chúng ta cần phải sống trong ngày hôm nay. Đừng ngại mở Xuất Ê-díp-tô Ký, Lê-vi Ký, hoặc Phục Truyền để khám phá thêm. Mặc dù việc áp dụng văn chương pháp lý không đơn giản, nhưng qua đó có nhiều cơ hội để trưởng thành trong sự hiểu biết Chúa và sự thánh khiết Ngài dành cho chúng ta. Chúng ta phải cố gắng giải nghĩa theo ánh sáng của Phúc Âm của Đấng Christ, vì đó là việc hữu ích cho đức tin của chúng ta.

9. Giải Nghĩa Thơ Ca

Dự Án Kinh Thánh ước tính thể loại văn thơ bao gồm 33% của Cựu Ước.[1] Thơ ca là một thế giới khác với chuyện kể và luật pháp, cả về ngôn ngữ lẫn phong cách văn học. Như vậy, chiến lược đọc thơ ca cũng phải khác. Trên thực tế, thơ ca là một thể loại tổng quát bao gồm nhiều loại văn thơ khác nhau như thi thiên ngợi khen, thi thiên than khóc, v.v.... Thi Thiên là sách thơ ca nổi tiếng nhất trong Kinh Thánh. Ngoài ra cũng có nhiều sách khác có nội dung chủ yếu là thơ ca như Ca Thương, Châm Ngôn, Nhã Ca, và một số sách tiên tri. Trong chương này tôi tập trung vào sách Thi Thiên vì những nguyên tắc giải nghĩa Thi Thiên cũng áp dụng được cho những sách khác.

Đặc Điểm của Thơ Ca

Thơ ca bày tỏ tấm lòng và cảm xúc của người viết. Khi tác giả chuyện kể muốn nhân vật bày tỏ cảm xúc mạnh mẽ, họ sử dụng thể thơ.[2] Ví dụ, 2 Sa-mu-ên 1:19–27 bày tỏ nỗi đau buồn của Đa-vít sau khi nghe tin Sau-lơ và Giô-na-than đã chết. Còn Giô-na 2:3–10 bày tỏ lòng biết ơn của Giô-na khi ông được giải cứu trên biển. Thơ ca có một số đặc điểm khiến nó phù hợp với những mục đích này. Ở đây, tôi chỉ đề cập đến các đặc điểm chung.

Thơ Ca Cô Đọng Súc Tích

Thứ nhất, thơ ca Cựu Ước thường cô đọng súc tích, có nghĩa là sử dụng ít lời hơn văn xuôi. Ví dụ, Thi Thiên 15:5a mô tả người công chính: "Người không cho vay lấy lãi". Dòng này rất ngắn, chỉ có bốn từ thôi. Bốn từ này mô tả

---

[1] *Làm thế nào để đọc Kinh Thánh – Phong cách văn học trong Kinh Thánh - Literary Styles in the Bible,* BibleProject Vietnamese - Tiếng Việt, 2020, https://www.youtube.com/watch?v=qP1ZUL4W5WM.

[2] Jean Louis Ska, *"Our Fathers Have Told Us": Introduction to the Analysis of Hebrew Narratives,* Subsidia Biblica 13 (Roma: Pontificio Instituto Biblico, 2000), 92.

tổng quát người công chính là người không bao giờ cho vay tiền lấy lãi. Tuy nhiên, Phục Truyền 23:19–20 thì nói chi tiết hơn:

> [19]Không được cho anh em mình vay để lấy lãi, dù là tiền bạc, lương thực hay là bất cứ thứ gì sinh lãi. [20]Anh em được phép lấy lãi người nước ngoài nhưng không được lấy lãi anh em mình. Như vậy, Giê-hô-va Đức Chúa Trời sẽ ban phước cho anh em trong mọi công việc anh em sẽ làm trong xứ mà anh em sắp vào nhận làm sản nghiệp.

Như vậy, rõ ràng lời giảng dạy của Môi-se trong Phục Truyền nói chi tiết hơn. Thi Thiên 15:5a nhắc lại cách súc tích về mệnh lệnh trong Phục Truyền. Đa-vít không cần thêm chi tiết rằng người công chính có thể cho vay tiền lấy lãi nếu người vay là người nước ngoài vì Môi-se đã nói điều đó rồi. Đa-vít chỉ nhắc một chút về luật pháp thôi, chứ không cần giải thích từng chi tiết nữa.

Theo Tremper Longman, trong thơ ca chúng ta hiếm khi tìm thấy một dòng thơ có nhiều hơn bốn từ. Theo ông, có bốn điều giúp thơ ca Cựu Ước súc tích[3]:

1. Thơ ca thường không sử dụng liên từ (ví dụ, "và" hoặc "nhưng"). Văn xuôi Cựu Ước hay có từ "và" hoặc "nhưng" ở đầu câu, còn văn thơ thì không.
2. Thơ ca dùng **cấu trúc song song** (*parallelism*), có nghĩa là hai dòng song song với nhau về ý nghĩa (xem thêm chi tiết ở dưới).
3. Thơ ca hay dùng hình thức **tỉnh lược** (*ellipsis*), tức là bỏ đi từ ngữ mà độc giả có thể đoán được tiềm ẩn ở dòng trên. Ví dụ, trong Ô-sê 5:8, người dịch Kinh Thánh thêm động từ thứ hai được in nghiêng: "Hãy thổi tù và ở Ghi-bê-a, *thổi* kèn ở Ra-ma!"[4] Trong nguyên văn tiếng Hê-bơ-rơ tác giả không lặp lại động từ "thổi".
4. Thơ ca hay sử dụng ngôn ngữ **hình ảnh** (*imagery*). Người ta nói "một bức ảnh hơn nghìn lời nói" vì hình ảnh khơi dậy trí tưởng tượng của chúng ta mà không cần phải nói nhiều. Ví dụ, A-mốt 5:24 chép: "Nhưng hãy làm cho công lý chảy xuống như nước, và sự công chính như sông lớn chảy cuồn cuộn." Câu này không có nghĩa là công lý là một dòng sông. Hình ảnh này mô tả sự phong phú của công lý mà

---

[3]Tremper Longman III, "Biblical Poetry", trong *A Complete Literary Guide to the Bible*, b.t Leland Ryken và Tremper Longman III (Grand Rapids: Zondervan, 1993), 82–83.

[4]Wilfred G. E. Watson, *Classical Hebrew Poetry: A Guide to Its Techniques*, vol 26 (Sheffield: JSOT Press, 1986), 304.

Chúa muốn thấy trong xã hội Y-sơ-ra-ên. Tác giả thơ ca không viết lời thơ rằng: "Công lý sẽ trở thành điều bình thường và phổ biến; ở nơi nào cũng sẽ có công lý, chứ không phải bất công như ngày nay". Ý đó được tóm lại trong ý thơ đầy hình ảnh: "Công lý chảy xuống như nước". Chúng ta chỉ cần hình dung con sông sau khi trời mưa to mấy ngày để hiểu được ý Chúa muốn mô tả về công lý.

Một điều chúng ta phải thừa nhận là: Mặc dù trong nguyên văn Cựu Ước, nhiều lúc từng dòng thơ ca tóm tắt một ý thần học sâu sắc trong ba từ ngữ, nhưng khi dịch sang tiếng Việt thì phải sử dụng nhiều từ ngữ hơn. Ví dụ, trong A-mốt 5:24, nguyên văn có 3 từ ở mỗi dòng, còn trong Bản Truyền Thống Hiệu Đính mỗi dòng phải dùng đến 10 từ ngữ. So với nguyên văn, tiếng Việt sử dụng nhiều từ hơn. Dầu vậy, ngay cả trong tiếng Việt, từng dòng thơ vẫn cố gắng diễn đạt cách cô đọng súc tích.

Đặc điểm súc tích của thơ ca đòi hỏi chúng ta phải suy gẫm nhiều mới hiểu được sứ điệp của bài thơ. Ví dụ khi nói về công lý ở trên đòi hỏi chúng ta phải hình dung một con sông sau cơn bão, rồi liên tưởng hình ảnh đó với công lý, hình dung kết quả của công lý khi lan chảy khắp nơi: không còn tham nhũng, không còn bạo lực, không còn người lợi dụng người khác. Đồng thời, chúng ta không nên mong đợi thơ ca phải giải thích từng chi tiết một (như trong Thi Thiên 15:5a ở trên). Ngược lại, tác giả hy vọng chúng ta sẽ giải nghĩa các dòng súc tích của thơ ca trong bối cảnh của luật pháp. Đó là một yếu tố khiến chúng ta phải đọc chậm và suy nghĩ về ý nghĩa của từng dòng. Và việc đọc chậm mang lại nhiều ích lợi cho người kiên nhẫn.

Thơ Ca Có Cấu Trúc Song Song

Đặc điểm thứ hai là cấu trúc song song. Theo Longman, đây là đặc điểm đặc trưng của thơ ca trong Kinh Thánh.[5] Sinh viên hay hỏi, "Làm thế nào nhận biết một phân đoạn được viết theo thể thơ ca?" Câu trả lời là mỗi câu trình bày dưới dạng cấu trúc song song. Nếu là thơ ca thì các nhà biên tập Kinh Thánh thường không dàn trang như đoạn văn bình thường, nhưng như thế này:

> Nhờ *lòng nhân từ* của Đức Giê-hô-va mà chúng ta không bị tiêu diệt,
> *Lòng thương xót* của Ngài không bao giờ dứt. (Ca Thương 3:22, phần nhấn mạnh in nghiêng do tôi thêm vào)

---
[5] Longman, "Biblical Poetry", 83.

Dòng đầu tiên kết thúc với dấu phẩy ở cuối dòng. Tuy nhiên, chữ đầu tiên của dòng thứ hai lại được viết hoa. Tuy nhiên, cách chấm câu không phải là vấn đề trọng tâm. Vấn đề trọng tâm là cấu trúc song song. **Cấu trúc song song** (*parallelism*) là cấu trúc của bài thơ khi có hai hoặc ba dòng có quan hệ chặt chẽ với nhau về ý nghĩa.[6] Trong ví dụ ở trên, hai dòng này mô tả lòng nhân từ của Chúa, lòng nhân từ nâng đỡ dân sự Chúa thể hiện trong dòng thứ nhất và không bao giờ kết thúc ghi trong dòng thứ hai. Hai dòng này nói đến cùng một chủ đề (lòng nhân từ của Chúa), nhưng dòng thứ hai thêm ý để làm sáng tỏ dòng thứ nhất.

Chúng ta cũng có thể tham khảo Thi Thiên 1:1–2, trong đó có hai cấu trúc song song. Câu 1 có ba dòng và câu 2 có hai dòng. Câu 1 mô tả ba cách để nói về một người được phước:

> Phước cho người nào
> Chẳng đi theo mưu kế của kẻ ác,
> Chẳng đứng trong đường tội nhân,
> Không ngồi chỗ của kẻ nhạo báng.

Ba dòng này có ý nghĩa tương đương nhưng không hoàn toàn giống nhau. Khi phối hợp cả ba dòng, chúng ta có cái nhìn tổng quát ở góc độ về những điều tiêu cực mà một người được phước sẽ không làm. Còn câu 2 cho chúng ta cái nhìn chung ở phương diện tích cực:

> Nhưng vui thích về luật pháp của Đức Giê-hô-va
> Và suy ngẫm luật pháp ấy ngày và đêm.

Thực sự việc "vui thích về luật pháp của Đức Giê-hô-va" không hoàn toàn giống như việc "suy ngẫm luật pháp ấy ngày và đêm", vì vậy dòng thứ hai giải nghĩa bổ sung nghĩa cho dòng thứ nhất. Cảm xúc vui thích luật pháp sẽ tạo nên thói quen suy ngẫm lời ấy. Đó là cấu trúc song song. Cấu trúc song song rất phổ biến trong thơ ca Cựu Ước và thậm chí đôi khi chúng ta tìm thấy cấu trúc song song trong cả chuyện kể. Tuy nhiên, trong chuyện kể, không phải câu nào cũng có cấu trúc song song.

Chisholm đưa ra bảy loại cấu trúc song song.[7] Mặc dù giữa các cấu trúc song song có nhiều mối liên hệ khác nhau, nhưng bài tóm tắt này đủ để giới thiệu các thể loại cấu trúc song song:

1. Đồng nghĩa (*synonymous*): Dòng thứ hai lặp lại ý của dòng thứ nhất dùng từ đồng nghĩa. Ví dụ, Thi Thiên 18:5:

---

[6] Trong tiếng Anh, một dòng là *colon* và nhiều dòng là *cola*.

[7] Robert B Chisholm, *From Exegesis to Exposition: A Practical Guide to Using Biblical Hebrew* (Grand Rapids: Baker, 1998), 142–45.

Các dây âm phủ quấn lấy con,
Các bẫy sự chết giăng bắt con.

Chisholm giải thích: câu này không những có sự cân đối về ý nghĩa mà còn có sự cân đối về cấu trúc ngữ pháp.[8] Mặc dù sử dụng từ ngữ khác nhau, nhưng ý nghĩa của hai dòng gần giống nhau vì "âm phủ" chính là nơi của người chết.

2. Chi tiết hóa (*specifying*): Dòng thứ hai cụ thể chi tiết về dòng thứ nhất. Ví dụ, Thi Thiên 5:12 (bản gốc: câu 13)[9]:

Lạy Đức Giê-hô-va, vì chính Ngài sẽ ban phước cho người công chính,
Lấy ơn Ngài che phủ người ấy như cái khiên.

Dòng thứ nhất trình bày cách chung chung về ơn phước của Chúa cho người công bình, nhưng dòng thứ hai đề cập cụ thể chi tiết Chúa dùng cái khiên bao phủ người công bình. Thông thường chúng ta nghĩ đến sự cung ứng của Chúa khi nói về phước hạnh. Tuy nhiên, Đa-vít nghĩ đến việc Chúa bảo vệ mình.

3. Bổ sung (*complementary*): Dòng thứ hai bổ sung ý vào dòng thứ nhất theo cách nào đó. Ví dụ, Thi Thiên 8:5 (bản gốc: c. 6):

Chúa dựng nên loài người kém Đức Chúa Trời một chút,
Đội cho người mão miện vinh quang và tôn trọng.

Chúng ta "kém Đức Chúa Trời một chút"[10] là cách nói chung chung và không cho biết chúng ta kém về khía cạnh nào. Dòng thứ hai bổ sung ý dòng thứ nhất bằng cách giải thích thêm vị trí của con người ở dưới Đức Chúa Trời như thế nào. Chúng ta được Chúa cho vinh quang và tôn trọng. Như vậy, Chúa có vinh quang và được tôn trọng, thì chúng ta cũng vậy, nhưng ít hơn Ngài vì vinh quang của con người có được là do Ngài ban phát.

4. Giải thích (*explanatory*): Dòng thứ hai đưa ra nguyên nhân làm lời giải thích cho dòng thứ nhất. Ví dụ, Thi Thiên 4:8b (bản gốc: câu 9):

---

[8]Trong tiếng Hê-bơ-rơ, dòng thứ nhất có **chuỗi kết hợp cấu trúc** (*construct chain*) + động từ, và dòng thứ hai có trật tự ngược lại, động từ + chuỗi kết hợp cấu trúc.

[9]Có sự chênh lệch như thế vì trong nguyên văn, nhiều thi thiên có phần tiêu đề được đánh dấu là câu số 1. Vì câu 1 là tiêu đề nên những câu sau cứ thế được thêm một trong bản nguyên văn so với bản tiếng Việt.

[10]Theo Bản LXX, chúng ta "kém hơn thiên sứ một chút"; Bản Phổ Thông cũng dịch như thế.

Lạy Đức Giê-hô-va, con sẽ nằm và ngủ bình yên;
Vì chỉ một mình Ngài gìn giữ con được sống an lành.

Ở đầu dòng thứ hai, từ "vì" cho biết đây là lý do. Đa-vít ngủ bình yên vì biết Chúa bảo vệ mạng sống mình.

5. Chỉ kết quả (*consequential*): Dòng thứ hai là kết quả của dòng thứ nhất hay dòng thứ nhất là nền tảng cơ bản của dòng thứ hai. Ví dụ, Thi Thiên 2:5:

Bấy giờ trong cơn thịnh nộ, Ngài quở trách chúng,
Trong cơn giận dữ, Ngài khiến chúng kinh hoàng.

Khi Đức Chúa Trời nổi giận (dòng thứ nhất), thì kết quả là các vua sợ hãi (dòng thứ hai).

6. So sánh (*comparative*): Dòng thứ hai là một ẩn dụ so sánh dòng thứ nhất với một điều khác để làm rõ nghĩa hơn. Ví dụ, Thi Thiên 4:7 (bản gốc: câu 8):

Chúa khiến lòng con tràn ngập niềm vui,
Hơn cả niềm vui của chúng khi có lúa mì và rượu nho dư dật.

Dòng thứ hai ở đây không lặp lại cụm động từ "Chúa khiến lòng con tràn ngập". Thay vào đó, dòng thứ hai sử dụng một minh họa từ đời sống hằng ngày của Y-sơ-ra-ên: niềm vui mừng bởi sự dư dật của mùa thu hoạch. Niềm vui đó là kinh nghiệm tương tự với việc theo Chúa.

7. Đối chiếu (*contrastive*): Dòng thứ hai tương phản với dòng thứ nhất. Ví dụ, Châm Ngôn 12:15:

Đường lối của kẻ ngu dại vốn ngay thẳng theo mắt nó,
Nhưng người khôn ngoan lắng nghe lời khuyên dạy.

Dòng thứ hai bắt đầu với từ "Nhưng", cho thấy rằng câu này đối chiếu người ngu dại ở dòng thứ nhất với người khôn ngoan ở dòng thứ hai. Sự khác biệt giữa người khôn ngoan và kẻ ngu dại ở chỗ tấm lòng sẵn sàng lắng nghe. Kẻ ngu dại không lắng nghe, còn người khôn ngoan vui lòng lắng nghe thầy giáo của mình.

Khi đọc một bài thơ, chúng ta suy ngẫm về mối liên hệ giữa các dòng ở cấu trúc song song. Thỉnh thoảng một câu có một từ như "vì" (כִּי) giúp chúng ta xác định mối quan hệ, thế nhưng phần lớn trường hợp chúng ta phải tự tìm tòi suy ngẫm về nội dung của từng dòng thì mới hiểu được mối quan hệ giữa các dòng thơ.

Chúng ta có thể tìm hiểu một vài câu trong Thi Thiên 115 để xem những dòng song song có ý nghĩa gì. Hãy xem câu đầu tiên:

1a Lạy Đức Giê-hô-va, vì lòng nhân từ và đức thành tín của Ngài,
1b Nguyện vinh quang không thuộc về chúng con, không thuộc về chúng con
1c Nhưng đáng thuộc về danh Ngài!

Nhà biên tập đã chia câu này thành ba dòng (nguyên văn cũng có ba dòng nhưng thứ tự khác).

Dòng A: Lý do vinh quang thuộc về Chúa
Dòng B: Phủ định vinh quang thuộc về dân sự
Dòng C: Khẳng định vinh quang thuộc về Chúa.

Như thế, Dòng B và Dòng C là hai dòng song song nhưng đối chiếu dân sự và Chúa. Tác giả muốn tôn cao Chúa, chứ không tôn cao dân sự. Khi suy nghĩ về điều đó, chúng ta nhận ra rằng nhiều lúc chúng ta tôn cao khả năng hoặc thành tích của chính mình hoặc của Hội thánh. Thế nhưng, ai là người luôn nhân từ và thành tín? Đó là Chúa, chứ không phải chúng ta.

Tiếp theo xem câu 2–3:

2a Vì sao các nước dám nói rằng:
2b "Đức Chúa Trời của chúng ở đâu?"
3a Đức Chúa Trời chúng ta ở trên các tầng trời;
3b Ngài làm bất cứ điều gì vừa ý Ngài.

Câu 2 bao gồm hai dòng. Dòng 2b bổ sung ý của dòng 2a, cho biết nội dung của lời nói của các nước. Như thế thì đơn giản. Nhưng xem câu 3. Mối quan hệ giữa dòng 3a và dòng 3b là gì? Chúa "ở trên các tầng trời" ngụ ý chỉ về điều gì? Và dòng 3b nêu lên thực trạng của việc Chúa ở trên các tầng trời, đó là Ngài "làm bất cứ điều gì vừa ý Ngài." Câu này tôn cao sự toàn năng của Chúa, vì Chúa chính là Đấng Tạo Hoá. Xem câu 15:

15a Nguyện Đức Giê-hô-va là Đấng dựng nên trời và đất,
15b Ban phước cho các ngươi.

Quyền năng của Chúa liên quan mật thiết đến việc Chúa là Đấng tạo dựng tất cả. Chúng ta có thể đối chiếu quyền năng của Ngài với các thần của các nước trong câu 4–7:

4a Còn hình tượng của chúng làm bằng bạc bằng vàng,
4b Là công việc tay người ta làm ra.

5a Hình tượng có miệng mà không nói;
5b Có mắt mà chẳng thấy;

6a Có tai mà không nghe;
6b Có mũi mà chẳng ngửi;

7a Có tay nhưng không thể sờ;
7b Có chân mà không biết đi;
7c Có cổ họng mà chẳng phát ra tiếng nào.

Dòng 4b sử dụng hình thức tỉnh lược (không cần lặp lại chủ ngữ là "hình tượng"). Dòng 4b cũng giải thích hoặc chi tiết hoá dòng 4a. Dòng 4a nói về vật liệu sản xuất, còn dòng 4b cho biết người sản xuất là ai. Câu 5–7 bao gồm 7 dòng song song với nhau liệt kê các đặc điểm của hình tượng "có cũng như không": có miệng mà không nói được gì! Có lẽ tác giả muốn chọc người thờ hình tượng cho nên nói một ý bảy lần. Thờ hình tượng chẳng có giá trị gì vì hình tượng bất lực hư không. Điều đó hoàn toàn khác với Chúa, "là sự cứu giúp và cái khiên" của Y-sơ-ra-ên (c. 9).

Cấu trúc song song là cơ hội cho chúng ta đọc chậm hơn và suy nghĩ về ý nghĩa của từng câu. Qua đó chúng ta hiểu biết nhiều hơn. Và lời thơ của cấu trúc song song nhiều lúc cũng chứa đựng rất nhiều hình ảnh, đó chính là đặc điểm kế tiếp của thơ ca.

Thơ Ca Đầy Hình Ảnh

Hình ảnh là vật liệu xây dựng của các nhà thơ.[11] Theo Longman, ẩn dụ từ hình ảnh sẽ giúp độc giả hình dung và đáp ứng cách cảm động.[12] Nhưng ngôn ngữ hình ảnh cũng đòi hỏi chúng ta suy ngẫm và tìm hiểu về bối cảnh và văn hóa trong thời tác giả để hiểu được ý nghĩa của hình ảnh được nêu. Vì một lý do nào đó, nhiều khi ẩn dụ mơ hồ, gây khó hiểu. Trong một phương diện nào đó, điều này cũng tốt vì sau khi suy ngẫm xong, lẽ thật của Đức Chúa Trời sẽ khắc sâu hơn vào tâm khảm chúng ta. Ngoài ra, chính ẩn dụ có thể trở thành một ví dụ cho bài giảng, giúp hội thánh hiểu lời Chúa sâu đậm hơn.

Chúng ta có thể lấy ví dụ Thi Thiên 91 để thấy mức độ hình ảnh được sử dụng trong thơ ca. Xem câu 1:

---

[11] Ryken, *Words of Delight*, 160.
[12] Longman, "Biblical Poetry", 83.

9. Giải Nghĩa Thơ Ca

> Người nào ở nơi kín đáo của Đấng Chí Cao,
> Sẽ hằng được ở dưới bóng của Đấng Toàn Năng.

Nơi kín đáo này là ở đâu? Tác giả không nói về một vị trí trên đất. Thay vào đó, tác giả nói về vị trí "dưới bóng của Đấng Toàn Năng". Vào ngày nắng nóng, nếu phải làm việc ở ngoài trời chúng ta sẽ vui khi có thể núp dưới bóng cây hoặc dưới một vầng đá to để uống nước và lấy lại sức. Tác giả tiếp tục mô tả sự bảo vệ của Chúa trong c. 2:

> Tôi thưa với Đức Giê-hô-va rằng: "Ngài là nơi nương náu và là đồn lũy của con;
> Cũng là Đức Chúa Trời của con, con tin cậy nơi Ngài."

Trong câu này hình ảnh lại rất khác. Nơi kín đáo là đồn lũy, không phải bóng của cây hoặc một vầng đá to. Đồn lũy là nơi của quân sự. Tác giả cũng dùng hình ảnh quân sự ở cuối c. 4:

> Sự thành tín của Ngài là cái khiên và cái mộc của ngươi.

Tác giả không những dùng hình ảnh quân sự mà còn dùng hình ảnh liên quan đến con chim trong câu 3 và đầu câu 4:

> Vì Ngài sẽ giải cứu ngươi khỏi bẫy chim
> Và khỏi dịch lệ độc hại.
> Ngài sẽ lấy lông Ngài mà che chở ngươi
> Và dưới cánh Ngài ngươi sẽ được nương náu mình;

Như vậy, chúng ta thấy rằng tác giả sử dụng khá nhiều hình ảnh khác nhau. Chúa là bóng che (một cây hoặc vầng đá to), là đồn lũy, là cái khiên và cái mộc, và là con chim. Có phải Đức Chúa Trời thực sự là vầng đá hoặc con chim không? Chắc chắn không. Tác giả sử dụng hình ảnh như thế để tác động đến trí tưởng tượng của chúng ta và suy nghĩ về cách Chúa bảo vệ chúng ta.

Chúng ta có thể quan sát cấu trúc song song cùng với hình ảnh trong Thi Thiên 114. Hai câu đầu tiên mô tả việc Y-sơ-ra-ên ra khỏi Ai Cập (c. 1) và sau đó trong Giu-đa có đền thánh và cả Y-sơ-ra-ên "thành vương quốc của Ngài" (c. 2); tôi gọi hai câu này là chủ đề A.[13] Câu 3–6 có một số dòng song song với nhau. Câu 3 song song với câu 5, còn câu 4 song song với câu 6. Chủ đề B bao gồm câu 3 và câu 5 liên quan đến biển và sông. Tác giả nhân

---

[13] Về cấu trúc và những chủ đề khác nhau, xem thêm ở dưới.

cách hóa biển và sông Giô-đanh như con người chạy trốn. Trong lịch sử, đó là hai phép lạ Chúa làm cho người Y-sơ-ra-ên qua Biển Đỏ (Xuất 14) và qua sông Giô-đanh (Giô-suê 3) trên đất khô. Còn chủ đề C bao gồm câu 4 và câu 6 liên quan đến núi, có lẽ chỉ về việc Chúa hiện ra cho Y-sơ-ra-ên tại Si-nai và núi non rúng động (Xuất 19:18).[14] Tác giả nhân cách hóa núi nhảy như con chiên khi bị giật mình hoặc bị đe doạ.

```
Thi Thiên 114:3–6 (RVV)

114:3  Biển thấy điều ấy thì chạy trốn;
       Sông Giô-đanh phải chảy ngược dòng;

114:4  Núi nhảy như chiên đực;
       Đồi phóng như chiên con.

114:5  Nầy biển, sao ngươi chạy trốn?
       Hỡi Giô-đanh, vì sao ngươi chảy ngược dòng?

114:6  Hỡi núi, sao ngươi nhảy như chiên đực?
       Nầy đồi, sao ngươi nhảy như chiên con?
                                          Biblearc.com
```

Những hình ảnh này giống như phim ngắn giúp chúng ta thấy được quyền năng của Đức Chúa Trời trên thiên nhiên. Ngài sử dụng quyền năng này để giải cứu Y-sơ-ra-ên, khích lệ chúng ta thờ phượng và tin cậy Ngài.

Qua hình ảnh, tác giả kích thích trí tưởng tượng của chúng ta. Trong chuyện kể, tác giả mô tả sự kiện đã xảy ra trong lịch sử. Tuy nhiên, trong thơ ca, tác giả giúp chúng ta nhận biết kinh nghiệm sống động bằng hình ảnh.

Thơ Ca Có Cấu Trúc Đặc Trưng

Các bài thơ thường theo một cấu trúc nào đó. Theo Longman, chúng ta nên biết rằng cấu trúc không những chỉ liên quan đến một câu mà thể hiện ở cả bài thơ.[15] Ví dụ, Thi Thiên 119 là một **bài thơ chữ cái** (*alphabetic acrostic*), tức là các chữ đầu của mỗi câu thơ được sắp xếp theo thứ tự bảng chữ cái. Trong số 176 câu, Thi Thiên 119 gồm có 22 nhóm câu và mỗi nhóm có 8 câu với những chữ đứng đầu câu có chữ cái đầu tiên giống nhau. Như vậy, tám câu đầu tiên bắt đầu bằng chữ đứng đầu có chữ cái đầu tiên là *aleph* (א), còn tám câu tiếp theo có chữ cái đầu tiên trong chữ đứng đầu là *bet* (ב), v.v....

---

[14]Willem A. VanGemeren, *The Expositor's Bible Commentary: Psalms*, b.t Tremper Longman và David E. Garland, rev. ed., vol 5 (Grand Rapids: Zondervan, 2006), 836.

[15]Longman, "Biblical Poetry", 87.

Ngoài thể loại thơ chữ cái, chúng ta thấy các bài thơ khác cũng có cấu trúc rõ ràng. Khi biết được cấu trúc, chúng ta sẽ dễ dàng biết được chức năng của từng câu hơn. Khi phân tích cấu trúc, chúng ta dùng chữ cái viết hoa để tượng trưng cho một chủ đề được chia sẻ lần lượt qua những câu khác nhau trong một bài thơ. Gọi A là chủ đề đầu tiên, B là chủ đề thứ hai, v.v... Trong bài thơ Kinh Thánh, ta thường thấy ba mô hình cấu trúc căn bản: ABB'A', ABA'B', và ABC. Trước hết là mô hình ABB'A':

   A - Chủ đề 1

      B - Chủ đề 2

      B' - Chủ đề 2 (tương đương với B)

   A' - Chủ đề 1 (tương đương với A)

VanGemeren phân tích cấu trúc của Thi Thiên 3 như sau[16]:

   A - Than khóc về kẻ thù (c. 1–2)

      B - Cầu nguyện với Chúa (c. 3–4)

         C - Tin cậy Chúa (c. 5–6)

      B' - Cầu nguyện xin sự giải cứu (c. 7)

   A' - Niềm hy vọng nơi Chúa (c. 8)

Chủ đề A là phần thú vị. Đa-vít bắt đầu với thái độ than khóc và lo lắng thế nhưng lại kết thúc bằng thái độ hy vọng, trái ngược hoàn toàn với sự lo lắng khi ông than khóc. Điều làm cho tình hình thay đổi là trọng tâm của bài thơ: việc tin cậy Chúa trong c. 5–6.

Loại cấu trúc thứ hai là ABA'B'. VanGemeren phân tích Thi Thiên 4 như thế này:

   A - Cầu nguyện (c. 1)

      B - Kêu gọi tin cậy Chúa (c. 2–5)

   A' - Cầu nguyện (c. 6–7)

      B' - Bày tỏ lòng tin cậy (c. 8)

---

[16] VanGemeren, *Psalms*, 5:99.

Loại cấu trúc thứ ba là ABC, là cấu trúc không có chủ đề nào được lặp lại. Thi Thiên 15 có cấu trúc này:

A - Câu hỏi: Ai được ở cùng Chúa? (c. 1)

   B - Đáp án: Người công bình (c. 2–5b)

      C - Phước hạnh của người công bình ở cùng Chúa (c. 5cd).

Khi nghiên cứu một bài thơ, chúng ta nên tìm hiểu cấu trúc của cả bài thơ và kết hợp với những quan sát về các dòng thơ có cấu trúc song song và hình ảnh phong phú để giải nghĩa bài thơ. Những loại cấu trúc thường gặp được nêu ở trên không phải là toàn bộ của cấu trúc thơ ca. Chúng ta phải tìm hiểu chi tiết từng bài thơ để nắm biết cấu trúc. BibleArc.com là công cụ hữu ích để làm việc đó.

Phân Tích Bài Thơ trên BibleArc.com

Vì cấu trúc song song là vật liệu xây dựng căn bản, nên chúng ta phải điều chỉnh quan niệm khi phân tích cấu trúc văn thơ. Thông thường chúng ta bắt đầu phân tích bằng cách:

1. Chia các câu thành mệnh đề (câu hoàn chỉnh).
2. Xác định câu chính và câu phụ.

Tuy nhiên, cách trình bày bài thơ không giống như văn xuôi. Vì thơ ca được trình bày bằng những dòng song song, và đa phần các nhà biên tập của bản dịch đã chia câu thành các dòng riêng biệt. Khi phân tích, chúng ta theo cách chia dòng của nhà biên tập cho dễ thực hiện và dễ giải thích cho hội thánh.

Điều này không có nghĩa là chúng ta không để tâm đến những mối quan hệ lô-gíc trong thơ ca. Khi bước vào phân tích cấu trúc văn thơ chúng ta hãy làm rõ mối quan hệ lô-gíc tiềm ẩn trong các dòng thơ. Tuy nhiên, khi mới bắt đầu, chúng ta nên chia dòng theo nhà biên tập. Nhà biên tập thường viết hoa chữ cái đầu dòng, và dòng thứ nhất kết thúc bằng dấu phẩy. Ví dụ, khi nhập Truyền đạo 7:1 vào BibleArc.com, câu này là: "Danh thơm tiếng tốt hơn dầu quý giá, Ngày chết hơn ngày sinh." Dòng thứ hai bắt đầu ở "Ngày" cho nên chúng ta chia như thế này:

> Danh thơm tiếng tốt hơn dầu quý giá,
> Ngày chết hơn ngày sinh.

Vì từ "Ngày" bắt đầu với chữ viết hoa ở giữa một câu nên chúng ta biết đó là dòng mới. Nếu muốn chắc, thì bạn nên mở bản Kinh Thánh bản in để tham khảo.

Như vậy, những bước phân tích bao gồm:

1. Chia các câu thành dòng theo cách của nhà biên tập.

2. Xác định câu chính và câu phụ (nếu cần).

3. Đánh dấu từ quan trọng.

    a) Nhân vật: Dùng *Text* (**Bản văn**) → *Text color* (**Văn bản màu**) để ghi nhận các lần đề cập đến những người khác nhau, thường là tác giả, Đức Chúa Trời, hoặc kẻ thù, nhưng cũng có thể bao gồm cả cộng đồng.

    b) *Liên từ*: Dùng *Text* (**Bản văn**) → *I* (in nghiêng) để ghi nhận liên từ ("vì", "để", v.v...) cho biết mối quan hệ lô-gíc.

    c) Những từ ngữ hoặc khái niệm được lặp đi lặp lại: Dùng *Text* (**Bản văn**) → *Highlight* (**Tô sáng**).

4. Chia bài thơ thành những phần riêng biệt (xem thêm ở đoạn dưới).

    a) Xác định những đoạn thơ riêng biệt: Dùng *Sections* (**Tiểu đoạn**) → *New Separator* (**Phân cách mới**).

    b) Xác định chủ đề của đoạn thơ: *Sections* (**Tiểu đoạn**) → *New heading* (**Tiêu Đề Mới**).

    c) Xác định chủ đề của những phần riêng biệt: Dùng *Arrows+* (**Mũi tên+**) → *New relationship* (**Quan hệ mới**) (xem thêm ở đoạn dưới).

5. Dựa trên kết quả đó, viết bố cục và ý chính của phân đoạn.

Khi chia thành những phần riêng biệt, chúng ta phải áp dụng phương pháp khác với phương pháp phân tích chuyện kể hoặc luật pháp. Các nhà thơ thể hiện chân lý thần học và kinh nghiệm của họ với Chúa bằng nhiều hình thức khác nhau. Để xác định cấu trúc chúng ta phải chú ý đến những thay đổi về:

1. **Hình ảnh:** những bức tranh nhà thơ vẽ để chúng ta hình dung các khái niệm cách cụ thể.

2. **Thái độ:** những thái độ của tác giả, dù là vui mừng, buồn thảm, xấu hổ, giận dữ, lo lắng, tự tin, v.v....

3. **Nhân vật:** những người được đề cập đến trong bài thơ; có lúc cũng thay đổi người nói, và những thay đổi đó rất quan trọng.

4. **Mục đích:** những việc tác giả muốn làm như kêu nài Chúa hành động, tác giả làm chứng với cộng đồng, ngợi khen, kêu gọi cộng đồng ngợi khen, hứa nguyện ngợi khen, ăn năn, dạy dỗ, cảnh báo, khuyên bảo cộng đồng, v.v...

5. **Chủ đề:** những ý quan trọng nhất trong bài thơ, thường có những từ chìa khóa được lặp đi lặp lại.

6. **Lý luận lô-gíc:** những lý do, mục đích, điều kiện, kết quả, v.v... bày tỏ những khái niệm quan trọng nhất của bài thơ.

7. **Đặc trưng thơ ca:** những đặc trưng của thơ ca như điệp khúc (Thi 42:5, 11, 43:5), đối xứng đầu-cuối bài thơ (*inclusio*; ví dụ, Thi 8:1, 9), v.v....

Đây là một số phương cách quan trọng nhất mà các nhà thơ dùng để diễn đạt ý của mình. Có thể tác giả sử dụng nhiều cách trong cùng một bài thơ. Đó là lý do thơ ca vừa khó vừa hay. Chúng ta có thể phân tích một bài thơ theo hai hoặc ba cách khác nhau mà vẫn chính xác.

Nhằm giúp độc giả hiểu rõ hơn cách phân tích thơ ca, dưới đây tôi phân tích một vài bài thơ được thiết kế cách khác nhau. Phân tích thơ ca thường mang tính nghệ thuật nhiều hơn khoa học. Nhưng nếu chúng ta chú ý đến những thay đổi được liệt kê ở trên thì chúng ta sẽ hiểu rõ ý của tác giả hơn.

Ví dụ 1: Phân Tích Theo Mục Đích và Hình Ảnh (Thi Thiên 23)

Chúng ta có thể phân tích Thi Thiên 23 theo hai khía cạnh, liên quan đến mục đích và hình ảnh mà tác giả sử dụng. Trong ví dụ này chúng ta không thực hiện đầy đủ các bước phân tích nhằm nhấn mạnh hai cách phân tích khác nhau.

Nếu chúng ta phân tích theo mục đích, thì chúng ta thấy rằng tác giả Đa-vít bắt đầu nói cho cộng đồng nghe trong c. 1–3, có vẻ như là lời dạy hoặc tâm sự về Đức Chúa Trời. Tiếp đến Đa-vít cầu nguyện cùng Chúa trong c. 4 và 5. Và cuối cùng trong c. 6 có lẽ lại là một lời tâm sự của ông:

9. Giải Nghĩa Thơ Ca

```
Thi Thiên 23:1-6 (RVV)
23:1    Đức Giê-hô-va là Đấng chăn giữ tôi,
  b     Tôi sẽ chẳng thiếu thốn gì.
23:2    Ngài khiến tôi an nghỉ nơi đồng cỏ xanh tươi,       A - Đa-vít tâm sự về Đức
  b     Dẫn tôi đến mé nước bình tịnh.                       Chúa Trời (c. 1-3).
23:3    Ngài làm tươi mới linh hồn tôi,
  b     Dẫn tôi vào các lối công chính
  c     Vì cớ danh Ngài.
23:4    Dù khi con đi trong trũng bóng chết
  b     Con sẽ chẳng sợ tai họa nào,
  c     Vì Chúa ở cùng con;
  d     Cây trượng và cây gậy của Chúa An ủi con.           Đa-vít cầu nguyện với Đức
23:5    Chúa dọn bàn cho con                                 Chúa Trời (c. 4-5)
  b     Trước mặt kẻ thù nghịch con;
  c     Chúa xức dầu cho đầu con;
  d     Chén con đầy tràn.
23:6    Thật vậy, trọn đời tôi, Phước hạnh và sự thương xót sẽ theo tôi;    A' - Đa-vít tâm sự về Đức
  b     Tôi sẽ ở trong nhà Đức Giê-hô-va Cho đến lâu dài.                    Chúa Trời (c. 6).
                                                                Bibleαrc.com
```

Trong bài thơ này, Đa-vít đã sử dụng hai hình ảnh. Phần đầu Đa-vít nói về đàn chiên trên đồng cỏ, mô tả Chúa là Đấng Chăn Giữ trong c. 1–4. Nhưng sau đó Đa-vít nói về ngôi nhà có bày bàn tiệc và mô tả Chúa là chủ nhà trong c. 5–6:

```
Thi Thiên 23:1-6 (RVV)
23:1    Đức Giê-hô-va là Đấng chăn giữ tôi,
  b     Tôi sẽ chẳng thiếu thốn gì.
23:2    Ngài khiến tôi an nghỉ nơi đồng cỏ xanh tươi,
  b     Dẫn tôi đến mé nước bình tịnh.
23:3    Ngài làm tươi mới linh hồn tôi,                    A - Đức Giê-hô-va là Đấng
  b     Dẫn tôi vào các lối công chính                      chăn giữ (c. 1-4).
  c     Vì cớ danh Ngài.
23:4    Dù khi con đi trong trũng bóng chết
  b     Con sẽ chẳng sợ tai họa nào,
  c     Vì Chúa ở cùng con;
  d     Cây trượng và cây gậy của Chúa An ủi con.
23:5    Chúa dọn bàn cho con
  b     Trước mặt kẻ thù nghịch con;
  c     Chúa xức dầu cho đầu con,                           B - Đức Giê-hô-va là Chủ nhà
  d     Chén con đầy tràn.                                  (c. 5-6).
23:6    Thật vậy, trọn đời tôi, Phước hạnh và sự thương xót sẽ theo tôi;
  b     Tôi sẽ ở trong nhà Đức Giê-hô-va Cho đến lâu dài.
                                                                Bibleαrc.com
```

Cả hai cách phân tích thi thiên này đều đúng và giúp chúng ta có hai góc nhìn khác nhau một ít về bài thơ.

Ví Dụ 2: Phân Tích Theo Chủ Đề và Lô-gíc (Thi Thiên 67)

Trong Thi Thiên 67 tác giả không viết theo hình ảnh. Thi Thiên 67 sử dụng chủ đề và lô-gíc để hình thành cấu trúc.

Điều đầu tiên ta quan sát là hầu hết các từ trong c. 3 và c. 5 giống nhau (nguyên văn thì 100% giống nhau). Vì vậy, đây là điệp khúc, và điệp khúc ở đây là lời cầu nguyện với Chúa ("Ngài").

Thi Thiên 67:1–7 (RVV)		
67:1 a/b/c	*Nguyện* Đức Chúa Trời thương xót chúng con và ban phước cho chúng con, Chiếu sáng mặt Ngài trên chúng con.	Cầu Nguyện Xin Phước Hạnh từ Chúa (c. 1)
	(Sê-la)	Ngừng
67:2 a/b	*Để* đường lối Chúa được biết trên đất Và sự cứu rỗi của Chúa được biết giữa các nước.	Mục Đích: Truyền Giáo cho Các Nước (c. 2)
67:3 a/b	*Lạy* Đức Chúa Trời, *nguyện* các dân ca ngợi Chúa! *Nguyện* muôn dân chúc tụng Ngài!	Điệp Khúc: Mời Các Nước Ngợi Khen Chúa (c. 3)
67:4 a	Các nước *hãy* vui vẻ và hân hoan ca hát,	Mời Các Nước Ngợi Khen Chúa (c. 4a)
b/c/d	*Vì* Chúa sẽ phán xét các dân tộc một cách công minh Và dẫn dắt muôn dân trên đất.	Lý do Ngợi Khen: Sự Phán Xét Công Minh và Dẫn Dắt của Chúa (c. 4bc)
	(Sê-la)	Ngừng
67:5 a/b	*Lạy* Đức Chúa Trời, *nguyện* các dân ca ngợi Chúa! *Nguyện* muôn dân ca tụng Ngài!	Điệp Khúc: Mời Các Nước Ngợi Khen Chúa (c. 5)
67:6 67:7	Đất sinh hoa lợi, Đức Chúa Trời là Đức Chúa Trời chúng ta sẽ ban phước cho chúng ta. Đức Chúa Trời ban phước cho chúng con	Sự Tin Chắc vào Phước Hạnh từ Chúa (c. 6-7a)
	Và mọi người ở tận cùng trái đất đều sẽ kính sợ Ngài.	Mong Các Nước Kính Sợ Chúa (c. 7b)

Biblearc.com

Thứ hai, ta thấy có mấy từ quan trọng ở đầu dòng, đặc biệt những từ mô tả mối quan hệ lô-gíc giữa các câu. Trong các thi thiên, những từ diễn đạt sự lô-gíc tương đối hiếm gặp, cho nên ta phải chú ý. Chúng ta dùng kiểu in nghiêng để chú ý đến từ lô-gíc. Câu 2 bắt đầu với "để", nghĩa là chỉ mục đích.[17] Câu 4b bắt đầu với "vì", chỉ lý do.[18] Câu 3 và 5 (là điệp khúc) bắt đầu với "lạy", và câu 1 bắt đầu với "nguyện." Những từ ngữ này mô tả về việc cầu xin.[19] Thêm chữ "hãy" trong c. 4a, và hình như cả thi thiên là bài cầu nguyện, bày tỏ mong muốn của tác giả.

Thứ ba, ta thấy các chủ đề của bài thơ được tập trung vào một số câu:

---

[17] Tiếng Hê-bơ-rơ là ל.
[18] Tiếng Hê-bơ-rơ là כִּי.
[19] Đây là cách dịch động từ yiqtol trong tiếng Hê-bơ-rơ. Cũng có thể dịch c. 1 là "Đức Chúa Trời sẽ thương xót...," nhưng ở đây xem tác giả đang bày tỏ tâm tình cầu nguyện sẽ trông hợp lý hơn.

1. Xem các từ ngữ và khái niệm được lặp lại. Câu 1 là lời cầu xin Chúa ban phước cho dân sự Ngài, và c. 6–7a cũng đề cập đến phước hạnh từ nơi Chúa. Ta tô sáng màu xanh da trời.
2. Ta thấy c. 2 và 4bc (chỉ mục đích và lý do) sử dụng một số từ liên quan, là "đường lối" và "sự cứu rỗi" của Chúa (c. 2) và sự phán xét và dẫn dắt của Chúa (c. 4bc). Tất cả liên quan đến việc đường lối của Chúa được "biết" (c. 2ab) và người dân được "dẫn dắt" (c. 4c). Ta tô sáng màu xanh lá cây.
3. Ta thấy câu 3–4a, 5, và 7b có hai điểm chung. Thứ nhất, cả ba đề cập đến các dân tộc trên đất bằng cách sử dụng cụm từ liên quan: "các dân" (c. 3a, 5a) và "muôn dân" (c. 3b, 5b), "các nước" (c. 4a), và "tận cùng trái đất" (c. 7b). Ta dùng văn bản màu đỏ. Và tiếp đến khi mô tả các nước thờ phượng tác giả sử dụng cụm từ liên quan: "ca ngợi" (c. 3a, 5a), "chúc tụng" (c. 3b), "vui vẻ" và "ca hát" (c. 4a), ca tụng (c. 5b), và "kính sợ" (c. 7b).[20] Ta tô sáng màu cam.

Tóm lại, có ba chủ đề khác nhau được lặp lại.

A - Chúa Ban Phước Cho Dân Ngài (c. 1)

   B - Cả Trái Đất Biết về Ngài (c. 2)

      C - Các Nước Ngợi Khen Ngài (c. 3)
      C' - Các Nước Ngợi Khen Ngài (c. 4a)

   B' - Cả Trái Đất Biết về Ngài (c. 4bc)

      C'' - Các Nước Ngợi Khen Ngài (c. 5)

A - Chúa Ban Phước Cho Dân Ngài (c. 6–7a)

      C''' - Các Nước Ngợi Khen Ngài (c. 7b)

Thi Thiên 67 hơi phức tạp một chút, nhưng ý không phức tạp lắm nếu chúng ta nhận ra ba ý chính:

1. Chúa ban phước cho dân sự Ngài (c. 1, 6–7a).
2. Để các nước biết về Ngài (c. 2, 4bc).
3. Để các nước ngợi khen Ngài (c. 3, 4a, 5, 7b).

---

[20]Thật ra, trong nguyên văn chỉ có một động từ được lặp lại bốn lần trong c. 3ab và 5ab (bản gốc: c. 4ab và 6ab), là יוֹדוּךָ ("nguyện họ ca ngợi Ngài"). Bản tiếng Việt sử dụng các động từ khác nhau cho phong phú.

Ví Dụ 3: Phân Tích Theo Mục Đích, Từ Ngữ Được Lặp Lại, và Nhân Vật (Thi Thiên 13)

Thi Thiên 13 là thi thiên than khóc, có nghĩa là một thể loại thi thiên kêu cầu Chúa giải cứu khỏi tình trạng khó khăn. Cả thi thiên là lời cầu nguyện của Đa-vít, nhưng có ba phần riêng biệt.

1. Hai câu đầu tiên lặp lại một cụm từ và bày tỏ thắc mắc của Đa-vít đối với Chúa. Cả bốn dòng kết thúc với câu hỏi: "... cho đến chừng nào?" hoặc "... cho đến bao giờ?" Trong đó chủ yếu tập trung vào tình trạng của tác giả trong mối quan hệ với Đức Chúa Trời. Đa-vít đang *than khóc*.

```
Thi Thiên 13:1–2 (RVV)
13:1    Đức Giê-hô-va ôi! Ngài mãi quên con cho đến chừng nào?
  b     Ngài ẩn mặt với con cho đến bao giờ?
13:2    Con phải khốn khổ trong tâm hồn,
  b     Hằng ngày con phải buồn thảm trong lòng cho đến bao giờ?
  c     Kẻ thù con sẽ được tôn cao hơn con cho đến chừng nào?
                                                              Biblearc.com
```

2. Trong c. 3–4 mục đích thay đổi. Đa-vít bắt đầu cầu xin Chúa hành động vì kẻ thù của mình. Trong c. 4 có lời trích dẫn của kẻ thù hả hê trên Đa-vít. Ta sử dụng màu đỏ/ màu hồng để nhấn mạnh vai trò của kẻ thù. Dựa trên việc đề cập đến kẻ thù với những động từ như "xem xét" và "nhậm lời" trong c. 3, chúng ta hiểu được rằng Đa-vít cầu xin Chúa hành động để giải quyết vấn đề liên quan đến kẻ thù. Đa-vít đang *cầu nguyện*.

```
Thi Thiên 13:3–4 (RVV)
13:3    Lạy Giê-hô-va Đức Chúa Trời của con, xin xem xét và nhậm lời con.
        Xin cho mắt con được sáng,
            — kẻo con phải ngủ trong sự chết chăng!
13:4        — Kẻo kẻ thù của con sẽ nói:
              "Ta đã thắng hơn nó,"
            — Và kẻ cừu địch con sẽ mừng rỡ khi con vấp ngã.
                                                              Biblearc.com
```

1. Sau đó trong c. 5–6 Đa-vít thay đổi mục đích một lần nữa. Trong hai câu này Đa-vít không còn than khóc mà là hướng đến tương lai tốt

đẹp. Ông nhìn lại quá khứ khi đã tin cậy sự nhân từ của Chúa (c. 5a). Ông cầu xin Chúa cho mình vui mừng trong tương lai (c. 5b). Khi hướng đến tương lai Đa-vít hứa cất tiếng hát ngợi khen Chúa (c. 6a), cùng với nỗi niềm hân hoan Đa-vít nhớ lại việc nhân từ của Chúa trong quá khứ (c. 6b). Và khi hướng về tương lai không xa, những động từ như "tin cậy", "vui mừng", và "hát" cho thấy Đa-vít đang *hứa ngợi khen* Chúa.

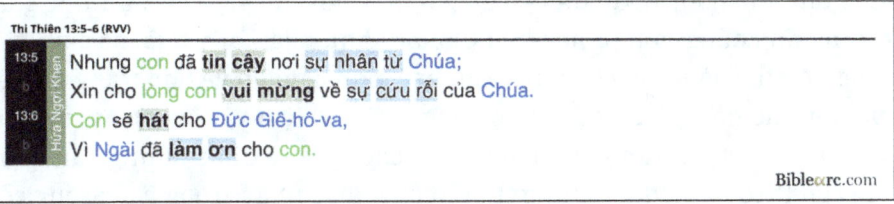

Chúng ta có thể phân tích các khía cạnh khác nhau trong từng chi tiết sâu sắc hơn, nhưng điều quan trọng là Thi Thiên 13 có ba phần rõ ràng:

1. Than Khóc (c. 1–2)
2. Cầu Nguyện (c. 3–4)
3. Hứa Ngợi Khen (c. 5–6)

Quả thật qua việc phân tích thi thiên, chúng ta nắm biết ý của tác giả hơn và biết cách giảng thi thiên cho Hội thánh hiểu. Ba phần của thi thiên này có thể được xem như ba phần của một bài giảng.

Giảng Dạy và Áp Dụng Thơ Ca

Có một lần tôi dạy sách Thi Thiên cho một số mục sư ở Việt Nam. Tôi hỏi: "Các mục sư có giảng về Thi Thiên nhiều không?" Họ trả lời: "Không, vì các bài thi thiên cao siêu quá." Có thể họ chưa đủ can đảm để giảng về thi thiên. Trên thực tế, người Việt có kho tàng văn thơ phong phú. Qua một sinh viên tôi có dịp làm quen với bài thơ nổi tiếng của Xuân Diệu với tiêu đề "Yêu":

Yêu là chết ở trong lòng một ít,
Vì mấy khi yêu mà chắc được yêu?
Cho rất nhiều, song nhận chẳng bao nhiêu:
Người ta phụ, hoặc thờ ơ, chẳng biết.

Vì là người nước ngoài nên tôi phải nghiên cứu bài thơ này một thời gian mới nắm bắt được ý nghĩa. Và tôi thấy bài thơ này rất hay. Bài thơ nói đến rủi ro khi yêu người khác. Liệu người đó có yêu mình không? Không chắc. Xuân Diệu đã mô tả kinh nghiệm của tất cả mọi người khi yêu. Đó là sức mạnh của một bài thơ hay. Nếu tôi học được điều gì đó từ một bài thơ Việt Nam, thì Cơ Đốc nhân cũng có thể học hỏi từ những bài thơ được Đức Thánh Linh cảm thúc.

Nền tảng cho việc áp dụng thơ ca là tìm hiểu kinh nghiệm chung của con người được nói đến trong bài thơ. Trước hết, bài thơ mô tả Đức Chúa Trời như thế nào? Ngài không bao giờ thay đổi. Các bài thơ Cựu Ước giúp con người chúng ta thời nay biết Chúa rõ hơn, hiểu biết Ngài sẽ giúp biết sống như thế nào trong hiện tại. Thứ hai, kinh nghiệm và tâm trạng của tác giả như thế nào? Chúng ta đã có cùng kinh nghiệm và tâm trạng như thế vào khi nào? Dựa trên kinh nghiệm đó, chúng ta sẽ được hướng dẫn thêm về cách theo Chúa qua những tình huống khác nhau trong cuộc sống của chúng ta.

Chúng ta phải áp dụng thơ ca trong Kinh Thánh cho đúng tình huống. Với mục đích đó, Walter Brueggemann mô tả ba loại thi thiên (được hiểu về phương diện chăm sóc mục vụ):[21]

1. **Thi Thiên Định Hướng** (*psalms of orientation*): Các thi thiên này bày tỏ thế giới một cách trật tự và tốt lành. Thế giới được mô tả theo định luật chắc chắn: người xấu bị phạt và người tốt được phần thưởng. Những thi thiên này bao gồm: những thi thiên về công trình sáng tạo (Thi 104:27–28), những thi thiên dạy về Chúa báo trả kẻ ác (Thi 1, 119), Thi Thiên 37, 145, và một số trong "Thi thiên của đoàn lữ hành" (Thi 127, 128, 131, 133), và các thánh ca. Những thi thiên này rất hữu ích trong việc giảng dạy về Chúa và đi theo Ngài trong đời sống bình thường. Những thi thiên này rất phù hợp cho lễ thờ phượng chung của Hội thánh.

2. **Thi Thiên Mất Phương Hướng** (*psalms of disorientation*): **Đây là những thi thiên than khóc. Tác giả ở trong tình huống căng thẳng, và trật tự tốt đẹp trước đây đã sụp đổ. Có lúc tác giả nhớ về những năm tháng tốt đẹp trong quá khứ** (Thi 42:4). Tác giả kêu nài Đức Chúa Trời hành động. Thời điểm này tác giả mở lòng đón nhận tình huống mới. Tình huống mới thì không hoàn toàn giống như tình huống trước mà là món quà của Đức Chúa Trời. Hầu hết các thi thiên

---

[21]Walter Brueggemann, "Psalms and the Life of Faith: A Suggested Typology of Function", trong *The Psalms and the Life of Faith*, b.t Patrick D. Miller Jr. (Minneapolis: Fortress, 1995), 10–15.

than khóc đều kết thúc bằng lời hứa ngợi khen hoặc thậm chí lời ngợi khen (ví dụ: Thi 22:22–31). Trong các thi thiên này, Thi Thiên 88 đặc biệt vì tác giả không kết thúc với lời ngợi khen. Những thi thiên này rất phù hợp áp dụng với tình huống khó khăn trong đời sống của tín hữu hoặc Hội thánh hoặc quốc gia khi trật tự của tình huống bình thường bị thách thức hoặc phá vỡ. Chúng ta nhận biết nhu cầu của mình nhưng cảm thấy Chúa ở xa. Những thi thiên này có thể cung cấp cho chúng ta những lời để cầu nguyện với Chúa và những quan điểm mới mẻ đưa chúng ta đến với niềm tin.

3. **Thi Thiên Tái Định Hướng** (*Psalms of Reorientation*): Các bài thi thiên này là thi thiên cảm tạ (như Thi 32 và 34). Các thi thiên này bày tỏ một tình huống mới. Từng trải về sự giải cứu của Chúa, và tác giả muốn cảm tạ Chúa vì sự giải cứu của Ngài. Chúng ta thấy nhiều lần trong chuyện kể có lời làm chứng và cảm tạ của dân sự Chúa được thể hiện bằng thơ ca, bao gồm bài ca của Môi-se sau khi người Y-sơ-ra-ên vượt qua biển và thoát khỏi quân đội Ai Cập (Xuất 15:1–18), bài cầu nguyện của bà An-ne sau khi Chúa cho bà một con trai (1 Sa 2:1–10), và bài cầu nguyện của Giô-na khi ông thoát chết trong bụng con cá lớn (Giô-na 2:3–10). Những loại thi thiên này giúp chúng ta biết cách phải cảm tạ Chúa khi Ngài hành động đặc biệt trong đời sống chúng ta.

Khi giảng dạy thi thiên trong chức vụ, chúng ta phải cẩn thận chọn đúng loại thi thiên cho từng kinh nghiệm.[22] Các thi thiên đóng hai vai trò trong cuộc sống:

- Nói đến kinh nghiệm của con người để giúp chúng ta đối diện thực tế.
- Và hướng đến thực tế mới bởi đức tin, những thực tế chưa từng xảy ra trước khi chúng ta hát hoặc đọc thi thiên.[23]

Những điều đó cũng áp dụng cho sách Ca Thương, là một loạt thi thiên than khóc khi đối diện sự sụp đổ của thành Giê-ru-sa-lem bởi đế quốc Ba-by-lôn. Đó là một khủng hoảng cùng cực trong lịch sử của Y-sơ-ra-ên và phù hợp với những người đang cùng chịu khổ. Sách Gióp cũng thế, nhưng liên quan đến sự đau khổ của một cá nhân. Với tình trạng hoàn toàn khác, sách Nhã Ca cũng sử dụng thơ ca để tôn cao tình yêu hôn nhân. Tất cả các

---

[22] Brueggemann, 27.
[23] Brueggemann, 28–29.

bài thơ trong Kinh Thánh đều nói đến kinh nghiệm của con người dưới sự tể trị của Đức Chúa Trời.

Văn chương thơ ca trong Cựu Ước cũng bao gồm sách Châm Ngôn và các tài liệu khác luận về trí khôn ngoan như Truyền Đạo. Mặc dù nội dung các sách này tìm hiểu nhiều vấn đề khác với sách Thi Thiên, nhưng những tài liệu này cũng bày tỏ kinh nghiệm sống của con người dưới sự tể trị của Đấng Tạo Hóa. Như vậy, những nguyên tắc trong Thi Thiên được đề cập ở trên cũng được áp dụng trong các sách này.

Văn thơ là một thế giới mới đối với khá nhiều người. Nhưng đối với người đủ can đảm và kiên nhẫn để tìm hiểu thêm, thì thể loại văn chương này mang lại nhiều ích lợi cho đời sống và đức tin của họ.

10. Giải Nghĩa Các Sách Tiên Tri

Khi bắt đầu đi học trong chủng viện, đa số mọi người hầu như không biết gì về các sách tiên tri. Dĩ nhiên chúng ta đã nghe mục sư giảng nhiều về những phân đoạn trong sách Ê-sai báo trước về Đấng Mê-si-a như Ê-sai 7:14 hoặc 9:6–7, hoặc nếu lớn lên trong hội thánh thì có thể đã nghe câu chuyện Giô-na. Nhưng còn phần còn lại của các sách tiên tri là điểm mù của chúng ta.

Có lẽ hầu hết các tín hữu đều giống như thế, và một tỷ lệ rất lớn các mục sư cũng không dám giảng các sách tiên tri. Trong thực tế, một số sách tiên tri rất khó giải nghĩa. Khải tượng của Ê-xê-chi-ên, Đa-ni-ên, và Xa-cha-ri mô tả những sự kiện khó liên hệ đến đời sống hằng ngày. Ba sách đại tiên tri Ê-sai, Giê-rê-mi, và Ê-xê-chi-ên nằm trong những sách dài nhất trong Kinh Thánh, và không trình bày một câu chuyện xuyên suốt như Sáng Thế Ký hoặc 1 và 2 Các Vua. Việc các tôi tớ Chúa bỏ qua sách tiên tri là có thật, nhưng đó là điều đáng tiếc.

Các sách tiên tri nằm ở khu vực biên giới của sự hiểu biết chúng ta, là miền núi rừng với những con vật hung dữ và bóng tối đáng sợ. Tuy nhiên, khu vực biên giới này cũng có những thác nước trong lành và mát mẻ, những đỉnh núi hùng vĩ, và những thung lũng yên tĩnh đợi chờ tín hữu can đảm đến khám phá. Các sách tiên tri nằm ở khu vực biên giới giữa Cựu Ước và Tân Ước, giúp chúng ta thấy rõ hơn về chương trình vĩ đại của Đức Chúa Trời cho Y-sơ-ra-ên và cho muôn dân. Trong một chuyến đi qua suốt cả Kinh Thánh chúng ta không nên bỏ qua các sách tiên tri, e rằng chúng ta sẽ nghèo nàn về hiểu biết thần học và đời sống thuộc linh. "Hãy mạnh dạn, thật can đảm" và đi theo tôi trong cuộc phiêu lưu với các sách tiên tri.

Vai Trò của Tiên Tri

Trước hết, chúng ta phải hiểu đúng về vai trò của nhà tiên tri. *Nói đơn giản, tiên tri là sứ giả của Đức Gia-vê.*[1] Nhà tiên tri vừa làm công tố viên kêu gọi

---

[1] VanGemeren, *Interpreting the Prophetic Word*, 42.

dân sự trở về với Chúa bằng không sẽ chịu hình phạt; lại vừa làm nghệ sĩ của thế giới hy vọng, vẽ ra cho dân sự Chúa một tương lai tốt đẹp trong vương quốc Đức Chúa Trời.

Ngày nay chúng ta có những phương tiện truyền thông hiện đại như điện thoại và mạng internet, tạo điều kiện cho các lãnh đạo quốc gia có thể nói chuyện với nhau mà không cần ra khỏi biên giới của nước mình. Thậm chí, với điện thoại di động, chính quyền có thể truyền đi thông báo khẩn cho cả nước chỉ trong một phút.

Tuy nhiên, ngày xưa, nếu muốn gặp lãnh đạo nước khác, thì vua có thể phải sai sứ giả đi bộ hoặc cưỡi ngựa, cưỡi lừa, hoặc lạc đà đến thủ đô của quốc gia đó. Còn nếu muốn truyền đi thông báo cho dân chúng, thì phải có một sứ giả nào đó đến từng thành và từng ngôi làng để chia sẻ thông tin. Các tiên tri giống như sứ giả đó. Cho nên, có một học giả gọi họ là công chức của "Vua Vĩ Đại".[2]

Các Giai Đoạn Tiên Tri

Theo thời gian, công việc của sứ giả của Vua Vĩ Đại có sự thay đổi trong lịch sử Y-sơ-ra-ên. Đầu tiên, Chúa từng phán trực tiếp cho những tộc trưởng như A-đam, Nô-ê, và Áp-ra-ham. Mặc dù trong Sáng 20:7, Chúa gọi Áp-ra-ham là nhà tiên tri có thể cầu thay cho A-bi-mê-léc, nhưng đến thời của Môi-se thì tiên tri trong vai trò người trung gian giữa Đức Chúa Trời và dân sự mới xuất hiện rõ ràng.

Tiên Tri Phụ Giúp Lãnh Đạo Quốc Gia

Trong giai đoạn đầu tiên, các tiên tri phụ giúp Đức Chúa Trời lãnh đạo quốc gia. Môi-se là tiên tri đầu tiên. Công việc của ông bày tỏ mặc khải căn bản của Đức Chúa Trời. Đức Chúa Trời nói trực tiếp với Môi-se và dùng ông để lãnh đạo dân sự.[3] Ông không chỉ là người lãnh đạo tôn giáo hướng dẫn dân sự thờ phượng Chúa và sống thánh khiết, mà còn giải quyết những vấn đề trong xã hội. Môi-se không phải là vua mà là đại diện của Vua Vĩ Đại để lãnh đạo dân sự. Dựa trên Phục Truyền 13:1–5, tất cả các lời tiên tri đến sau ông đều được đánh giá theo tiêu chuẩn của lời Chúa truyền qua Môi-se.[4] Ngoài ra, Phục Truyền 18:15–22 cũng giúp chúng ta hiểu vai trò của tiên tri như sau:

---

[2] John S. Holladay, "Assyrian Statecraft and the Prophets of Israel", *Harvard Theological Review* 63 (1970): 31.

[3] VanGemeren, *Interpreting the Prophetic Word*, 28–30.

[4] VanGemeren, 32.

- Nhà tiên tri nói tiên tri với thẩm quyền của Đức Chúa Trời và là người trung gian giữa Đức Chúa Trời và con người (c. 15–19).
- Nhà tiên tri thật chỉ nhân danh Đức Gia-vê nói tiên tri, chứ không nhân danh các thần khác (c. 20).
- Tiêu chuẩn để nhận biết tiên tri thật là: lời của họ phải được ứng nghiệm (c. 21–22).

Như vậy, Môi-se vừa cho biết khuôn mẫu tiên tri, vừa quy định cách phân biệt tiên tri thật và tiên tri giả. Lời tiên tri của Môi-se trong Ngũ Kinh là nền tảng/ cơ sở cho các lời tiên tri sau này.

Sa-mu-ên cũng là tiên tri giữ vai trò lãnh đạo quốc gia. Ông là khuôn mẫu của người bảo vệ chế độ thần quyền trong Y-sơ-ra-ên.[5] Giống như Môi-se, Đức Chúa Trời dùng Sa-mu-ên để lãnh đạo dân sự Chúa. Nhưng Sa-mu-ên dựa trên sự mặc khải của Chúa cho Môi-se (trong Ngũ Kinh) để thi hành chức vụ của mình. Dĩ nhiên Đức Chúa Trời có phán trực tiếp cho Sa-mu-ên khi ông còn là trẻ thơ (1 Sa 3:1–14). Ngài cũng dùng Sa-mu-ên để xức dầu cho hai vị vua đầu tiên của Y-sơ-ra-ên, là Sau-lơ (1 Sa 9:15–6; 10:1; cũng xem 1 Sa 15:10–23 khi Sau-lơ bị Chúa từ bỏ) và Đa-vít (1 Sa 16:1–13). Như vậy, Sa-mu-ên vừa bảo vệ chế độ thần quyền vừa lãnh đạo trong giai đoạn chuyển tiếp sang chế độ vương quyền.

Các tiên tri trong giai đoạn sau Sa-mu-ên không lãnh đạo quốc gia vì họ phục vụ trong thời Y-sơ-ra-ên có vua trị vì. Ở họ có ba khuôn mẫu khác nhau trong thời kỳ này.

Thứ nhất, Na-than là tiên tri trong cung điện của vua. Ông luôn sẵn sàng khi vua Đa-vít cần. Vì vậy, khi Đa-vít lập kế hoạch xây đền thờ, Na-than có ở đó để bày tỏ ý Chúa muốn lập giao ước với Đa-vít (2 Sa 7:1–17). Trong vương quốc thống nhất, các tiên tri phục vụ trong cung điện của vua với vai trò "lương tâm" của vua.[6] Có nghĩa là họ không những nói điều vua *muốn* nghe (như tiên tri giả nói lời ngọt ngào) mà còn nói điều vua *cần* nghe (có thể là lời cay đắng). Tiên tri là phát ngôn viên cho Chúa khi Ngài muốn kỷ luật vua. Mặc dù vua không muốn nghe lời cay đắng của Chúa, nhưng vua luôn cần biết ý muốn của Chúa. Khi đó, Na-than cũng có mặt để cáo trách Đa-vít khi Đa-vít phạm tội với Bát-sê-ba và giết U-ri (2 Sa 12:1–15). Tuy nhiên, không phải lúc nào vua Y-sơ-ra-ên và dân Giu-đa cũng đều muốn nghe những điều họ cần nghe.

---

[5]VanGemeren, 36. Chế độ thần quyền có nghĩa là Đức Chúa Trời làm vua của quốc gia. So sánh 1 Sa-mu-ên 8:7, khi Y-sơ-ra-ên xin một vị vua, có nghĩa là từ bỏ chế độ trong đó Chúa là vua của họ.

[6]C. Hassell Bullock, *An Introduction to the Old Testament Prophetic Books* (Chicago: Moody, 1986), 16.

Tiên Tri Làm Việc Từ Bên Ngoài Cung Điện

Vì vậy, khuôn mẫu thứ hai xuất hiện, đó là Ê-li. Ê-li là ví dụ điển hình cho sự thay đổi rất lớn trong vai trò tiên tri. Sau khi vương quốc bị chia rẽ, các tiên tri và vua hay mâu thuẫn với nhau vì các vua không còn lắng nghe lời tiên tri.[7] Bây giờ tiên tri không còn là người ở cùng người lãnh đạo quốc gia để tư vấn theo ý muốn của Chúa, mà là người làm việc từ bên ngoài. Ê-li đóng vai trò công tố viên của giao ước khi đối diện với tội ác thờ hình tượng của vua A-háp và vợ ông.[8] Ê-li là người làm việc từ bên ngoài cung điện nhưng đối tượng của sứ điệp vẫn là các vua,[9] không phải dân sự.

Tiên Tri Viết Cho Cả Dân Sự

Tiếp theo là khuôn mẫu thứ ba, các tiên tri viết lách. Ê-sai (cùng với A-mốt, Ô-sê, và Mi-chê) mở đầu cho thời kỳ tiên tri viết lách vào thế kỷ 8 TC, khuôn mẫu này kéo dài đến thế kỷ 6 TC.[10] Mặc dù Ê-sai cũng đóng góp vai trò tiên tri trong cung điện, nhưng chức vụ của ông khác với những tiên tri trước ở hai khía cạnh:

1. Sứ điệp của Ê-sai dành cho cả dân sự, không chỉ dành cho vua.
2. Lời tiên tri của Ê-sai được ghi lại.

Tại sao bắt đầu có nhiều nhà tiên tri viết lách vào thế kỷ 8 TC?[11] Và tại sao các tiên tri không những nói với vua mà còn nói với cả dân sự?[12] Tiên tri viết lách xuất hiện phản ảnh một thực tế mới thời ấy: sự nổi dậy của Đế quốc A-si-ri. Thời đó các nước mạnh có thể truất phế quyền vua của nước nhỏ, cũng giống như Đức Chúa Trời có thể lấy đi phước hạnh của Ngài trên vua Sau-lơ vậy. Khi vua nước nhỏ chống lại nước lớn, chính cá nhân vua đó phải chịu hậu quả. Nhưng vào thời của Ê-sai, người A-si-ri không những phạt vua của nước nhỏ mà còn cho cả dân chúng đi lưu đày.[13] Vì vậy, các sứ giả của nước họ không những nói với các lãnh đạo của nước nhỏ yếu mà còn nói với cả dân chúng của nước đó.[14] Ví dụ cụ thể là Ê-sai 36:11–12. Ráp-sa-kê là sứ giả của hoàng đế San-chê-ríp nước A-si-ri. Ông đến gặp các

---

[7] VanGemeren, *Interpreting the Prophetic Word*, 48.
[8] VanGemeren, 36.
[9] Holladay, "Assyrian Statecraft and the Prophets of Israel", 35.
[10] Holladay, 46.
[11] Holladay, 29.
[12] Holladay, 35.
[13] Holladay, 37.
[14] Holladay, 38, 42.

sứ giả của vua Ê-xê-chia nước Giu-đa khi quân đội A-si-ri bao vây thành Giê-ru-sa-lem sau khi họ đã đánh bại hầu hết các thành phố của Giu-đa. Các sứ giả của vua Ê-xê-chia đã xin Ráp-sa-kê nói bằng tiếng phổ thông thời ấy, tức là tiếng A-ram, thay vì tiếng Hê-bơ-rơ. Vì họ không muốn dân Giu-đa nghe và hiểu những lời họ thương lượng với Ráp-sa-kê. Tuy nhiên, Ráp-sa-kê từ chối vì sứ điệp của ông dành cho tất cả mọi người dân nước Giu-đa:

> Nhưng Ráp-sa-kê trả lời: "Có phải chủ ta sai ta truyền mấy lời nầy cho chủ ngươi và cho ngươi thôi sao? Chẳng phải cũng truyền cho những người ngồi trên tường thành kia, là kẻ sắp phải cùng với các ngươi ăn phân, uống nước tiểu mình sao?" (Ê-sai 36:12).

Những người bảo vệ thành Giê-ru-sa-lem sẽ phải chịu khổ chung với vua khi chống lại A-si-ri. Cho nên ông muốn vượt qua sứ giả của vua Ê-xê-chia để thuyết phục người dân đầu hàng:

> "Hãy nghe lời phán của đại đế là vua A-si-ri! Vua phán thế nầy: Đừng để vua Ê-xê-chia lừa dối các ngươi, vì vua ấy không thể giải cứu các ngươi đâu! Cũng đừng để vua Ê-xê-chia khiến các ngươi tin cậy Đức Giê-hô-va khi nói rằng: "Đức Giê-hô-va chắc chắn sẽ giải cứu chúng ta cùng với thành nầy, và sẽ chẳng phó nó vào tay vua A-si-ri đâu!" Đừng nghe Ê-xê-chia, vì vua A-si-ri phán thế nầy: Hãy làm hòa với ta và ra hàng, thì ai cũng sẽ được ăn trái nho, trái vả, và uống nước từ hồ chứa của mình, cho tới khi ta đến và đem các ngươi vào một xứ như xứ các ngươi, tức là xứ có ngũ cốc và rượu mới, một xứ có bánh và vườn nho." (Ê-sai 36:13–17).

Ráp-sa-kê phán truyền điều hoàng đế muốn phán với dân nổi loạn Giu-đa manh tâm chống lại đế quốc A-si-ri. Vai trò của ông là thuyết phục dân chúng vâng theo tiếng nói của vua nước lớn hơn. Tương tự với sứ giả của đế quốc A-si-ri, tiên tri của Đức Gia-vê nói lời của Ngài cho dân sự nổi loạn chống lại sự cai trị của Đức Gia-vê.[15] Tiên tri kêu gọi dân sự ăn năn và quay về với lời Chúa.

Như vậy, các tiên tri Y-sơ-ra-ên có bắt chước sứ giả nước ngoài không? Tất nhiên tất cả người Y-sơ-ra-ên đều cần được động viên trước sự đe dọa của người A-si-ri. Như vậy, các tiên tri cũng đi theo khuôn mẫu của sứ giả A-si-ri để kêu gọi cả dân sự, chứ không đơn thuần là họ bắt chước A-si-ri.

---

[15] Holladay, 45.

Chương trình của Chúa cho Y-sơ-ra-ên đã được bày tỏ trước khi đế quốc A-si-ri nổi lên. Trong Phục Truyền 4:25–28, Chúa từng cảnh cáo sẽ cho người Y-sơ-ra-ên đi lưu đày. Như vậy, trong sự tể trị của Ngài, Đức Chúa Trời sử dụng các chính sách của đế quốc A-si-ri để kỷ luật người Y-sơ-ra-ên, là dân sự nổi loạn (Ê-sai 10:5–6). Đức Chúa Trời là Chúa tể của lịch sử loài người, và ở mỗi thời điểm khác nhau Ngài có cách làm tương ứng khác nhau. Vì vậy, sự xuất hiện của tiên tri viết lách là cách làm việc phù hợp với điều kiện của thế kỷ 8–6 TC, cũng chính như vai trò của Môi-se phù hợp với thời điểm của riêng ông.

Các tiên tri cũng có thể đã viết sứ điệp của mình vì một lý do khác: họ phục vụ khi trình độ văn hóa của người dân được nâng cao.[16] Có thể nhiều người Y-sơ-ra-ên đã biết chữ và có thể đọc lời tiên tri, vì vậy lời tiên tri cần được ghi lại. Tuy nhiên chúng ta phải thừa nhận rằng tỷ lệ người Y-sơ-ra-ên biết chữ là vấn đề gây tranh cãi giữa các học giả;[17] vì vậy không thể chắc chắn về lý do này. Nhưng điều rõ ràng là giá trị truyền thông của văn bản vượt xa lời nói bằng miệng. Ví dụ: Ê-sai có tầm ảnh hưởng đến các sứ đồ nhiều hơn hẳn Na-than, vì tiên tri Na-than chỉ có vài câu nói được người khác ghi chép lại.

Từ thời của Môi-se đến thời của các tiên tri viết lách, các tiên tri của Chúa đều là sứ giả của Ngài. Mặc dù sứ điệp của họ có khác nhau, nhưng họ luôn luôn kêu gọi dân sự ăn năn và đặt niềm tin nơi Chúa.

Bối Cảnh của Các Tiên Tri

Việc các tiên tri phục vụ theo khuôn mẫu khác nhau trong giai đoạn khác nhau có nghĩa là chúng ta phải nghiên cứu bối cảnh của từng sách tiên tri. Mỗi sách trong Kinh Thánh có bối cảnh riêng. Ví dụ, sách Phục Truyền được viết cho người Y-sơ-ra-ên khi họ sắp vào xứ Ca-na-an. Các sách tiên tri có chung một đặc điểm, đó là các tiên tri nói lời Chúa phán trong ba cuộc khủng hoảng liên quan đến ba đế quốc khác nhau.[18]

---

[16]Harold P. Scanlin, "Emergence of the Writing Prophets in Israel in the Mid-Eighth Century", *Journal of the Evangelical Theological Society* 21 (1978): 308–11.

[17]Xem Ian M. Young, "Israelite Literacy: Interpreting the Evidence", *Vetus Testamentum* 48 (1998): 408–22; Richard S. Hess, "Literacy in Iron Age Israel", trong *Windows into Old Testament History: Evidence, Argument, and the Crisis of "Biblical Israel"*, b.t V. Philips Long, Gordon J. Wenham, và David W. Baker (Grand Rapids: Eerdmans, 2002), 82–102; Ian M. Young, "Israelite Literacy and Inscriptions: A Response to Richard Hess", *Vetus Testamentum* 55 (2005): 565–68; Richard S. Hess, "Questions of Reading and Writing in Ancient Israel", *Bulletin for Biblical Research* 19 (2009): 1–9.

[18]Bullock, *An Introduction to the Old Testament Prophetic Books*, 11.

Thứ nhất là đế quốc A-si-ri, mối đe dọa lớn cho người Y-sơ-ra-ên trong vương quốc miền Bắc. Vương quốc phía Bắc là một quốc gia suy đồi. Tất cả các vua của Y-sơ-ra-ên đều lần lượt phạm tội theo con đường của Giê-rô-bô-am I, là vua đầu tiên của vương quốc phía Bắc (2 Các Vua 17:7–23). Cuối cùng sự suy đồi của họ dẫn đến sự sụp đổ của thủ đô Sa-ma-ri vào năm 722 TC. Tất nhiên vương quốc phía Nam cũng phải đối diện với quân đội của A-si-ri (nhất là vào thời vua Ê-xê-chi-a [Ê-sai 36–37]). Các tiên tri đặc biệt liên quan đến đế quốc A-si-ri bao gồm A-mốt, Ô-sê, Mi-chê, Ê-sai, và Giô-na.

Thứ hai là đế quốc Ba-by-lôn, mối đe dọa cho vương quốc miền Nam. Vương quốc Giu-đa đã không giữ giao ước với Chúa, dẫn đến sự sụp đổ của Giê-ru-sa-lem vào năm 587 TC (2 Các Vua 17:19–20; 25:1–21). Những tiên tri liên quan đến đế quốc Ba-by-lôn bao gồm Sô-phô-ni, Giê-rê-mi, Ha-ba-cúc, Na-hum,[19] Ê-xê-chi-ên, và Áp-đia. Họ nói tiên tri trước và sau khi thành Giê-ru-sa-lem sụp đổ, cảnh báo về tai họa sắp đến và cũng nhen lên cho dân sự niềm hy vọng về tương lai.

Thứ ba là thời điểm sau chiếu chỉ của Si-ru vào năm 539 TC. Si-ru là hoàng đế của đế quốc Ba Tư. Ba Tư nổi lên khi đế quốc Ba-by-lôn sụp đổ. Hoàng đế Si-ru đã cho phép người Do Thái lưu đày hồi hương (2 Sử Ký 36:22–23; E-xơ-ra 1:1–3). Đó là điều đáng mừng đối với người Do Thái, nhưng cộng đồng hồi hương thật nhỏ bé và yếu đuối (xem Nê-hê-mi 1:3; A-ghê 1:3–6). Họ cần được khích lệ để trung thành với Chúa trong giai đoạn khó khăn hậu lưu đày. Những tiên tri vào thời điểm này bao gồm Đa-ni-ên,[20] A-ghê, Xa-cha-ri, Giô-ên, và Ma-la-chi.

Các tiên tri của Y-sơ-ra-ên đều lần lượt làm sứ giả của Chúa cho người Y-sơ-ra-ên trong các giai đoạn khủng hoảng. Chúa không thay đổi. Tuy nhiên, tình trạng và thách thức cho dân sự Chúa thì thay đổi. Họ đã khích lệ dân sự Chúa bằng cách nào? Đặc điểm của lời tiên tri là gì?

Đặc Điểm của Lời Tiên Tri

Lời tiên tri trong Cựu Ước rất đa dạng. Trên thực tế, lời tiên tri nằm trong nhiều thể loại văn chương khác nhau. Từ chuyện kể của Giô-na và A-ghê và hành động tượng trưng của Ê-xê-chi-ên cho đến khải tượng của Đa-ni-ên và

---

[19] Mặc dù nội dung của sách Na-hum liên quan đến sự sụp đổ của thành Ni-ni-ve, thuộc A-si-ri, nhưng đế quốc Ba-by-lôn, cùng với người Mê-đi, đã khiến thành Ni-ni-ve sụp đổ vào năm 612 TC (A. Kirk Grayson, "Nineveh (Place)", trong *ABD*, b.t David Noel Freedman [New York: Doubleday, 1992], 1119).

[20] Người Do Thái không xem Đa-ni-ên là nhà tiên tri, nhưng trong truyền thống của Cơ Đốc giáo, ông được xếp vào hàng các tiên tri.

Xa-cha-ri, lời tiên tri không phải là một thể loại văn chương riêng biệt. Và rất nhiều phân đoạn thuộc thể loại thơ ca. Vì vậy, chúng ta phải định nghĩa lời tiên tri theo sự kêu gọi của Chúa cho nhà tiên tri, đó là công bố sứ điệp của Chúa cho dân sự.[21] *Như vậy, chúng ta có thể định nghĩa lời tiên tri là lời Chúa muốn nói với dân sự Ngài.*

Sứ điệp của Chúa thường rơi vào một trong hai loại, như Giê-rê-mi 1:9–10 mô tả lời Đức Gia-vê kêu gọi tiên tri Giê-rê-mi:

> Rồi Đức Giê-hô-va đưa tay chạm vào miệng tôi. Đức Giê-hô-va phán với tôi:
> "Nầy, Ta đã đặt lời Ta trong miệng con.
> Hãy xem, ngày nay Ta đã lập con nắm quyền trên các dân tộc, các vương quốc,
> Để con bứng gốc hoặc phá sập,
> Tiêu diệt hoặc lật đổ,
> Xây dựng hoặc vun trồng."

Những lời này chứa đựng hình ảnh làm nông và xây cất qua đó mô tả đặc tính của hai loại lời tiên tri. Loại lời tiên tri thứ nhất là **lời phán xét** (*oracle of judgment*), có nghĩa là "bứng gốc hoặc phá sập". Trong loại này, Chúa phán xét tội lỗi và cảnh báo về sự đoán phạt.[22] Lời phán xét thường lên án người Y-sơ-ra-ên vì một sai phạm liên quan đến giao ước như thờ hình tượng hoặc áp bức người nghèo. Còn đối với lời tiên tri phán quyết các nước khác, lý do thường liên quan đến hành vi độc ác của họ. Và Chúa báo trước về sự đoán phạt sẽ đến. Ví dụ, Ô-sê 11:1–2 lên án người Y-sơ-ra-ên vì họ thờ hình tượng, dù họ được Chúa kêu gọi và nuôi dưỡng từ thời họ ra khỏi Ai Cập. Mặc dù Chúa yêu thương và chăm sóc họ, nhưng người Y-sơ-ra-ên đã quên Ngài (c. 3–4). Vì vậy, Ngài phán rằng A-si-ri sẽ đến phá huỷ và cai trị họ (c. 5–7). VanGemeren cho rằng lời phán xét tạo sự căng thẳng giữa lời hứa của giao ước và sự đoán phạt sắp ập đến, và sự căng thẳng đó được giải tỏa qua lời giải cứu. Trước hết chúng ta thấy sự căng thẳng này có trong Ô-sê 11:8:

> Hỡi Ép-ra-im, làm sao Ta bỏ ngươi được?
> Hỡi Y-sơ-ra-ên, làm sao Ta đành giao ngươi cho kẻ thù?
> Làm sao Ta đối xử với ngươi như Át-ma
> Hay như với Sê-bô-im được?

---

[21] Richard Patterson, "Old Testament Prophecy", trong *A Complete Literary Guide to the Bible*, b.t Leland Ryken và Tremper Longman III (Grand Rapids: Zondervan, 1993), 297.

[22] VanGemeren, *Interpreting the Prophetic Word*, 78–79.

Tim Ta rung động,
Lòng thương xót của Ta như nung như đốt.

Trong câu này sự thương xót của Chúa khiến lời tiên tri từ Ngài chuyển sang loại thứ hai. Nhưng điều tiên quyết hơn hết chúng ta phải nhớ rằng Chúa hay kêu gọi dân sự ăn năn (ví dụ: Ô-sê 14:1–3).

Lời tiên tri thứ hai là **lời giải cứu** (*oracle of salvation*), có nghĩa là "xây dựng hoặc vun trồng" (Giê 1:10). Trong loại này, Chúa hứa giải cứu và phục hồi mối quan hệ với dân sự Ngài.[23] Đây là lời mang lại niềm hy vọng bằng cách mô tả một giai đoạn mới. Trong Ô-sê 14:4 có nói đến một thời kỳ Chúa sẽ phục hồi dân sự:

Ta sẽ chữa lành sự bội nghịch của chúng.
Ta sẽ yêu thương chúng hết lòng,
Vì cơn giận của Ta đã xây khỏi chúng.

Sự chữa lành này sẽ mang lại bình an cho người Y-sơ-ra-ên. Thỉnh thoảng lời giải cứu có nói đến vai trò của Đấng Mê-si-a (Ê-sai 11) hoặc Đức Thánh Linh (Ê-xê-chi-ên 37) trong sự phục hồi dân sự. Và cuối cùng giai đoạn mới này sẽ bao gồm trời mới và đất mới (Ê-sai 65:17–25).

Các Nhà Tiên Tri và Tương Lai

Khi hỏi một người bình thường về công việc của nhà tiên tri, hầu hết sẽ trả lời rằng tiên tri báo trước tương lai. Và đúng vậy, sự ứng nghiệm của lời tiên tri là một tiêu chuẩn để phân biệt tiên tri thật và tiên tri giả (Phục 18:21–22). Ngoài ra, Ê-sai lập luận rằng Đức Gia-vê đúng là Đức Chúa Trời vì Ngài có thể cho biết trước tương lai, còn các thần khác là thần giả vì họ không thể làm được như vậy (Ê-sai 46:5–11). Trong sự tể trị của Ngài, Chúa báo trước cho các tiên tri về chương trình của Ngài (A-mốt 3:7). Mặc dù báo trước tương lai không phải là công việc duy nhất của nhà tiên tri, nhưng đó là công việc quan trọng cần chú ý.

Sự Ứng Nghiệm Thuộc về Chúa

Lời tiên tri được ứng nghiệm có nghĩa là gì? Trong thực tế, chúng ta phải khiêm nhường khi nói về cách chúng ta mong đợi lời tiên tri được ứng nghiệm. Nhiều lúc chúng ta hình dung sai về cách Chúa làm ứng nghiệm

---

[23]VanGemeren, 79.

lời Ngài. Chúng ta mong đợi Chúa làm ứng nghiệm lời của Ngài theo cách chúng ta nghĩ. Ví dụ, sứ đồ Phi-e-rơ không chấp nhận được rằng Đấng Mê-si-a phải chịu chết và sống lại (Mat 16:22; Mác 8:32). Có lẽ Phi-e-rơ đã không để ý những phân đoạn trong Cựu Ước báo trước về điều đó (như Ê-sai 53 hoặc Xa-cha-ri 13:7). Sau khi sống lại, Chúa Giê-xu nói rằng sự chết và sự sống lại của Ngài làm ứng nghiệm nhiều phân đoạn từ Luật Pháp của Môi-se đến các lời tiên tri và các thi thiên (Lu-ca 24:26–27, 45–47). Nếu Phi-e-rơ đã bị Chúa Giê-xu cáo trách vì không hiểu lời tiên tri thì chúng ta cũng có thể hiểu sai về cách lời tiên tri được ứng nghiệm. Chúng ta phải sẵn sàng chấp nhận cách lời tiên tri được ứng nghiệm theo ý muốn của Đức Chúa Trời.

Nhiều người tranh cãi về việc lời tiên tri ứng nghiệm trong bối cảnh ngày nay. Ví dụ, nước Y-sơ-ra-ên ngày nay có phải là sự ứng nghiệm của lời tiên tri không? Hoặc trong tương lai, người Y-sơ-ra-ên có xây lại đền thờ để làm ứng nghiệm lời tiên tri ở Ê-xê-chi-ên 40–48 không? Khi tôi còn là thiếu niên, một số người chia sẻ về việc một số người Do Thái đang chuẩn bị đồ đạc và các thiết bị khác để xây lại đền thờ ở thành Giê-ru-sa-lem. Trong Hội thánh luôn có người suy đoán về những sự kiện làm ứng nghiệm lời tiên tri như vậy. Những suy đoán đó thường thiếu cơ sở, nhưng chúng rất hấp dẫn đối với một số người. Những người thích thú với những suy đoán như vậy có thể quên đi những điều quan trọng hơn đó là lớn lên trong ân điển của Chúa, truyền giáo, môn đồ hóa, và yêu thương người lân cận. Họ theo dõi báo chí và hầu như họ luôn để tâm tìm kiếm những dấu hiệu của ngày sau rốt. Nhưng họ lại không quan tâm đến người lân cận. Có người còn bị lừa gạt bán hết tài sản để chuẩn bị đón Chúa Giê-xu tái lâm. Nếu như nghiên cứu lời tiên tri dẫn đến sự suy đoán và sự phân tâm như thế thì đó không phải là việc nghiên cứu đẹp lòng Chúa.

Thay vì suy đoán về những điều báo chí nói, chúng ta nên tìm hiểu lời tiên tri đúng theo mục đích của lời đó. Mục đích của lời tiên tri là giúp chúng ta hiểu biết hơn về Đức Chúa Trời.[24] Dựa trên nền tảng đó, chúng ta có thể giải nghĩa lời tiên tri cách chính xác hơn. Thay vì suy đoán về cách lời tiên tri đang được ứng nghiệm, chúng ta nên hỏi: Lời tiên tri giúp ta biết Chúa như thế nào để ta có thể đồng đi với Ngài?

Lời Tiên Tri Có Thể Được Ứng Nghiệm Từng Bước

Mặc dù phải tránh việc suy đoán, nhưng chúng ta không thể bỏ qua vấn đề ứng nghiệm. Thay vì khẳng định lời tiên tri *phải* được ứng nghiệm theo

---

[24]VanGemeren, 80.

cách chúng ta mong đợi, thì chúng ta nên hiểu rằng lời tiên tri linh động và có thể áp dụng cho nhiều tình huống khác nhau.[25] Và trong nhiều trường hợp, lời tiên tri được **ứng nghiệm từng bước** (*progressive fulfillment*).[26] Ví dụ, trở lại vấn đề đền thờ, chúng ta nên quan sát rằng Ê-xê-chi-ên đã có khải tượng rất cụ thể về đền thờ, bao gồm những số đo đền thờ trong tương lai (bắt đầu trong Ê-xê-chi-ên 40). Chúng ta có nên mong đợi một đền thờ y như Ê-xê-chi-ên thấy không? Chúng ta phải làm hai việc: (1) tìm hiểu ý nghĩa của đền thờ và (2) tìm hiểu cách sự ứng nghiệm về đền thờ diễn ra trong cả Kinh Thánh.

Nói về ý nghĩa của đền thờ thì đó là nơi Đức Gia-vê hiện diện trong dân sự Ngài. Sự hiện diện của Ngài là sức mạnh và nguồn phước hạnh của người Y-sơ-ra-ên. Khái niệm đền thờ phát triển theo mục đích đó trong suốt cả Kinh Thánh:

1. Khi Chúa kêu gọi người Y-sơ-ra-ên làm đền tạm, bắt đầu trong Xuất Ê-díp-tô Ký 25, câu 8 cho biết lý do: "Họ sẽ làm cho Ta một Đền Thánh *để* Ta ngự giữa họ" (phần nhấn mạnh là của tác giả). Đó là mục đích của đền thờ. Người Y-sơ-ra-ên được Chúa chọn để trở thành "một vương quốc thầy tế lễ và một dân tộc thánh cho" Ngài (Xuất 19:6). Đền tạm được lập bởi Môi-se (Xuất 40:17–33), rồi "vinh quang của Đức Giê-hô-va đầy dẫy Đền Tạm" (Xuất 40:34).

2. Đền tạm là nơi Chúa gặp người Y-sơ-ra-ên trước khi Sa-lô-môn xây đền thờ cố định tại thành Giê-ru-sa-lem (1 Các Vua 6:1–38). Lời Chúa phán với Sa-lô-môn mô tả vai trò của đền thờ như sau: "Ta sẽ ngự giữa dân Y-sơ-ra-ên và sẽ không lìa bỏ Y-sơ-ra-ên là dân Ta" (1 Các Vua 6:13). Nếu vinh quang của Chúa đầy dẫy đền tạm thế nào, thì vinh quang của Ngài cũng "tràn ngập đền thờ của Ngài" thế ấy (1 Các Vua 8:11). Khi cung hiến đền thờ, Sa-lô-môn cảnh báo về hậu quả của việc vi phạm lời Chúa: "Khi họ phạm tội với Chúa — vì chẳng có người nào không phạm tội — khiến Chúa nổi giận với họ và phó họ cho kẻ thù để họ bị lưu đày trong xứ của kẻ thù, hoặc xa hay gần" (1 Các Vua 8:46).[27] Sự hiện diện của Chúa trong đền thờ là rất quý, nhưng nếu họ một mực phạm tội, họ có thể đánh mất sự hiện diện của Ngài.

3. Và đúng vậy, vào năm 587 TC, vì sự bất tuân của Y-sơ-ra-ên, đền thờ do Sa-lô-môn xây đã bị phá hủy (2 Các Vua 25:9). Tiên tri Giê-rê-mi

---

[25] VanGemeren, 81.
[26] VanGemeren, 81–82.
[27] Lưu ý, đây là khái niệm dựa trên Phục Truyền 4:25–28, và việc ông nói về sự ăn năn trong 1 Các Vua 8:47–52 dựa trên Phục Truyền 4:29–31.

đã cảnh báo người Giu-đa không nên xem đền thờ như là "bảo bối" bảo vệ đất nước đến mức họ cứ phạm tội mà không sợ bị trừng phạt; ông cho rằng họ phải ăn năn và trở về với Chúa, bằng không họ sẽ bị trục xuất khỏi xứ (Giê 7:1–15). Khi họ đã bị trục xuất theo lời cảnh báo của Giê-rê-mi, tiên tri Ê-xê-chi-ên thấy khải tượng về vinh quang của Chúa thực sự ra khỏi đền thờ (Êxê 10:1–19). Và điều đáng mừng ông cũng nhìn thấy khải tượng của đền thờ mới (Êxê 40–42) và vinh quang trở lại với đền thờ (Êxê 43:1–5).

4. Người Y-sơ-ra-ên đã đi lưu đày trong sự thất vọng, nhưng dựa trên lời tiên tri của Ê-xê-chi-ên họ nuôi hy vọng đền thờ sẽ được xây lại. Và đúng như vậy, vào thời của tiên tri A-ghê, người Do Thái xây lại đền thờ ở thành Giê-ru-sa-lem (E-xơ-ra 6:14–15). Tuy nhiên, đền thờ này không thể nào sánh bằng đền thờ của Sa-lô-môn (A-ghê 2:2–3). Trong bối cảnh đó, lời Chúa báo trước về vinh quang sẽ đến (A-ghê 2:4–9), và "Vinh quang sau nầy của đền thờ sẽ lớn hơn vinh quang trước kia" (c. 9). Đền thờ của Sa-lô-môn đầy dẫy vinh quang, nhưng lời tiên tri của A-ghê báo trước một sự ứng nghiệm vĩ đại hơn.

5. Vua Hê-rốt đã xây một đền thờ trước thời của Chúa Giê-xu, và vào thời của Chúa Giê-xu đền thờ đó được các môn đồ trầm trồ về vinh quang Chúa đầy dẫy vô cùng (Mác 13:1). Tuy nhiên, Chúa Giê-xu cho biết rằng đền thờ đó cũng sẽ bị phá huỷ (Mác 13:2). Nếu vậy, thì phải chăng lời tiên tri là vô ích? Không, vì đền thờ mới chính là Chúa Giê-xu. Giăng 1:14 nói về Chúa Giê-xu: "Ngôi Lời đã trở nên xác thể, sống giữa chúng ta, đầy ân điển và chân lý. Chúng ta đã chiêm ngưỡng vinh quang Ngài, thật là vinh quang của Con Một đến từ nơi Cha". Sự hiện diện của Chúa trong dân sự chính là Chúa Giê-xu, là Con đời đời của Đức Chúa Cha, bày tỏ vinh quang của Ngài cho thế gian. Vì vậy, trong Giăng 2:19, Chúa Giê-xu nói đến sự chết và sự sống lại của Ngài: "Hãy phá đền thờ nầy đi, trong ba ngày Ta sẽ dựng lại". Thế gian chẳng cần một đền thờ bằng đá nếu Chúa hiện diện trong dân sự Ngài. Chúa Giê-xu là đền thờ vĩ đại hơn đền thờ của Sa-lô-môn, vì trong Ngài Đức Chúa Trời hiện diện giữa con người. Ngài là Em-ma-nu-ên (Mat 1:23).

6. Sau khi Chúa Giê-xu thăng thiên, Ngài sai Đức Thánh Linh đến để ngự trong tín hữu (Giăng 14:16–17). Vì vậy, Phao-lô cho biết tín hữu là đền thờ của Đức Thánh Linh (1 Cô 6:19). Qua Đức Thánh Linh, Đức Chúa Trời hiện diện trong chúng ta.

7. Chủ đề đền thờ kết thúc ở cuối sách Khải Huyền. Sau khi Chúa Giê-xu tái lâm và đoán phạt Sa-tan, thì Đức Chúa Trời sẽ thiết lập một thành Giê-ru-sa-lem mới đầy niềm vui và không còn sự chết (Khải 21:1–4).

Ở đó Đức Chúa Trời sẽ ngự giữa dân sự Ngài (c. 3), và vì vậy Giăng cho biết: "Tôi không thấy đền thờ nào trong thành, vì Chúa là Đức Chúa Trời Toàn Năng và Chiên Con là đền thờ của thành" (Khải 21:2).

Như vậy, lời Chúa được ứng nghiệm như thế nào là điều thuộc về Đức Chúa Trời. Nếu suy nghĩ theo cách của con người, chúng ta sẽ giống như các môn đồ ngưỡng mộ đền thờ của Hê-rốt. Tuy nhiên, kế hoạch của Chúa lớn hơn cách suy nghĩ của con người. Vì vậy, thay vì mong đợi sự ứng nghiệm theo nghĩa đen hoặc theo quan điểm thần học của mình, chúng ta nên tìm hiểu về Chúa nhiều hơn. Qua chủ đề đền thờ chúng ta thấy rằng Chúa làm cho lời tiên tri được ứng nghiệm từng bước.

- Đền thờ thời A-ghê làm ứng nghiệm một phần lời tiên tri về đền thờ nhưng chưa phải là sự ứng nghiệm đầy đủ.
- Chúa Giê-xu làm ứng nghiệm một phần lời tiên tri về đền thờ khi Ngài hiện diện trên đất, nhưng sau đó Ngài thăng thiên.
- Đức Thánh Linh cũng làm ứng nghiệm một phần lời tiên tri khi Ngài ngự trong chúng ta.
- Còn sự ứng nghiệm đầy đủ thì phải chờ đến sự tạo dựng mới khi Chúa và dân sự Ngài cùng sống với nhau.

Nói tóm lại, lời tiên tri có thể được ứng nghiệm từng bước.

Tương Lai Gần và Tương Lai Xa

Cũng vậy, nhiều lúc nhà tiên tri vừa nói về sự kiện sắp xảy ra trong tương lai gần, lại đồng thời vừa báo trước về sự kiện sẽ xảy ra ở tương lai xa hơn. Peter Gentry giải thích rằng đây là yếu tố quan trọng vì như vậy, dân sự thời ấy sẽ nhìn thấy một phần sự ứng nghiệm xảy đến trong đời họ và vì vậy phần tiên tri về tương lai xa hơn sẽ được họ tin nhận.[28] Ông cho biết ví dụ trong Ê-sai 7. Trong chương đó có nêu một số sự kiện về thời của Ê-sai và vua A-cha:

- Mối đe dọa đối với vương quyền của Đa-vít (c. 1–9)
- Việc Ai Cập và A-si-ri xâm lược (c. 18–20)
- Nạn đói và sự phá huỷ Giu-đa (c. 23–25)

---

[28] Peter J. Gentry, *How to Read and Understand the Biblical Prophets* (Wheaton, IL: Crossway, 2017), 74.

Cùng lúc ấy, vua A-cha được Chúa cho dấu lạ về Em-ma-nu-ên (c. 14), là lời tiên tri nổi tiếng vì báo trước về việc Chúa Giê-xu được sinh ra bởi nữ đồng trinh.[29] Như vậy, những sự kiện Ê-sai nói đến bao gồm sự kiện ở tương lai gần và tương lai xa hơn, vượt ra khỏi cuộc đời (và sự hiểu biết) của tiên tri Ê-sai.

Vì sự ứng nghiệm lời tiên tri thuộc về Đức Chúa Trời, nên chúng ta rút ra hai bài học quan trọng. Thứ nhất, chúng ta phải khiêm nhường khi nói về cách Chúa sẽ làm ứng nghiệm lời tiên tri và không nên suy đoán. Thứ hai, chúng ta phải tập trung vào việc lời tiên tri giúp chúng ta có thể hiểu thêm về Chúa và trung tín đi theo Ngài như thế nào.

Phân Tích Lời Tiên Tri trên BibleArc.com

Như vậy, chúng ta giải nghĩa lời tiên tri bằng cách nào? Chúng ta quan sát cặn kẽ và phân tích cấu trúc lời tiên tri như cách chúng ta làm với các thể loại khác. Trên thực tế, khi phân tích lời tiên tri chúng ta có thể sử dụng những kỹ năng áp dụng cho chuyện kể, luật pháp, giáo huấn hay thơ văn, tùy theo thể loại văn chương của bản văn. Lời tiên tri có nội dung rất phong phú đa dạng. Lời tiên tri có thể là chuyện kể có cốt truyện (ví dụ, Ê-sai 36–39; Giê 27–28), lời tiên tri cũng có thể là lập luận của công tố viên của Đức Gia-vê (ví dụ, Mi-chê 6), lời phán xét các nước ngoài (ví dụ, Ê-sai 13–23; Áp-đia), một khải tượng về tương lai (ví dụ, A-mốt 9:11–12), hoặc ngay cả một lời than khóc (ví dụ, Hab 1:2–4).[30]

Bí Quyết Phân Tích Lời Tiên Tri

Về cấu trúc, cũng giống như khi phân tích thể loại văn thơ, chúng ta phải tập trung để ý đến những thay đổi về chủ đề trong lời phán của nhà tiên tri. Vì lời tiên tri rất đa dạng, nên trong phần này chúng ta sẽ tập trung vào một ví dụ cụ thể.

Trước khi đi vào chi tiết trong một phân đoạn, chúng ta cần ôn lại những chức năng của BibleArc.com mà chúng ta có thể sử dụng:

1. Chia các câu thành mệnh đề (câu hoàn chỉnh) hoặc dòng thơ (nếu là thơ ca).

---

[29] Gentry, 72.

[30] Đây không phải là danh sách đầy đủ mà chỉ đưa ra một số ví dụ thôi. Để tìm hiểu những thể loại chính, xem thêm trong Marvin A Sweeney, *Isaiah 1–39: With an Introduction to Prophetic Literature*, FOTL 16 (Grand Rapids: Eerdmans, 1996), 15–29.

2. Xác định câu chính và câu phụ.

3. Đánh dấu từ quan trọng.

   a) Thông tin bối cảnh: Dùng *Text* (**Bản văn**) → *Text color* (**Văn bản màu**) màu xanh lá cây.

   b) **Động từ**: dùng *Text* (**Bản văn**) → **B** (in đậm) để ghi nhận động từ.

   c) *Liên từ*: Dùng *Text* (**Bản văn**) → *I* (in nghiêng) để ghi nhận liên từ ("vì", "để", v.v...) cho biết mối quan hệ lô-gíc.

   d) Nhân vật: Dùng *Text* (**Bản văn**) → *Text color* (**Văn bản màu**) để ghi nhận lần đề cập đến nhân vật, mỗi nhân vật một màu.

   e) Những từ ngữ hoặc khái niệm được lặp đi lặp lại: Dùng *Text* (**Bản văn**) → *Highlight* (**Tô sáng**).

4. Tìm hiểu mối quan hệ lô-gíc giữa các câu.

   a) Cảnh mới trong câu chuyện hoặc chủ đề mới trong dòng lập luận: Dùng *Sections* (**Tiểu đoạn**) → *New Separator* (**Phân cách mới**).

   b) Cốt truyện hoặc lời tóm tắt chủ đề của một hoặc vài câu: Dùng *Arrows+* (**Mũi tên+**) → *New relationship* (**Quan hệ mới**) để xác định những phần riêng biệt của một phân đoạn.

   c) Lời trích dẫn của nhân vật: Dùng *Arrows+* (**Mũi tên+**) → *New box* (**Khung mới**) để biệt riêng ra lời trích dẫn của nhân vật.

5. Dựa trên những phân tích đó, viết bố cục và ý chính của phân đoạn.

Phân Tích Ô-sê 1:2–2:1

Trong chương này, chúng ta sẽ nghiên cứu Ô-sê 1:2–2:1. Theo Ô-sê 1:1, Ô-sê phục vụ vào thời của "Ô-xia, Giô-tham, A-cha, Ê-xê-chia của Giu-đa, và vua Giê-rô-bô-am, con trai Giô-ách, của Y-sơ-ra-ên." Vào thời đó, mối đe dọa từ bên ngoài đối với Y-sơ-ra-ên và Giu-đa là đế quốc A-si-ri. Tuy nhiên, Ô-sê quan tâm nhiều hơn đến mối đe dọa từ bên trong là tội thờ hình tượng và sự bất công trong xã hội (Ô-sê 4:1–2).

Chương đầu tiên này là chuyện kể, và chúng ta có thể phân tích giống như chúng ta phân tích chuyện kể, bao gồm quan sát nhân vật và đánh dấu từ ngữ quan trọng. Tuy nhiên, khi phân tích cấu trúc, chúng ta không nhất thiết phải đi tìm mâu thuẫn và giải pháp. Cũng có thể có cốt truyện như thế, nhưng đối với phân đoạn này, chúng ta nên tập trung vào lý luận của Chúa về sự bất tuân của Y-sơ-ra-ên và cách Ngài sẽ xử lý sự bất tuân đó. Chúng ta thấy phân đoạn này bắt đầu với một hành động mang tính biểu tượng trong c. 2–3:

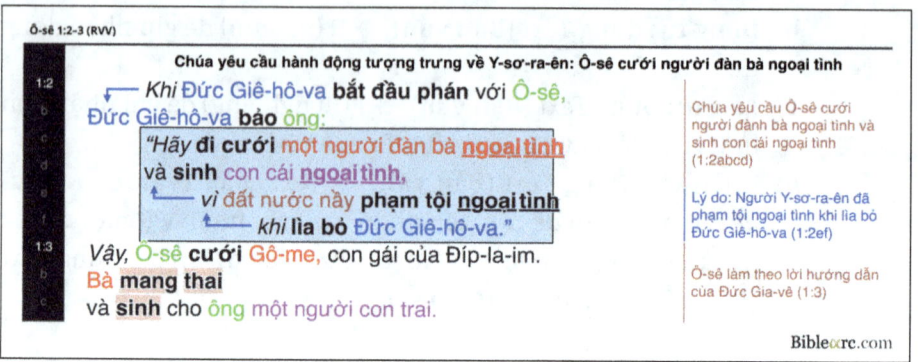

Về cốt truyện, không có gì đặc biệt lắm. Chúa phán, và Ô-sê vâng phục. Quan trọng hơn là ý nghĩa của hành động Chúa yêu cầu. Ô-sê tượng trưng cho Đức Chúa Trời khi ông cưới người đàn bà ngoại tình. Phạm tội ngoại tình là hình ảnh chỉ về tội thờ hình tượng của Y-sơ-ra-ên (c. 2ef). Việc vợ của Ô-sê chạy theo người yêu khác tượng trưng cho việc người Y-sơ-ra-ên cứ theo đuổi thờ lạy thần khác (xem Ô-sê 3:1).

Trong phân đoạn này, những từ liên quan đến việc "mang thai" và "sinh" xuất hiện ba lần (c. 3, 6, 8). Điều này có nghĩa là con cái là ý quan trọng của phân đoạn, và trong phần này cũng đề cập đến con cái ngoại tình (c. 2). Điều đó có ý nghĩa gì? Có phải vì Ô-sê không phải là cha của đứa con này không? Câu 3 ngụ ý rằng con trai này là con của Ô-sê, cho nên đó không phải là lý do đứa con này được gọi là "con cái ngoại tình".[31] Có lẽ cách giải thích hợp lý nhất là tính từ "ngoại tình" nói về Gô-me, vợ của Ô-sê, vì bà không chung thủy. Và đứa con này tượng trưng cho tội lỗi của bà. Những câu tiếp theo đưa ra lời giải thích.

Thứ nhất, câu 4–5 giải thích về con trai đầu lòng của Ô-sê:

Chúa yêu cầu Ô-sê đặt tên cho con trai là Gít-rê-ên. Theo c. 4c, người Y-sơ-ra-ên mắc tội đổ máu ở Gít-rê-ên. Trong lịch sử, có thể lý do là vì, khi "Giê-hu giết tất cả những người còn lại trong nhà A-háp ở Gít-rê-ên" (2 Các Vua 10:11), ông cũng giết vua A-cha-xia của Giu-đa (2 Các Vua 9:27) và 42 anh em của A-cha-xia (2 Các Vua 10:12–14). Hoặc lý do có thể là vì vụ giết

---

[31] Robert B. Chisholm Jr., *Handbook on the Prophets: Isaiah, Jeremiah, Lamentations, Ezekiel, Daniel, Minor Prophets* (Grand Rapids: Baker Academic, 2002), 338.

10. Giải Nghĩa Các Sách Tiên Tri

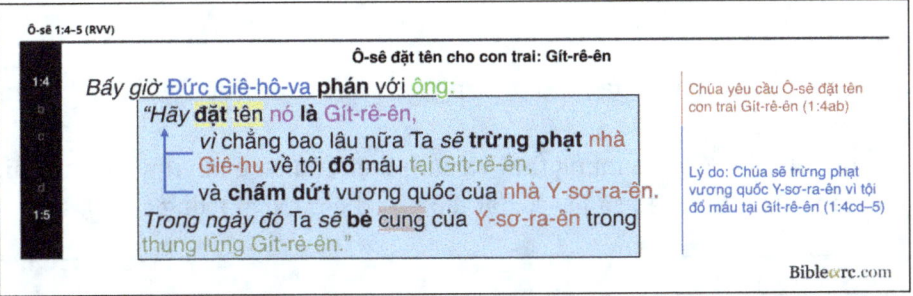

người của Giê-hu nói chung.³² Cho dù là lý do nào trong lịch sử, thì hậu quả cũng rất đáng sợ: vương quốc của Y-sơ-ra-ên sẽ phải chấm dứt. Và "cung" của Y-sơ-ra-ên sẽ bị "bẻ", có nghĩa là sức mạnh quân sự sẽ không còn. Như vậy, đứa con trai này là biểu tượng của một thất bại lớn. Vì tội đổ máu, vương quốc Y-sơ-ra-ên sẽ bị đoán phạt.

Tiếp theo, Gô-me sinh một con gái, và một lần nữa Ô-sê phải đặt tên cho con theo yêu cầu của Đức Chúa Trời trong c. 6–7:

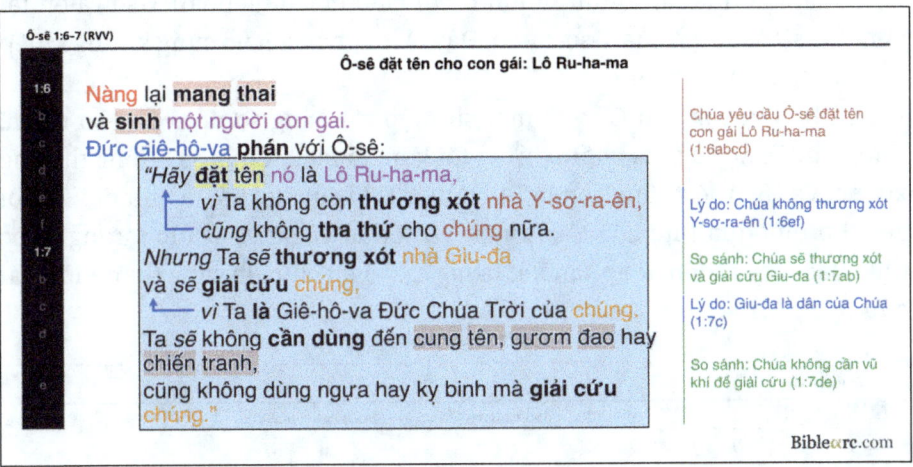

Lần này đặt tên là Lô Ru-ha-ma, có nghĩa là "không thương xót". Chúa giải thích rằng Ngài sẽ không thương xót Y-sơ-ra-ên, có nghĩa là lời phán xét trong c. 4–5 sẽ được thi hành, không có sự giải cứu. Sau đó Chúa nhắc đến vương quốc phía Nam, là Giu-đa, và hứa rằng Ngài sẽ giải cứu họ. Một lần nữa cho thấy, những công cụ dùng trong chiến tranh (cung tên và gươm) là biểu tượng của sức mạnh quân sự. Mặc dù cung của Y-sơ-ra-ên sẽ bị bẻ, thế nhưng Chúa lại không cần vũ khí mới có thể giải cứu người Giu-đa. Đó

---

³²J. Andrew Dearman, *The Book of Hosea*, NICOT (Grand Rapids, MI: Eerdmans, 2010), 94.

chính là quyền năng của Ngài. Nhưng đối với người Y-sơ-ra-ên, đây là tin xấu đáng sợ.

Lần thứ ba, Gô-me mang thai và sinh một đứa con, lần này là con trai. Một lần nữa, Chúa yêu cầu Ô-sê đặt tên con theo ý Ngài trong c. 8–9:

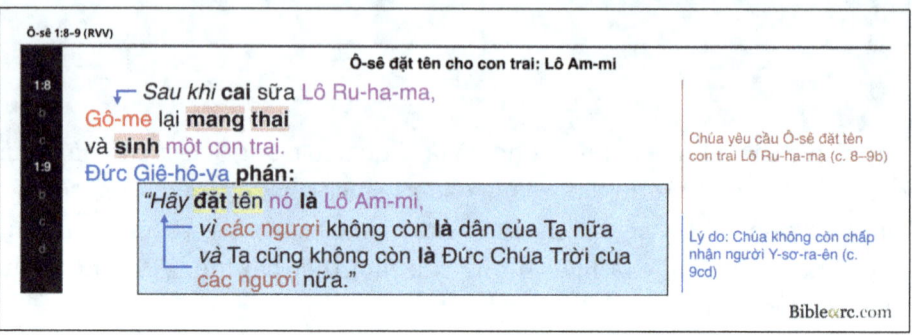

Con trai này được đặt tên Lô Am-mi, có nghĩa là "không phải là dân của Ta". Qua đó Chúa hình như muốn bỏ đi giao ước đã lập với Y-sơ-ra-ên tại Si-nai vì sự bất tuân của Y-sơ-ra-ên. Đây là lời phán xét vô cùng khủng khiếp đối với người Y-sơ-ra-ên.

Cả ba tên của con Ô-sê là một sứ điệp rất đáng sợ đối với Y-sơ-ra-ên. Vương quốc họ sẽ phải chấm dứt vì tội làm đổ máu, Chúa sẽ không thương xót họ, và Ngài sẽ không còn là Đức Chúa Trời của họ. Có vẻ như đây là hồi kết cho mối quan hệ của Y-sơ-ra-ên với Chúa và sự kết thúc vương quốc phía Bắc. Tuy nhiên, lời phán xét trong c. 2–9 lại chuyển sang thành lời giải cứu trong 1:10–2:1:

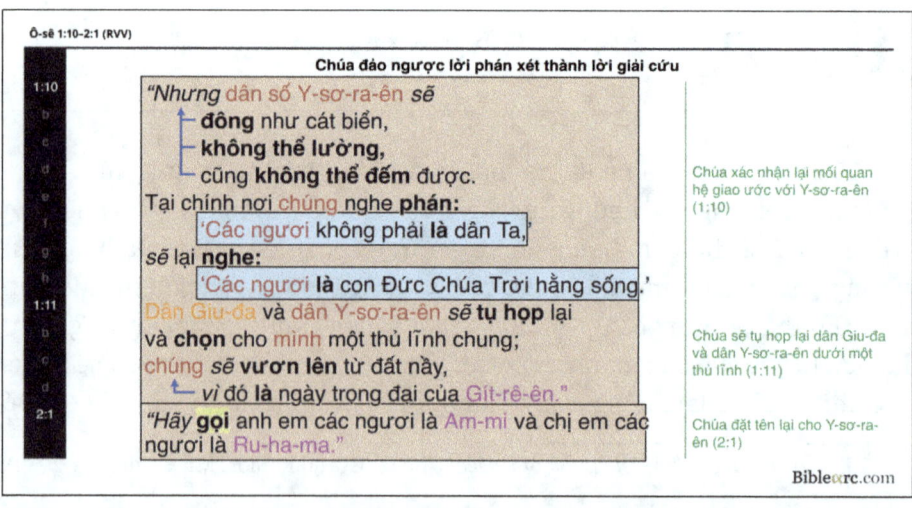

Tên cũ	Tên mới
Lô Ru-ha-ma	Ru-ha-ma
"không thương xót"	"thương xót"
Lô Am-mi	Am-mi
"không phải là dân Ta"	"dân Ta"

Rất có thể đây là lời của Ô-sê, không phải là lời trích dẫn của Chúa.[33] Ở đây không cho biết đây là tiếng phán của ai, nhưng theo c. 10f và 10h thì hình như là lời phán của Chúa. Riêng c. 10h là trích dẫn Phục Truyền 14:1.[34]

Từ đầu tiên "nhưng" là từ quan trọng, cho thấy rằng những điều diễn biến tiếp theo là sự thay đổi tình thế từ những điều tiêu cực ở trên. Và đúng vậy, chương trình của Chúa đối với dân Y-sơ-ra-ên thay đổi kỳ diệu từ việc loại bỏ họ đến việc tái lập lại vị trí của họ theo ân điển của Ngài. Câu 10 khẳng định lại lời hứa cho Áp-ra-ham rằng dòng dõi của ông sẽ "đông như cát biển" (xem Sáng 22:17). Chúa cũng đảo ngược tên Lô Am-mi ("không phải là dân Ta") và gọi họ là "con Đức Chúa Trời hằng sống". Như vậy, theo Ô-sê 2:1, dân sự Chúa được đặt tên lại:

Tình trạng mới này cũng bao gồm sự giải hòa của hai vương quốc trong c. 11. Giu-đa và Y-sơ-ra-ên sẽ thống nhất dưới một "thủ lĩnh" (dịch sát: "một đầu"). Lời này rất ngắn gọn nhưng bao hàm hai điều rất lớn. Thứ nhất, hai vương quốc sẽ giải hòa với nhau. Vương quốc từng bị chia rẽ không còn tồn tại nữa. Thứ hai, sẽ chỉ có một lãnh đạo, một vua. Chúng ta biết hai vương quốc đã không thể thống nhất được từ thời Sa-lô-môn cho đến khi vương quốc phía Bắc bị A-si-ri đánh bại và đi lưu đày. Thủ lĩnh của hai vương quốc Nam Bắc chính là Đấng Mê-si-a. Ô-sê 3:5 liên hệ thủ lĩnh này với Đa-vít. Chúng ta nên nhớ rằng Chúa Giê-xu mang lại sự giải hòa giữa người Do Thái và người ngoại (Êph 2:11–22) và hơn thế nữa, giải hòa cả công trình sáng tạo với Ngài bởi huyết báu của Ngài (Côl 1:20). Như vậy, việc giải hòa các chi tộc của Y-sơ-ra-ên là điều thiết thực. Trở lại Ô-sê 1:11, Chúa phán "chúng sẽ vươn lên từ đất nầy, vì đó là ngày trọng đại của Gít-rê-ên". Câu này quay trở lại nói về ý nghĩa tên của con trai đầu lòng của Ô-sê: Gít-rê-ên. Ở đầu phân đoạn, Gít-rê-ên từng là tên gọi báo trước sự đoán phạt đến với Y-sơ-ra-ên vì tội làm đổ máu của họ. Tuy nhiên, ở đây, Gít-rê-ên bây giờ lại là tên được hiểu theo ý nghĩa ngược lại. Thay vì phải kết thúc, Y-sơ-ra-ên sẽ "vươn lên từ đất nầy". Đây có thể là hình ảnh trong nông nghiệp mô tả dân

---

[33] David A. Hubbard, *Hosea: An Introduction and Commentary*, TOTC 24 (Downers Grove, IL: InterVarsity Press, 1989), 73.

[34] Cảm ơn Tiến sĩ Trần Lương Hảo vì chỉ tôi đến câu này.

Y-sơ-ra-ên sẽ phát triển như cây xanh. Tên Gít-rê-ên có nghĩa "Đức Chúa Trời gieo", là chứng cứ về ý nghĩa nông nghiệp ở đây. Y-sơ-ra-ên sẽ phát triển mạnh mẽ trong đất Chúa đã gieo họ.[35] Nói tóm lại, 1:10–2:1 đảo ngược lời phán xét của Chúa trong 1:4–9.

Dựa trên bài phân tích, ta có thể viết bố cục như sau:

I. Chúa yêu cầu hành động mang tính biểu tượng: Ô-sê cưới người đàn bà ngoại tình để cho thấy Y-sơ-ra-ên là dân không trung thành với Chúa (1:2–3).

II. Ô-sê đặt tên cho con trai (Gít-rê-ên) để nói lên rằng chương trình của Chúa dành cho Y-sơ-ra-ên sẽ chấm dứt vì người Y-sơ-ra-ên phạm tội làm đổ máu (1:4–5).

III. Ô-sê đặt tên cho con gái (Lô Ru-ha-ma) để cho thấy Chúa không còn thương xót Y-sơ-ra-ên nữa (1:6–7).

IV. Ô-sê đặt tên cho con trai (Lô Am-mi) như lời báo trước về chương trình của Chúa sẽ loại bỏ Y-sơ-ra-ên (1:8–9).

V. Chúa đảo ngược lời phán xét thành lời giải cứu (1:10–2:1).

    a) Dân Y-sơ-ra-ên được đặt tên là "con của Đức Chúa Trời hằng sống" (1:10).

    b) Chúa sẽ tập họp Giu-đa và Y-sơ-ra-ên lại dưới một thủ lĩnh để họ phát triển ở Gít-rê-ên (1:11).

    c) Y-sơ-ra-ên sẽ được gọi là Am-mi ("dân Ta") và Ru-ha-ma ("thương xót") (2:1).

Khi xem bức tranh lớn, chúng ta nhận ra Chúa đã thay đổi chương trình của Ngài từ phán xét đến giải cứu. Như vậy thì Chúa có tự mâu thuẫn không? Việc này cũng xuất hiện trong ch. 11. Từ câu 1–7, Chúa báo trước về sự đoán phạt sẽ đến bởi người A-si-ri. Tuy nhiên, tình yêu của Chúa làm thay đổi tình huống trong câu 8–9:

Phán xét và giải cứu là hai việc mà chỉ một mình Chúa có thể thực hiện cho cùng một đối tượng. Chúa vừa giàu lòng thương xót, vừa phạt người có tội (Xuất 34:6–7), và chỉ một mình Ngài có quyền quyết định nên tha thứ cho một dân không đáng được tha thứ hay không. Đây là sự mầu nhiệm của thuộc tính Đức Chúa Trời.[36] Chỉ thập tự giá của Đấng Christ mới có thể giải

---

[35] Dearman, *The Book of Hosea*, 105–6.
[36] Dearman, 291.

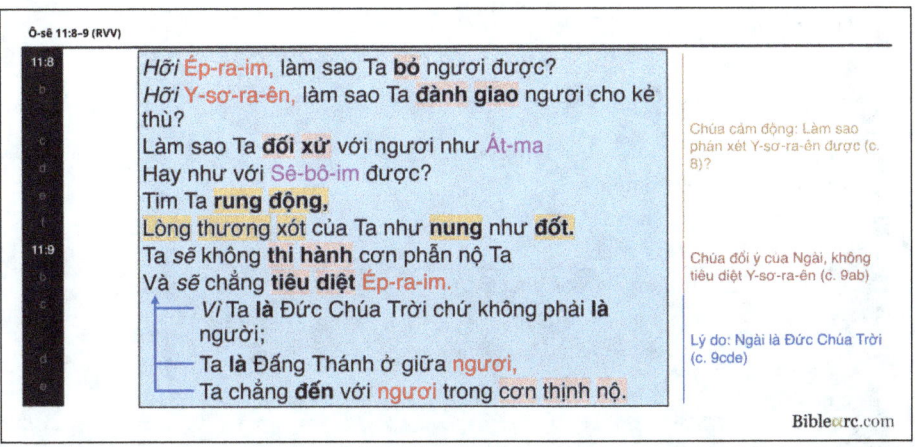

quyết mâu thuẫn giữa sự công bằng (đòi hỏi hình phạt) và sự thương xót (dẫn đến sự giải cứu). Đức Chúa Cha giáng cơn thịnh nộ trên Con Ngài để hình phạt tội lỗi của chúng ta, và cũng từ đó để Ngài có thể thương xót và giải cứu chúng ta. Ô-sê phô bày tấm lòng của Đức Chúa Trời, là tấm lòng muốn thương xót. Tuy nhiên, chúng ta phải chờ Chúa Giê-xu đến mới thấy được Đức Chúa Trời vừa công bằng vừa thương xót như thế nào.

Phân Tích Ô-sê 14

Chương cuối cùng của sách Ô-sê vừa kêu gọi người Y-sơ-ra-ên ăn năn vừa đề cao sự chăm sóc của Chúa đối với Y-sơ-ra-ên. Phần này được trình bày theo dạng thơ ca cho nên chúng ta sẽ chia từng câu theo dòng thơ. Ngoài ra, chúng ta có thể phân thành bốn tiểu đoạn riêng biệt:

    A - Nhà tiên tri kêu gọi dân sự ăn năn (c. 1–3).
        B - Chúa hứa chữa lành dân sự (c. 4–7).
        B' - Chúa lập luận để dân sự ăn năn (c. 8).
    A' - Nhà tiên tri lập luận để dân sự ăn năn (c. 9).

Đoạn này bắt đầu bằng lời kêu gọi ăn năn trong câu 1–3:

Câu 1 bao gồm cả lời kêu gọi và nêu lý do, đó là họ phạm tội. Từ "vấp ngã" cũng xuất hiện trong câu cuối cùng (c. 9), là mối liên kết giữa A và A'. Động từ "trở lại" (c. 1a và 2b) là động từ thường chỉ về việc ăn năn. Chú ý: đây là việc trở lại cùng Đức Gia-vê, có nghĩa là sự ăn năn để khôi phục mối quan hệ với Chúa. Như vậy, Ô-sê kêu gọi dân Y-sơ-ra-ên trở lại cùng Đức Chúa Trời của họ.

Sau đó, trong câu 2c đến hết câu 3, Ô-sê đưa ra những lời cầu nguyện ăn năn và trở lại với Chúa. Câu 2defg là lời cầu xin nói chung, xin Chúa tha thứ

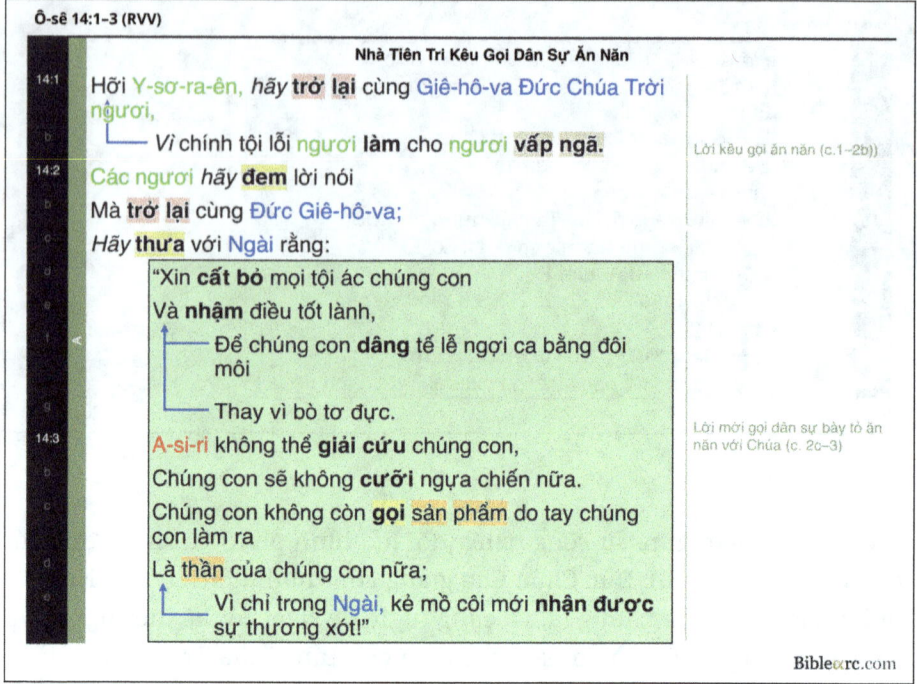

sự gian ác của họ và cho biết cụ thể của tấm lòng ăn năn là sự thờ phượng đúng đắn. Vì tội lỗi của họ là thờ hình tượng, nên đây là mục đích khá hợp lý cho cộng đồng biết ăn năn. Còn câu 3 cho biết cách cụ thể bày tỏ lòng họ quyết tâm trở lại với Chúa. Họ sẽ:

- Không tin cậy A-si-ri giải cứu (c. 3a). Có nghĩa là họ nhờ cậy Chúa giải cứu thay vì nhờ cậy mối quan hệ ngoại giao.
- Không cưỡi ngựa chiến (c. 3b). Có nghĩa là họ không tin cậy vào sức mạnh quân sự của mình. Dòng thơ này triển khai thêm về nguồn hy vọng của Y-sơ-ra-ên, song song với c. 3a.
- Không gọi hình tượng là thần (c. 3cd). Có nghĩa là họ sẽ từ bỏ tội thờ hình tượng. Nhà tiên tri phê phán sự thờ phượng hình tượng bằng cách mô tả hình tượng ấy chính là sản phẩm do tay họ làm ra.

Còn cuối cùng là nêu lý do của sự ăn năn trong c. 3e. Lý do mà dân Y-sơ-ra-ên không muốn đặt niềm hy vọng sai lầm như trước nữa vì chỉ muốn tôn cao Chúa. Nguồn hy vọng duy nhất là ở nơi Chúa, Đấng thương xót kẻ mồ côi. Lời cầu nguyện do tiên tri Ô-sê đề xuất vừa xác nhận mối quan hệ với Chúa vừa cho biết hành động cụ thể để người Y-sơ-ra-ên "kết quả xứng đáng với sự ăn năn đó (Mat 3:8).

10. Giải Nghĩa Các Sách Tiên Tri

Phần tiếp theo là lời Đức Chúa Trời hứa Ngài sẽ chữa lành cho người Y-sơ-ra-ên (câu 4–7):

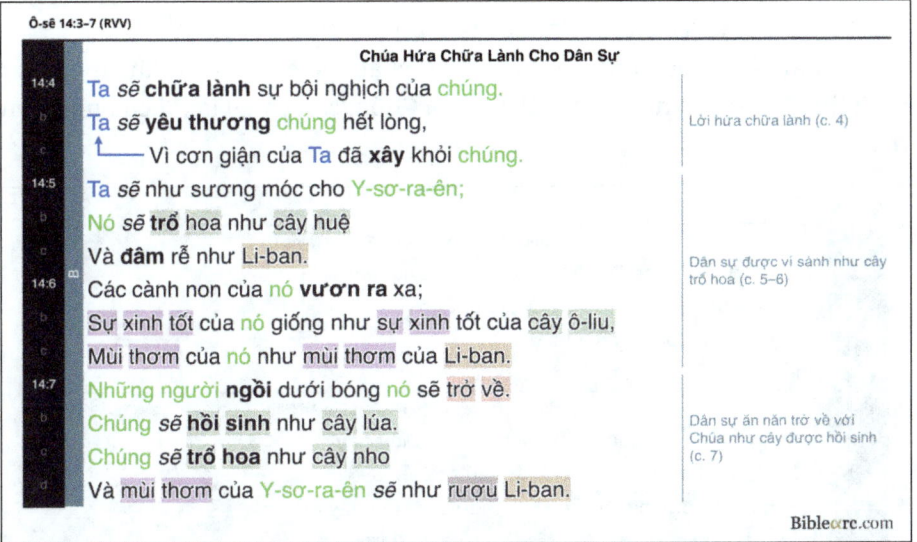

Câu 4 khẳng định ý định của Chúa là chữa lành và yêu thương người Y-sơ-ra-ên. Sự chữa lành giải quyết "sự bội nghịch" của người Y-sơ-ra-ên nếu biết ăn năn hối cải làm theo lời đề nghị của Ô-sê. Và vì thế câu 4c cho biết nguyên nhân của sự chữa lành là do cơn giận của Chúa "đã xây khỏi chúng". Và kết quả của sự chữa lành, câu 5–7 vẽ lên một bức tranh đẹp đẽ về tương lai.

Câu 5 mô tả Chúa như sương móc cho Y-sơ-ra-ên (so sánh lời của Môi-se trong Phục Truyền 32:2 khi ông mô tả lời ông "nhỏ xuống như sương móc"). Sương móc là nguồn nước nhẹ nhàng, thích hợp cho cây non hoặc cỏ non (Phục Truyền 32:2), và Ô-sê mô tả kết quả trong c. 5bc, bao gồm việc trổ hoa và đâm rễ. Đây là kết quả người ta mong đợi ở một cây non, vừa đâm rễ hút nước vừa trổ hoa phô bày sự đẹp đẽ của nó. Li-ban là vùng đất ở phía Bắc Y-sơ-ra-ên, nổi tiếng nhất với cây bách hương. Câu 6 tiếp tục mô tả Y-sơ-ra-ên như cây của Li-ban, có cành vươn ra xa (c. 6a). Cây bách hương của Li-ban được ví với cây ô-liu, là loại cây thường gặp trong xứ Y-sơ-ra-ên (c. 6b). Còn mùi thơm cũng nhắc đến Li-ban, vì cây bách hương rất thơm. Câu 7 tiếp tục ẩn dụ ví dân Y-sơ-ra-ên như cây, nhưng câu 7a đề cập đến người biết ăn năn trở về (so sánh c. 1 và 2). Đây là kết quả được mong đợi từ lời kêu gọi người Y-sơ-ra-ên ăn năn. Phần còn lại của câu này tiếp tục dùng hình ảnh nông nghiệp để mô tả tương lai tốt đẹp của dân Y-sơ-ra-ên được phục hồi, ví họ như là cây lúa (c. 7b), cây nho (c. 7c), và rượu thơm như rượu của Li-ban (c.

7d). Mặc dù sự đoán phạt dẫn đến nạn đói (Ô-sê 8:7), nhưng Chúa sẽ khiến họ được phục hồi như "một cây nho tươi tốt" (Ô-sê 10:1).[37] Những hình ảnh nông nghiệp giúp chúng ta hình dung một tương lai tốt đẹp. Đó là kết quả của sự ăn năn và việc Chúa làm để dẹp bỏ tội lỗi của dân sự.

Và hai câu cuối cùng là lời lập luận chặt chẽ để khuyến khích dân sự mau tìm đến sự ăn năn. Câu 8 là lời của Chúa, còn câu 9 là lời của nhà tiên tri:

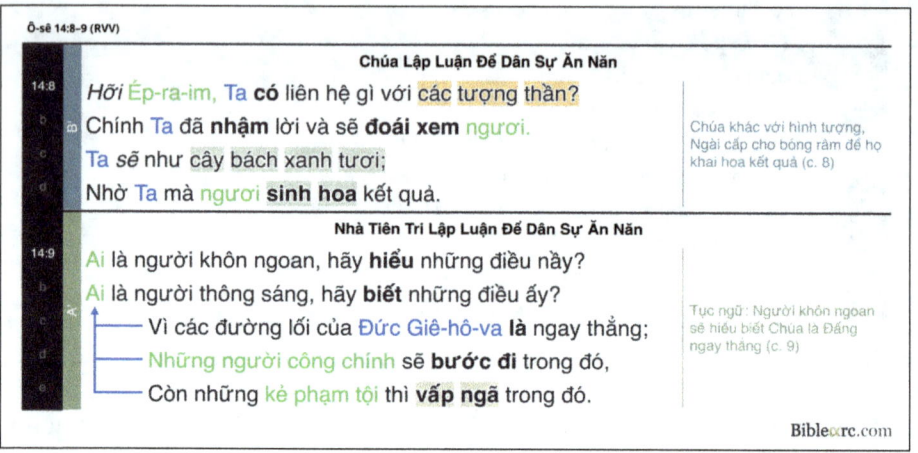

Mặc dù câu 8 trong tiếng Việt không có dấu ngoặc kép, nhưng đó là tiếng phán của Chúa vì chủ ngữ là "Ta". Câu 8ab phân biệt Chúa và "các tượng thần" vì Chúa là Đấng "nhậm lời" cầu xin của Y-sơ-ra-ên (c. 2c–3) và "đoái xem" họ (so sánh c. 3e). Khi so sánh với Thi Thiên 115:5–6 ta quan sát: "Hình tượng có miệng mà không nói / Có mắt mà chẳng thấy / Có tai mà không nghe / Có mũi mà chẳng ngửi". Hình tượng hoàn toàn không là gì cả so với Chúa. Và c. 8cd trở lại dùng hình ảnh nông nghiệp. Chúa là "cây bách xanh tươi" cung cấp bóng mát cho người Y-sơ-ra-ên "sinh hoa kết quả" (so sánh c. 5). Lý do người Y-sơ-ra-ên nên trở lại cùng Chúa là vì Ngài là Đấng thực sự quan tâm đến họ.

Câu 9 là lời kết của nhà tiên tri bằng ngôn ngữ với hình thức như lời khuyên dạy trong sách Châm Ngôn, bao gồm cả lời khuyên dạy (c. 9ab) và nêu lý do (c. 9cde).[38] Trong Bản Hiệu Đính và Bản Truyền thống, câu 9ab được dịch là câu hỏi. Kinh Thánh Hiện Đại dịch:

> Hãy để những người khôn ngoan tìm hiểu những điều này.
> Hãy để họ sáng suốt nhận thức cẩn thận.

---

[37] Dearman, 342.
[38] Hubbard, *Hosea: An Introduction and Commentary*, 245.

Cách dịch này chính xác, là mệnh lệnh ngôi thứ 3 ("những ai ... hãy ..."). Và đương nhiên câu hỏi trong BHĐ và BTT cũng ngụ ý rằng người nghe phải hiểu. Câu 9cde cho biết lý do. Cả ba dòng sử dụng hình ảnh con đường (cũng giống như Châm Ngôn 2:6–9, 20; 3:5–6). Câu 9c tôn cao đường lối Chúa là ngay thẳng. Sau đó c. 9de so sánh người công chính bước đi trong đường lối của Chúa và kẻ phạm tội vấp ngã (giống như c. 1). Người Y-sơ-ra-ên nên ăn năn vì con đường của Chúa là an toàn và tốt lành.

Qua Ô-sê 1 và 14 chúng ta thấy hai loại lời tiên tri, lời phán xét và lời hy vọng, đã được thể hiện qua chuyện kể (Ô-sê 1) và thơ ca (Ô-sê 14). Qua Ô-sê, Chúa dùng hình ảnh để giúp cho người Y-sơ-ra-ên thấy rõ thực trạng của sự gian ác của họ và tương lai tốt đẹp dành cho những ai trở về với Chúa. Đây là sứ điệp chúng ta phải giảng cho Hội thánh.

Giảng Dạy và Áp Dụng Lời Tiên Tri

Lời tiên tri vừa thách thức vừa mở rộng hiểu biết của chúng ta. Đối với đa số tín hữu, cũng như truyền đạo và mục sư, các sách tiên tri là một thế giới mới mẻ. Đây cũng là một thách thức vì chúng ta có thể gặp khó khăn trong việc giải nghĩa và áp dụng lời tiên tri. Có thể chúng ta thấy khó giải nghĩa những hình ảnh trong lời tiên tri hoặc khó hiểu được bức tranh lớn của một phân đoạn Kinh Thánh. Ngoài ra, vì lời tiên tri được ban cho người Y-sơ-ra-ên trong bối cảnh ngày xưa, chúng ta cũng e ngại không thể áp dụng lời đó vào hoàn cảnh của chúng ta ngày nay. Dĩ nhiên đây là một thách thức, nhưng đồng thời cũng là một cơ hội giúp chúng ta có thêm sự hiểu biết tươi mới về Chúa và con người. Dưới đây là một vài nguyên tắc quan trọng khi áp dụng lời tiên tri.

Thứ nhất, bối cảnh là trên hết. Chúng ta phải tìm hiểu bối cảnh của lời tiên tri để hiểu đúng và áp dụng đúng vào hoàn cảnh của chúng ta. Có thể chúng ta phải tham khảo nội dung liên quan có trong các sách lịch sử như 2 Các Vua, 2 Sử Ký, E-xơ-ra, và Nê-hê-mi (**nhìn lại**). Hoặc chúng ta tìm hiểu bối cảnh ngay trong sách. Nhiều lúc, một ít đầu tư trong việc tìm hiểu bối cảnh sẽ mở mắt chúng ta, giúp chúng ta hiểu lời tiên tri. Sau khi tìm hiểu bối cảnh ngày xưa, chúng ta có thể thấy được tình trạng chung của con người. Ví dụ, trong Ô-sê 1, tình trạng chung của con người là làm đổ máu và thờ hình tượng. Đổ máu ở đây không có nghĩa là mọi người đều phạm tội giết người, mà là mọi người bị cám dỗ không trung tín thờ phượng chỉ một mình Chúa. Chúng ta có thể đi lang thang theo cách sống của thế gian, không trung tín với Chúa. Chúng ta có thể chơi với thần giả giống như người Y-sơ-ra-ên, và như vậy chúng ta phạm tội tà dâm về mặt thuộc linh.

Thứ hai, chúng ta phải tìm hiểu thuộc tính và cách hành động của Đức Chúa Trời. Mặc dù lời tiên tri đưa ra lời cảnh báo hoặc đem niềm hy vọng cho một thế hệ người Y-sơ-ra-ên thời xưa và thậm chí liên quan đến một tình huống lịch sử cụ thể, nhưng lời tiên tri luôn luôn bày tỏ về Chúa cho nhân loại. Trong Ô-sê 1, chúng ta thấy một số điều về Chúa không hề thay đổi.

- Ngài ghét hình tượng (1:2) và tội giết người (1:4).
- Ngài trừng phạt người có tội (1:4–5).
- Ngài không ban ân điển "rẻ tiền", có nghĩa là Ngài không thương xót mãi mà không bao giờ phạt (1:6).
- Ngài là Đấng có quyền năng, chẳng phụ thuộc vào sức mạnh quân sự để thi hành chương trình của Ngài (1:7).
- Ngài có thể chấm dứt mối quan hệ với người có tội (1:9).
- Ngài có thể tự do tha thứ (1:10, 2:1).
- Ngài có chương trình làm cho dân Ngài phát triển trong vương quốc của Ngài (1:11).

Hiểu về thuộc tính và cách hành động của Ngài sẽ giúp chúng ta biết Ngài nhiều hơn và sẽ khích lệ chúng ta trung tín với Ngài.

*Thứ ba, chúng ta phải **nhìn lại** và **nhìn tới** trong cả Kinh Thánh để hiểu rõ cách áp dụng phân đoạn.* Trong Ô-sê 1:10, Chúa **nhìn lại** Sáng Thế Ký về lời hứa Ngài ban cho Áp-ra-ham. Mặc dù không nhất thiết Ô-sê đã dùng đến Xuất Ê-díp-tô Ký 19:5–6 để nói về dân Y-sơ-ra-ên là dân của Ngài, nhưng ý của Ô-sê dựa trên mối quan hệ đặc biệt Chúa đã lập với Y-sơ-ra-ên từ xưa. Theo Ga-la-ti 3:7–9 và 23–29 lời hứa đó ngày nay được áp dụng cho cả chúng ta, là dân ngoại, vì trong Đấng Christ chúng ta vui hưởng phước hạnh của Áp-ra-ham bởi đức tin. Không những thế, chúng ta **nhìn tới** và thấy trong 1 Phi-e-rơ 2:1 Phi-e-rơ kêu gọi tín hữu "từ bỏ mọi điều độc ác ..." và ông mô tả vinh dự của người được Chúa dùng để "xây nên ngôi nhà thiêng liêng" (1 Phi-e-rơ 2:5). Khác ngược với những người "bị vấp ngã vì không vâng giữ đạo" (1 Phi-e-rơ 2:8), Lời Chúa nói với chúng ta như thế này:

> Nhưng anh em là dòng giống được tuyển chọn, là chức tế lễ hoàng gia, là dân tộc thánh, là dân thuộc riêng về Đức Chúa Trời, để anh em rao truyền công đức vĩ đại của Đấng đã gọi anh em ra khỏi nơi tối tăm, đưa vào vùng ánh sáng diệu kỳ của Ngài. Trước kia anh em không phải là một dân, nhưng bây giờ là dân Đức Chúa Trời; trước kia không được thương xót, mà bây giờ được thương xót (1 Phi-e-rơ 2:9–10).

Ô-sê 1:2–2:1	1 Phi-e-rơ 2:9
Lô Am-mi (1:9)	*Trước kia* anh em không phải là một dân,
Am-mi (2:1) hoặc "con Đức Chúa Trời hằng sống" (1:10)	*nhưng bây giờ* là dân Đức Chúa Trời;
Lô Ru-ha-ma (1:6)	*trước kia* không được thương xót,
Ru-ha-ma (2:1)	*mà bây giờ* được thương xót.

Hai câu đó được Phi-e-rơ kết hợp ý tưởng từ Xuất Ê-díp-tô Ký 19:5–6 và Ô-sê 1:2–2:1. Thứ nhất, Phi-e-rơ áp dụng Xuất Ê-díp-tô Ký 19:5–6 cho tín hữu Cơ Đốc và cho biết họ là dân được gọi để "rao truyền công đức vĩ đại của Đấng đã gọi anh em ra khỏi nơi tối tăm, đưa vào vùng ánh sáng diệu kỳ của Ngài". Tiếp đến, trong câu 9 Phi-e-rơ dẫn dụng đến tên của con cái của Ô-sê:

Phi-e-rơ áp dụng lời tiên tri cho Cơ đốc nhân. Như vậy, theo lời hướng dẫn của sứ đồ Phi-e-rơ, chúng ta có thể áp dụng lời tiên tri của Ô-sê cho chính mình. Chúng ta vốn xa cách Chúa và không được gọi là dân của Chúa, nhưng trong Chúa Giê-xu chúng ta lại được gọi là dân của Đức Chúa Trời. Tình yêu thương của Chúa cho người Y-sơ-ra-ên là hình ảnh về tình yêu thương của Ngài dành cho chúng ta.

Lời Kết

Kinh Thánh là lời của Đức Chúa Trời, Đấng đã tạo dựng và giải cứu chúng ta khỏi tình trạng nô lệ cho tội lỗi. Ngài đã ban Cựu Ước để chúng ta biết về Ngài và hiểu sâu hơn về chức vụ của Chúa Giê-xu. Khi đọc Cựu Ước, mục đích của chúng ta là giao tiếp với Ngài và được biến đổi theo hình ảnh của Chúa Giê-xu bởi quyền năng của Đức Thánh Linh. Qua các thế kỷ, Hội thánh đã giải nghĩa Kinh Thánh, là quyển sách được Đấng soi dẫn cho các trước giả để họ viết ra trong bối cảnh của họ. Vì vậy ngày nay chúng ta giải nghĩa bản văn theo bối cảnh gốc với nhu cầu của chúng ta ngày nay. Chúng ta nhìn lên Chúa để được Đức Thánh Linh dẫn dắt khi giải nghĩa. Chúng ta nhìn xuống bản văn để giải nghĩa cách toàn diện và chính xác. Chúng ta nhìn lại và nhìn tới để giải nghĩa từng phân đoạn trong bối cảnh của cả Kinh Thánh. Chúng ta nhìn đây để áp dụng lời Chúa cho đời sống của chúng ta và cho Hội thánh. Vì vậy, chúng ta cần giải nghĩa và áp dụng từng thể loại văn chương cách phù hợp với đặc điểm của thể loại đó. Đó là công việc và trách nhiệm của người giải nghĩa Kinh Thánh.

Qua Kinh Thánh chúng ta biết về Chúa và ý muốn của Ngài cho đời sống của chúng ta. Kinh Thánh chính là nguồn khôn ngoan quý báu. Chúng ta nên đáp ứng bằng hai cách, dựa trên những điều Môi-se nói với người Y-sơ-ra-ên trong Phục Truyền 4:5–8:

> Nầy, tôi đã dạy cho anh em những mệnh lệnh và luật lệ đúng như Giê-hô-va Đức Chúa Trời tôi đã phán dặn tôi, để anh em tuân giữ khi ở trong xứ mà mình sẽ vào nhận làm sản nghiệp. Vậy, anh em phải giữ và thực hành các mệnh lệnh và luật lệ nầy, vì nhờ vậy mà các dân tộc sẽ thấy sự khôn ngoan và hiểu biết của anh em. Khi nghe về các mệnh lệnh nầy họ sẽ nói: 'Chỉ có dân tộc vĩ đại nầy mới thực sự là một dân tộc khôn ngoan và hiểu biết!' Vì có dân tộc vĩ đại nào có được một vị thần ở gần như chúng ta có Giê-hô-va Đức Chúa Trời ở gần chúng ta mỗi khi chúng ta cầu khẩn Ngài không? Có dân tộc vĩ đại nào

có được những mệnh lệnh và luật lệ công minh như toàn bộ luật pháp mà ngày nay tôi đặt trước mặt anh em không?

Thứ nhất, chúng ta phải "tuân giữ" lời phán của Chúa (c. 5). Đây là lời khôn ngoan cho nên chúng ta không nên thờ ơ với nguồn khôn ngoan này. Thứ hai, chúng ta nên cảm tạ Chúa và thờ phượng Ngài vì những câu hỏi mà Môi-se nêu ra trong câu 7 và 8 nhấn mạnh rằng con người có được lời của Chúa hoàn toàn là bởi ân điển của Ngài.

Những điều này nhắc nhở tôi rằng tất cả chúng ta đều là tôi tớ Chúa. Chúng ta kính sợ và yêu mến Chúa. Chỉ trong Ngài chúng ta mới tìm được sự sống thật. Tất cả vinh quang thuộc về Ngài! Amen.

Phụ Lục A: Hướng Dẫn Viết Bài Nghiên Cứu Giải Kinh

Trong môn học về Cựu Ước bạn có thể được yêu cầu viết bài nghiên cứu về một phân đoạn Kinh Thánh. Đây là một loại bài tập giúp mình tập nghiên cứu Kinh Thánh nhằm mục đích cho việc giảng dạy. Ở trình độ thạc sĩ và tiến sĩ, mục đích nghiên cứu Kinh Thánh cũng có thể là để đáp ứng nhu cầu giải quyết một vấn đề cụ thể nào đó. Tuy nhiên, trong phụ lục này tôi muốn hướng dẫn viết bài với mục đích đơn giản hơn, là giải thích ý nghĩa của một bản văn. Ý chính của bài viết là ý chính của phân đoạn. Kết hợp với quá trình soạn bài giảng của Ramesh Richard (xem ch. 6), bài viết này là nền tảng cho một bài giảng.

Kevin Gary Smith đã viết một quyển sách hướng dẫn khá chi tiết về việc soạn bài tự luận ở trường Kinh Thánh hay Thần học viện. Sách này đã được dịch sang tiếng Việt rồi.[1] Dưới đây là lời hướng dẫn tổng quát và ngắn gọn, tập trung vào bài tự luận về cách giải thích ý nghĩa của một phân đoạn.

Mục Đích Bài Viết

Có lẽ bạn chưa phải là học giả Kinh Thánh viết sách giải nghĩa cho các mục sư và tín hữu đọc. Như vậy, thì tại sao phải viết bài nghiên cứu? Về một phương diện, đó là vì giáo sư yêu cầu viết. Nhưng tại sao giáo sư yêu cầu viết? Và bạn nên mong nhận được điều gì từ quá trình nghiên cứu và soạn bài tự luận? Đáp án đơn giản là: thêm lên sự hiểu biết.

Những người viết thường nhận thức một chân lý phổ quát, đó là chúng ta viết để hiểu biết rõ về một vấn đề nào đó. Nhà triết học Francis Bacon (1561–1626 SC) từng nói một câu nổi tiếng: "Đọc sách tạo nên một người trọn vẹn, thảo luận tạo nên một người sẵn sàng, và viết lách tạo nên một người chính xác" ("Reading maketh a full man, conference a ready man,

---

[1] Smith, *Bài Viết Học Thuật và Nghiên Cứu Thần Học*.

and writing an exact man"). Có người nói: Trước khi tôi viết về vấn đề này, tôi còn chưa biết rõ quan điểm của mình về vấn đề đó là gì.[2] Việc nghiên cứu một phân đoạn Kinh Thánh và viết một cách có kỷ luật mang lại sự hiểu biết về lời Chúa. Trong giờ tĩnh nguyện chúng ta có thể nhận được sự hiểu biết nhất định qua nhiều yếu tố khác nhau, chẳng hạn như nhận được sự hiểu biết nhờ sách đã có sẵn trong tay, hoặc thời gian dành cho việc đọc và suy ngẫm, và thậm chí liệu mình có đói bụng hoặc đã uống cà phê chưa cũng liên quan đến mức độ hiểu biết. Với một bài viết có kỷ luật, sự hiểu biết của chúng ta được mở rộng thêm rất nhiều. Quá trình nghiên cứu là quá trình toàn diện cho nên sự hiểu biết của chúng ta cũng sẽ toàn diện. Và vì chúng ta phải nói lại cách rõ ràng những điều chúng ta đã khám phá, nên chúng ta phải thực sự hiểu biết vấn đề chúng ta viết.

Vì vậy, tôi khuyên bạn không nên trích dẫn một số câu Kinh Thánh và một số sách giải nghĩa, rồi nộp bài. Bạn phải nghiên cứu cách có kỷ luật, suy nghĩ, rồi viết lại những điều bạn khám phá một cách rõ ràng.

Cấu Trúc Bài Viết

Bài viết cần được tiến triển bằng một kế hoạch chiến lược rõ ràng. Theo Smith, bài viết giải Kinh nên bao gồm bốn phần:[3]

1. Dẫn nhập: gồm xác định phân đoạn (bao nhiêu chương/ câu), lý do chọn phân đoạn đó, mục tiêu của bạn, quan điểm lập luận (theo tôi: ý chính của bài viết là tóm tắt ý nghĩa của phân đoạn), và kế hoạch trình bày (dẫn đường cho người đọc).
2. Bối cảnh: là bối cảnh chung của sách, bao gồm bối cảnh lịch sử/ văn học và những chủ đề thần học chính.
3. Ý nghĩa của bản văn: Bao gồm cấu trúc của phân đoạn và giải thích những câu hỏi giải nghĩa quan trọng nhất để chứng minh ý chính của bạn (về khía cạnh lịch sử, văn học, và thần học).
4. Ý nghĩa áp dụng: Bao gồm những lẽ thật thần học và ý áp dụng vào ngày nay.

Dĩ nhiên, sau phần áp dụng/ kết luận, bạn nên liệt kê danh sách tài liệu tham khảo. Hãy xem ví dụ về một bài nghiên cứu bối cảnh, xem Phụ Lục B.

---

[2] Ví dụ: Joan Didion, "Why I Write," *Literary Hub* (blog), 26 Tháng Giêng 2021, https://lithub.com/joan-didion-why-i-write/.

[3] Smith, *Bài Viết Học Thuật và Nghiên Cứu Thần Học*, 175–80. Smith nêu thêm phần thứ năm, đó là phần kết luận. Nhưng theo Smith, đối với loại bài viết này, phần áp dụng chính là phần kết luận.

Như vậy, nếu chúng ta biết những phần nên có trong bài viết, thì chúng ta phải nghiên cứu để chuẩn bị nội dung bài viết như thế nào?

Quá Trình Nghiên Cứu

Nghiên cứu là hoạt động mang tính chu kỳ. Chúng ta đọc Kinh Thánh và có thắc mắc (→ câu hỏi nghiên cứu), rồi chúng ta đi tìm thông tin trả lời thắc mắc. Nhưng có thể quá trình nghiên cứu lại phát sinh thắc mắc mới, và chúng ta tiếp tục tìm thông tin trả lời. Phần cốt yếu của nghiên cứu là câu hỏi nghiên cứu. Phải có điều gì đó mà chúng ta muốn hiểu biết thêm. Đối với một bài giải Kinh, câu hỏi nghiên cứu có thể là câu hỏi cụ thể và hẹp, ví dụ như "Tên của bố Áp-ram (Tha-rê) có ý nghĩa gì, và điều đó giải thích gì về bối cảnh tôn giáo của các tộc trưởng?" Đây là một câu hỏi hẹp, tập trung vào một vấn đề trong bản văn. Tuy nhiên, đối với đa số sinh viên, một câu hỏi tổng quát hơn cũng vẫn hợp lý: "Chúa muốn phán điều gì cho chúng ta ngày nay qua Sáng Thế Ký 11:27–12:9?" Trong ví dụ trong Phụ Lục G, câu hỏi này là câu hỏi nghiên cứu.

Sau khi chúng ta có một câu hỏi nghiên cứu, thì chúng ta có thể bắt đầu nghiên cứu. Chúng ta nên thực hiện các bước cơ bản như sau:

1. Tìm Hiểu Bối Cảnh của Sách: Viết một bài ngắn gọn trả lời các câu hỏi sau. (xem Phụ Lục B)

    a. Niên đại của sách hay bài thơ là gì và tác giả là ai?
    b. Độc giả là ai?
    c. Thời đại của tác giả có yếu tố lịch sử đặc biệt nào không?
    d. Thời kỳ của sách hay bài thơ có yếu tố lịch sử đặc biệt gì không?
    e. Sách này (hay phân đoạn này) thuộc thể loại văn chương nào?
    f. Sách này có bố cục như thế nào?
    g. Các đề tài thần học quan trọng nhất trong sách này là gì?

2. So Sánh Các Bản Dịch (Xem Phụ Lục C và D)

    a. Chọn một số bản dịch tiếng Việt (và tiếng Anh, nếu có khả năng).
    b. Chép từng câu vào một bảng để so sánh dễ dàng.
    c. Chú ý đến những điểm khác biệt giữa các bản dịch.
    d. Viết ra câu hỏi giải nghĩa
    e. Ghi chú lời nhận xét.

3. Học biết Các Từ Ngữ Do Thái Quan Trọng có trong Bản Văn (Xem Phụ Lục E và F)

a. Chọn ra một từ ngữ quan trọng về khía cạnh lịch sử, văn chương, hay thần học.
b. Liệt kê các định nghĩa của từ ngữ đó rút ra từ từ điển tiếng Hê-bơ-rơ.
c. Tìm ra những nơi từ ngữ này xuất hiện trong một quyển sách, một nhóm sách, hay cả Kinh Thánh tiếng Hê-bơ-rơ.
d. Đọc từng lượt xuất hiện của từ ngữ trong phân đoạn Kinh Thánh và ghi chép liệt kê ý nghĩa ngữ cảnh của từng lượt xuất hiện.
e. So sánh các lần từ ngữ xuất hiện với bản văn đang nghiên cứu, đặc biệt là khi sự xuất hiện trong cùng một sách.
f. Tra cứu các sách tham khảo.

4. Tìm Hiểu Các Khía Cạnh Lịch Sử

    a. Xác định niên đại của sách và niên đại của các sự kiện trong bản văn.
    b. Tìm các phân đoạn Kinh Thánh liên quan có trong Cựu Ước giúp chúng ta hiểu thêm bối cảnh riêng biệt của bản văn.
    c. Tra cứu các sách tham khảo lịch sử và khảo cổ học về sự kiện, nhân vật, quốc gia, và phong tục trong bản văn.

5. Tìm Hiểu Các Khía Cạnh Văn Chương

    a. Bản văn này trình bày kinh nghiệm nào của con người?
    b. Bản văn này thuộc thể loại văn chương nào và đặc trưng của thể loại đó hướng dẫn chúng ta nghiên cứu như thế nào?
    c. Bản văn này có cấu trúc như thế nào? (Để thực hiện bước này bạn có thể dùng BibleArc.com.)
    d. Bản văn dùng thể loại hay kỹ thuật văn chương nào?

6. Tìm Hiểu Các Khía Cạnh Thần Học

    a. Bản văn nằm ở vị trí nào trong tiến trình cứu chuộc của Chúa dành cho loài người? (Nhìn lại, nhìn tới)
    b. Bản văn mô tả lẽ thật nào về Đức Chúa Trời, con người, và mối liên hệ giữa Đức Chúa Trời và con người hoặc giữa con người với nhau?

7. Tra Cứu Các Sách Tham Khảo

a. Tập hợp tài liệu tham khảo liên quan đến phân đoạn (ví dụ: sách giải nghĩa, tư liệu trong từ điển Kinh Thánh liên quan đến nội dung trong phân đoạn).
b. Tìm thêm thông tin về bản văn.
c. Đánh giá thông tin tìm được theo nội dung của bản văn.
d. Ghi chú nguồn của thông tin đầy đủ.

Trình Bày Kết Quả

Phần trên là phần thực hiện các bước nghiên cứu. Sau đó, bạn phải viết thành bài văn trình bày kết quả nghiên cứu của bạn. Tuy nhiên, mục đích của bạn không phải là trình bày thông tin như một bách khoa toàn thư. Một bộ bách khoa toàn thư trình bày thông tin về vấn đề cách đầy đủ từ A đến Z. Đó là nguồn thông tin rất hữu ích cho xã hội. Tuy nhiên, khi lên bục giảng hoặc khi chia sẻ Kinh Thánh với nhóm nhỏ hay nhóm lớn, mục đích không phải chỉ đơn giản là truyền tải thông tin như bộ bách khoa toàn thư "biết nói". Vì mục đích cần làm là người nghe cần được gây dựng trong đức tin. Như vậy, mục đích của bạn là thuyết phục người đọc cảm nhận về ý nghĩa của một phân đoạn và tầm quan trọng của phân đoạn đó cho đời sống của họ. Để thuyết phục, bạn phải lập luận chặt chẽ. Và cả bài tự luận đó cần có một điều trọng tâm bạn muốn truyền tải đến người đọc. Đó là câu tuyên bố ý tưởng trung tâm của bản văn. Tất cả những phần tiếp theo sau nhằm thuyết phục rằng câu tuyên bố ý chính của bản văn là chính xác và người đọc phải áp dụng lẽ thật đó cho đời sống của mình như thế nào. Tôi đã giới thiệu về cấu trúc của bài viết ở trên. Phần 1, "Dẫn nhập", trình bày vấn đề. Phần 2, "Bối cảnh", trình bày cách ngắn gọn những thông tin quan trọng nhất hỗ trợ ý chính của bản văn và giúp người đọc hiểu bối cảnh của phân đoạn trong sách và trong lịch sử. Kết hợp lại, Phần 1 và 2 nên chiếm khoảng 15% của bài viết. Phần thứ 3, "Ý nghĩa của bản văn", có thể trình bày một chút về cấu trúc và trình bày những bằng chứng trong bản văn hỗ trợ ý chính. Những lý lẽ của bạn nên đề cập với cả ba khía cạnh lịch sử, văn chương, và thần học theo từng câu. Dĩ nhiên bạn không thể đề cập đến tất cả các vấn đề có trong bản văn. Bạn phải chọn lọc những vấn đề quan trọng nhất để trình bày. Hãy kết nối các chi tiết với tổng thể giữa bản văn (phân đoạn Kinh Thánh) và cả sách. Phần thứ 3 này là phần dài nhất, khoảng 75% của bài viết. Rồi Phần thứ 4, "Ý nghĩa áp dụng", nên liên hệ bản văn này với Tân Ước (nếu chưa làm trong phần thứ 3) và đưa ra cách áp dụng cho hội thánh hiện nay. Phần này chiếm khoảng 10% của bài viết.

Sau đó bạn nên chuẩn bị danh sách tài liệu tham khảo. Smith giải thích chi tiết cách viết ghi chú theo phong cách Turabian, là phong cách phổ biến ở trường thần học.[4] Nếu bạn muốn tiết kiệm thời gian (nhất là nếu phải viết nhiều bài tự luận), tôi khuyên bạn nên làm quen với Zotero (https://www.zotero.org/), là phần mềm quản lý tài liệu tham khảo. Đây là phần mềm miễn phí.

Nhưng có thể bạn thắc mắc: tại sao cần phải tham khảo tài liệu phụ (có nghĩa là tài liệu do học giả hoặc mục sư viết về Kinh Thánh)? Tài liệu phụ là tương tác hội thoại. Bạn có dịp học cùng những tác giả viết sách là những người giỏi về lịch sử hội thánh để mở rộng tầm nhìn của bạn. Tuy nhiên, bạn cũng có thể gặp cám dỗ sử dụng tài liệu phụ như là nguồn văn phong cho bài viết của chính bạn (tức sao chép toàn bộ nguyên văn của tài liệu). Bạn tuyệt đối không nên làm việc đó. Mục đích của việc nghiên cứu là giúp chính người viết phải thấm nhuần bản văn và có thể phân tích đầy đủ các quan điểm quan trọng về bản văn. Khi nào tìm được thông tin hay lý luận cho bài viết của mình, bạn phải ghi chú rõ nguồn gốc thông tin (bằng một **ghi chú cuối trang** [*footnote*]). Khi trích dẫn nhiều hơn một hoặc hai từ ngữ của một tác giả khác, bạn phải thêm dấu trích dẫn và ghi chú nguồn trích dẫn ở phần *footnote*. Nếu bài nghiên cứu sử dụng thông tin, lập luận, hay lời nói của một tác giả khác nhưng không ghi chú nguồn thì có nghĩa bạn đã ăn cắp ý văn. Ngoài vi phạm đạo đức học tập, bạn đã vi phạm mạng lệnh của Đức Chúa Trời: "Ngươi chớ trộm cướp" (Xuất 20:15).

Kết Luận

Viết bài nghiên cứu giải Kinh là một quá trình khám phá và xác định sự hiểu biết của bạn về lời Chúa. Theo kinh nghiệm của tôi, quá trình này mang lại nhiều điều hữu ích cho cuộc sống và chức vụ của tôi. Quá trình này hiệu quả hơn nếu bạn nắm rõ cách viết của bài viết. Rồi tiếp đến xác định một câu hỏi cần nghiên cứu và cuối cùng thực hiện quá trình nghiên cứu một cách chu đáo. Nếu vậy, việc trình bày sẽ đầy niềm vui vì bạn có điều thú vị để chia sẻ với người khác mà không cảm thấy áp lực và khó khăn.

Hãy xem một số ví dụ để được hướng dẫn cụ thể về cách thực hiện, xem Phụ Lục B–G ở dưới. Phụ Lục G là một bài nghiên cứu giải Kinh về Sáng Thế Ký 11:27–12:9.

---

[4]Smith, 71–81.

Phụ Lục B: Bài Ví Dụ Nghiên Cứu Bối Cảnh Sách Sáng Thế Ký

1. Niên đại và Tác giả: Niên đại và tác giả của cả Ngũ Kinh là một vấn đề rất phức tạp. Theo truyền thống, phần lớn Ngũ Kinh do Môi-se tập hợp tài liệu có sẵn từ câu chuyện được dòng dõi của các tộc trưởng truyền lại qua các thế hệ.[1] Dựa theo truyền thống, chúng ta có thể xem những phân đoạn Cựu Ước liên hệ Ngũ Kinh và Môi-se (Giô-suê 1:7; E-xơ-ra 6:18) và lời của Chúa Giê-xu phán về Môi-se viết các sách luật pháp (Mác 12:26, Giăng 7:23).[2] Tuy nhiên, từ thế kỷ 18 đến nay có nhiều học giả Kinh Thánh cho rằng Ngũ Kinh không phải là tác phẩm của Môi-se nhưng là tác phẩm có nhiều văn kiện, bao gồm J (thế kỷ 10 hoặc 9 TC), E (sau thời của J), và P (sau cuộc lưu đày).[3] Phần lớn các học giả chính thống không đồng ý với giả thuyết đó và cho rằng chính Môi-se là tác giả chính mặc dù có một số phần được một ai đó viết sau khi Môi-se qua đời (ví dụ: Phục Truyền 34 kể về sự chết của Môi-se).[4] Nếu theo quan điểm truyền thống, phần lớn Ngũ Kinh là bởi Môi-se soạn thì niên đại của sách thuộc thời kỳ xuất Ai Cập (thế kỷ 15 hay 13 TC).

2. Độc giả: Nếu chính Môi-se là tác giả, có lẽ ông đã viết sách này cho dân Y-sơ-ra-ên tại sa mạc Si-na-i. Lúc đó, dân Y-sơ-ra-ên vừa nhận được luật pháp của Đức Chúa Trời qua Môi-se tại núi Si-na-i (Xuất 19–20). Sáng Thế Ký được viết ra nhằm giúp dân Y-sơ-ra-ên hiểu nguồn gốc của dân tộc mình và nhận biết thuộc tính của Đức Chúa Trời là Đấng Tạo Hóa và Ngài đã chọn và ban phước cho các tộc trưởng (như Áp-ra-ham, Y-sác, và Gia-cốp).[5]

3. Thời Đại của Tác Giả: Thời đại của tác giả giống với thời đại của độc giả. Hãy xem mục số 2.

---

[1] J. S. Wright và J. A. Thompson, "Sáng Thế Ký", trong *Thánh Kinh Tân Từ Điển*, b.t. I. Howard Marshall và c.s. (Hà Nội: NXB Phương Đông, 2009), 1577.

[2] Dillard và Longman, *An Introduction to the Old Testament*, 41.

[3] Wright và Thompson, "Sáng Thế Ký", 1578.

[4] Dillard và Longman, *An Introduction to the Old Testament*, 41.

[5] VanGemeren, *The Progress of Redemption*, 52.

4. Thời Kỳ của Sách: Thời kỳ của sách bắt đầu từ sáng thế cho đến thời của Giô-sép. Tuy nhiên, thời kỳ các tộc trưởng là thời kỳ chính, bắt đầu từ cuối chương 11. Vào thời kỳ các tộc trưởng, gia đình của Áp-ra-ham làm nghề chăn cừu và sống ở trong trại (Sáng 12:8; 13:2–7, 18; 18:1, 7). Các sự kiện của gia đình Áp-ra-ham đã diễn ra tại xứ Ca-na-an và Ai Cập.

5. Thể Loại: Phần lớn sách Sáng Thế Ký là bài tường thuật lịch sử nhưng cũng có nhiều chỗ nói về gia phả (ví dụ: chương 5) và có ít nhất một bài thơ (chương 49).

6. Cấu Trúc: Sáng Thế Ký nhiều lần lặp lại cụm từ "đây là dòng dõi của..." ('ēlleh tôlĕdôt [אֵלֶּה תּוֹלְדוֹת]), cũng được gọi là công thức *tôlĕdôt*.[6] Cấu trúc này xuất hiện mười lần tạo thành cả sách có cấu trúc như sau:

1:1–2:3: Phần Mở Đầu: Công Cuộc Sáng Tạo

1. 2:4–4:26: Dòng Dõi (hoặc: Gốc Tích) của Trời và Đất
2. 5:1–6:8: Dòng Dõi của A-đam
3. 6:9–9:29: Dòng Dõi của Nô-ê
4. 10:1–11:9: Dòng Dõi của Các Con Trai Nô-ê
5. 11:10–26: Dòng Dõi của Sem
6. 11:27–25:11: Dòng Dõi của Tha-rê
7. 25:12–18: Dòng Dõi của Ích-ma-ên
8. 25:19–35:29: Dòng Dõi của Y-sác
9. 36:1–37:1: Dòng Dõi của Ê-sau
10. 37:2–50:26: Dòng Dõi của Gia-cốp[7]

Tuy nhiên, ta cũng có thể chia làm hai phần: chương 1–11 là lịch sử nguyên thủy và chương 12–50 là lịch sử các tộc trưởng.

7. Đề Tài Thần Học: Sáng Thế Ký có rất nhiều đề tài thần học. Hai chương đầu tiên cho thấy quyền năng của Đức Chúa Trời trong buổi sáng thế, và chương 3 kể lại sự sa ngã của con người. Trong 3:15, Đức Chúa Trời hình phạt loài người và con rắn: "Ta sẽ làm cho mầy và người nữ, dòng dõi mầy và dòng dõi người nữ thù nghịch nhau. Người sẽ giày đạp đầu mầy, còn mầy sẽ cắn gót chân người." Những chương tiếp theo cho thấy "sự gian ác của loài người lan tràn trên mặt đất và chúng chỉ luôn toan tính những mưu đồ xấu xa" (6:5). Tuy nhiên, cũng có một dòng dõi có người cầu khẩn danh Chúa (4:25) và đồng đi với Đức Chúa Trời (5:24). Ở chương 12, Đức Chúa Trời bắt đầu chương trình của Ngài ban phước cho nhân loại qua dòng dõi

---

[6]Victor P. Hamilton, *Handbook on the Pentateuch: Genesis, Exodus, Leviticus, Numbers, Deuteronomy*, 2nd ed (Grand Rapids: Baker Academic, 2005), 20.

[7]Gordon J. Wenham, *Genesis 1–15*, WBC 1 (Waco, TX: Word, 1987), xxii.

của Áp-ra-ham. Ngày bày tỏ ân điển của Ngài qua lời hứa dành cho Áp-ra-ham, và trong những chương tiếp theo Ngài cho thấy sự thành tín của Ngài khi Ngài giữ lời hứa với Áp-ra-ham, Y-sác, và Gia-cốp. Các tộc trưởng ấy có khi tin cậy, có khi vô tín, nhưng Chúa luôn thành tín. Cuộc sống của Giô-sép minh họa quyền tể trị tối cao của Đức Chúa Trời. Sau khi bị các anh mình bán sang Ai Cập, bị bỏ tù, được tự do, giữ chức vụ thứ hai ở Ai Cập, và giúp gia đình thoát khỏi cơn đói kém, Giô-sép nói với các anh mình: "Các anh định hại tôi, nhưng Đức Chúa Trời lại định cho nó thành điều lành để thực hiện việc đang xảy ra hôm nay, tức là bảo tồn sự sống cho bao nhiêu người" (50:20).

Phụ Lục C: Hướng Dẫn Làm Bài So Sánh Các Bản Dịch

Một trong những phương pháp đơn giản nhất là so sánh các bản dịch Kinh Thánh. Tại sao không chỉ đọc một bản dịch mà thôi? Lý do là vì mỗi bản dịch là một sách giải nghĩa. Các bản dịch không hoàn toàn giống nhau vì việc dịch từ nguyên văn sang ngôn ngữ hiện đại không phải là việc đơn giản.

Lý Do Cần So Sánh Các Bản Dịch

Qua việc so sánh các bản dịch chúng ta thấy được những vấn đề của việc dịch và giải nghĩa. Các bản dịch thường khác nhau ở một số điều khi các học giả hiểu và giải thích chúng khác nhau. Việc so sánh các bản dịch sẽ giúp mở rộng tầm nhìn của chúng ta.

Nếu có thể đọc được Kinh Thánh nguyên ngữ, thì bước này hữu ích vì giúp mình thấy được các lựa chọn khi dịch. Nếu chưa biết tiếng Hê-bơ-rơ hoặc tiếng A-ram, thì bước này sẽ giúp chúng ta biết những chỗ nào cần tham khảo sách giải nghĩa.

Bản Dịch Nào Nên So Sánh

Sinh viên hay hỏi: Chúng tôi nên tham khảo bản dịch nào? Trên một phương diện, điều này phụ thuộc vào truyền thống của hội thánh mình. Có lẽ ba bản dịch phổ biến nhất là:

- Bản Truyền Thống (BTT) của Liên Hiệp Thánh Kinh Hội, được xuất bản vào năm 1926 và điều chỉnh vào năm 1998.
- Bản Dịch Mới (BDM), được xuất bản vào năm 2001.

- Bản Truyền Thống Hiệu Đính (BTTHĐ) của Liên Hiệp Thánh Kinh Hội, được xuất bản vào năm 2010.

Ba bản dịch này được sử dụng thường xuyên trong các hội thánh cho nên chúng ta không nên bỏ qua ba bản dịch này. Tuy nhiên, nhiều lúc, ba bản dịch này không khác nhau nhiều vì theo cùng một quan điểm về công việc dịch thuật. Lý tưởng là chúng ta càng so sánh với nhiều bản dịch càng tốt. Tuy nhiên, trên thực tế chúng ta thường không có nhiều bản dịch hay không có nhiều thời gian để tìm hiểu. Cơ bản nếu có được hai, ba, hoặc bốn bản dịch là đủ. Nếu cần thêm một, hai bản dịch nữa, thì chúng ta nên tham khảo một trong những bản dịch sau (sắp xếp theo thứ tự chữ cái):

- Bản Dịch 2011 (BD2011) của Mục sư Đặng Ngọc Báu, cũng được xuất bản vào năm 2011.
- Bản Phổ Thông (BPT) của Bible League International được xuất bản vào năm 2011.
- Kinh Thánh Hiện Đại (KTHD) của Biblica và Văn Phẩm Nguồn Sống, đã hiệu đính Bản Diễn Ý của Mục sư Lê Hoàng Phu và được xuất bản vào năm 2015.
- Lời Chúa Cho Mọi Người (LCCMN) do Nhóm Phiên Dịch Các Giờ Kinh Phục Vụ (Công Giáo La Mã), được xuất bản vào năm 2006.

Bạn có thể tìm thấy các bản dịch này ở https://www.bible.com/vi hoặc https://viet.bible/.[1] Ngoài bản dịch tiếng Việt, chúng ta cũng có hàng chục bản dịch tiếng Anh và tiếng nước ngoài khác, kể cả bản dịch cổ. Tôi đề nghị bạn tham khảo ba bản dịch tiếng Anh: New International Version (NIV), English Standard Version (ESV), hoặc New Living Translation (NLT). Ba bản dịch này được dịch bởi các học giả chính thống. Nếu muốn tìm hiểu thêm về những loại bản dịch khác nhau xem phần **Nghiên Cứu Thêm: Tại Sao Có Nhiều Bản Dịch Khác Nhau?** bên dưới.

---

[1] Đề nghị tham khảo các bản dịch này không có nghĩa là tôi ủng hộ tất cả cách dịch của các bản dịch này. Tôi giới thiệu nhằm mục đích giúp sinh viên nắm biết bản dịch nào được nhiều người biết đến.

Ở đây tôi muốn nói đến một bản dịch *không nên* tham khảo, trừ khi muốn tìm hiểu về tà giáo Chứng Nhân Giê-hô-va. Họ phát hành Bản Dịch Thế Giới Mới, là bản dịch có sai trật nghiêm trọng.

Nghiên Cứu Thêm: Tại Sao Có Nhiều Bản Dịch Khác Nhau?

Hiện nay ta có nhiều bản dịch Kinh Thánh tiếng Anh và thậm chí tiếng Việt cũng có một vài bản dịch khác nhau. Ở các nước nói tiếng Anh, điều này đôi khi làm cho các tín hữu bực mình vì mục sư sử dụng bản dịch A, giáo viên trường Chúa Nhật dùng bản dịch B, và tín đồ có bản dịch C. Nhìn chung các bản dịch này không thống nhất với nhau về câu từ. Các tín hữu suy nghĩ: "Ta cần tin tưởng bản dịch nào?" Họ có thể hỏi: "Tại sao chúng ta có nhiều bản dịch như thế?" và cho rằng điều này không tốt. Ở một phương diện, việc có nhiều bản dịch có thể ảnh hưởng không tốt đến niềm tin của các tín hữu, nhưng ở một phương diện khác việc này cũng có mặt tích cực, đặc biệt là đối với những người giảng dạy lời Chúa. Vì mỗi bản dịch giống như một quyển sách giải nghĩa Kinh Thánh.

Mỗi bản dịch Kinh Thánh là một quyển sách giải nghĩa

Nguyên nhân thứ nhất dẫn đến việc chúng ta có nhiều bản dịch khác nhau là vì mỗi ngôn ngữ có vốn từ vựng và ngữ pháp riêng biệt.

Điều này có nghĩa là đôi khi chúng ta không dịch được một từ tiếng Hê-bơ-rơ trực tiếp sang tiếng Anh hay tiếng Việt. Ví dụ, từ *ḥesed* (חֶסֶד) trong tiếng Hê-bơ-rơ có ngữ nghĩa khó có thể dịch sang tiếng Anh hoặc tiếng Việt. Theo một từ điển, từ này có ý nghĩa bao gồm từ "faithfulness, steadfast love, or more generally kindness".[2] Từ חֶסֶד kết hợp "sự thành tín" ("faithfulness") với "tình yêu thương" ("love") cho nên nhiều bản dịch dùng "tình yêu thương kiên định" ("steadfast love"). Tuy nhiên, "tình yêu thương kiên định" ("steadfast love") là một ngữ danh từ, không phải một từ đơn lẻ. Việc dịch từ ngữ Do Thái này sang ngôn ngữ khác thật không dễ dàng chút nào. Một từ trong một ngôn ngữ này có thể được dịch sang nhiều từ trong ngôn ngữ khác.

Ngữ pháp cũng là một vấn đề gây trở ngại rất lớn. Tiếng Việt không có mạo từ cho nên khi học tiếng Anh, người Việt phải đối diện với nhiều khó khăn về mạo từ. Tiếng Hê-bơ-rơ cũng có mạo từ nhưng quy tắc ngữ pháp về mạo từ khác với tiếng Anh.

Những khác biệt về ngữ nghĩa học, ngữ pháp, và cú pháp giữa ngôn ngữ nguồn và ngôn ngữ bản dịch khiến việc dịch Kinh Thánh trở nên khó khăn và đòi hỏi sự thông minh của người dịch. Tuy nhiên, các dịch giả và ủy ban

---

[2] D. A. Baer và R. P. Gordon, "חסד (*ḥāsad* II)", trong *NIDOTTE*, b.t Willem A. VanGemeren (Grand Rapids: Zondervan, 1999), 211.

dịch Kinh Thánh không phải lúc nào cũng đồng ý với nhau về ý nghĩa của một câu hay những từ ngữ trong bản dịch sao cho đúng theo ý nghĩa của bản văn gốc. Đây là lý do khiến nhiều bản dịch không hoàn toàn đồng nhất, nhưng qua đó cũng cho chúng ta biết nhiều quan điểm về cách dịch bản văn, *giống như cách sách giải nghĩa giải Kinh.*

Vấn đề thứ hai là sự khác biệt văn hóa giữa văn hóa thời Kinh Thánh được viết và văn hóa của chúng ta ngày nay. Trong sách này đề cập đến vấn đề phải "hội nhập chân trời" văn hóa. Bản dịch Kinh Thánh nhằm thỏa mãn mục đích đó. Thỉnh thoảng một câu, dù được dịch đúng theo từng từ của ngôn ngữ nguồn, nhưng vẫn không thể rõ nghĩa trong ngôn ngữ bản dịch. Thành ngữ và ẩn dụ là hai ví dụ đơn giản của vấn đề này. Khi đọc Nhã ca 4:1, hiện nay có bao nhiêu người sẽ đồng ý câu này đáng được dành để nói về người yêu của mình: "Tóc mình khác nào bầy dê nằm nơi triền núi Ga-la-át." Nếu tôi so sánh tóc của vợ mình với một bầy dê thì vợ tôi sẽ cười. Đây là sự khác biệt văn hóa rất lớn! Nhưng làm sao chúng ta có thể dịch cho độc giả hiểu? Đó là một trong những vấn đề khi dịch Kinh Thánh. Nhiều dịch giả đối diện với sự khác biệt văn hóa và đã dịch Kinh Thánh theo quan điểm của mình, *giống như cách sách giải nghĩa giải Kinh.*

Yếu tố thứ ba là thông tin về ngôn ngữ, lịch sử, văn hóa, v.v... liên quan đến Kinh Thánh, hiện nay vẫn còn bị hạn chế vì Kinh Thánh là một quyển sách cổ. Thỉnh thoảng có một số từ hiếm trong tiếng Hê-bơ-rơ mà các học giả thực sự không biết ý nghĩa. Trong trường hợp này, các nhà ngữ nghĩa học thường so sánh những từ hiếm này với các từ tương đương cùng trong hệ ngôn ngữ Xê-mít khác như tiếng Ả-rập, A-ram, Sy-ri, v.v.... Những hạn chế như thế là điều bình thường khi đọc bản văn cổ. Đây là một điều chúng ta phải chấp nhận. Tuy nhiên, việc dịch Kinh Thánh đã khiến các ủy ban dịch Kinh Thánh quyết định cố gắng dịch một bản văn không rõ ý sang ngôn ngữ rõ nghĩa hơn. Điều này có nghĩa *bản dịch đã trở thành một sách giải nghĩa.* Như vậy, chúng ta có thể so sánh các bản dịch để mở rộng tầm nhìn của mình về phương cách giải quyết vấn đề giải nghĩa.

Điều cuối cùng là lẫn ngôn ngữ của bản dịch cũng đang thay đổi. Bản dịch Kinh Thánh tiếng Anh nổi tiếng nhất là King James Version (1611). Ngày nay có một số người vẫn đang sử dụng bản dịch này. Tuy nhiên, đa số người nói tiếng Anh không còn sử dụng KJV vì tiếng Anh đã thay đổi rất nhiều sau khoảng 400 năm. Thậm chí dù có một số bản dịch khác xuất hiện từ đầu thế kỷ 20 nhưng hiện đã không còn phổ biến. Theo kinh nghiệm của tôi, bản dịch tiếng Anh phổ biến nhất hiện nay là New International Version vì bản dịch này dễ hiểu hơn, cập nhật hơn về ngôn ngữ. Bản dịch này hữu ích cho việc truyền giảng vì người mới đến hội thánh lần đầu tiên nghe và có thể hiểu được sứ điệp và thấy rằng Kinh Thánh sử dụng ngôn ngữ của mình. Vì tiếng Anh luôn thay đổi nên chúng ta thường có nhiều bản dịch. Vì các bản dịch không hoàn toàn giống nhau 100%, nên chúng ta có thể so sánh cách kỹ lưỡng, giống như chúng ta đọc các sách giải nghĩa Kinh Thánh vậy.[3]

Mỗi bản dịch đều đưa ra một quan điểm giải nghĩa. Và nhiều lúc, điều này xảy ra vì các nhóm phiên dịch Kinh Thánh theo phong cách phiên dịch khác nhau.

Bốn Loại Bản Dịch

Tình hình các bản dịch Kinh Thánh hiện nay cho chúng ta rất nhiều cơ hội lựa chọn khác nhau. Chúng ta có thể giới hạn sự chọn lựa bằng cách phân biệt giữa các loại bản dịch theo phong cách phiên dịch của ban thực hiện. Hiện nay có bốn loại bản dịch có nguyên tắc và mục đích riêng, đó là bản dịch từng chữ (word-for-word translation), bản dịch sát nghĩa (essentially literal translation), bản dịch tương tác đồng đẳng (dynamic equivalence translation),[4] và bản dịch diễn giải (paraphrase).

Bản dịch từng chữ (*word-for-word translation*) theo lý thuyết là bản dịch đơn giản nhất. Mục đích của bản dịch này là giữ nguyên ý nghĩa của từng từ và trật tự từ của bản văn gốc. Chẳng hạn như quyển dịch xen hàng, có bản văn bằng ngôn ngữ gốc và tiếng Anh trình bày song song trên mỗi từ. Quyển dịch xen hàng này không phải là một bản dịch lưu loát nhưng cung cấp rất chi tiết (đến nỗi có người xem là cực đoan) cho người không biết ngôn ngữ gốc có thể nhìn thấy trật tự từ của bản văn gốc. Một ví dụ phổ biến là Kinh Thánh tiếng Anh bản dịch New American Standard Bible (NASB). Có người chọn bản dịch này vì họ thích có bản Kinh Thánh dịch rất kỹ theo bản văn gốc. Tuy nhiên, tiếng Anh của bản NASB không thực sự tự nhiên nên không được xem là bản dịch hay. Nhưng bản dịch này rất hữu ích khi so sánh với nguyên văn.

---

[3] Một người có thể hỏi: "Nếu các bản dịch không đồng nhất với nhau thì chúng ta có nên tin tưởng các bản dịch hay không?" Câu hỏi này rất quan trọng. Tôi trả lời: "Có, nhưng không nên khẳng định từ ngữ này hay từ ngữ kia trong bản dịch là lời Đức Chúa Trời soi dẫn." Về giáo lý Kinh Thánh, các nhà thần học thường xem bản thảo gốc mới là lời Đức Chúa Trời soi dẫn (Wayne A. Grudem, *Systematic Theology: An Introduction to Biblical Doctrine* [Grand Rapids, MI: Zondervan, 2004], 96). Đó là lý do quan trọng khiến chúng ta cần biết ngôn ngữ gốc của Kinh Thánh. Tuy nhiên, nhiều người không có cơ hội học các ngôn ngữ gốc. Theo tôi, phần lớn các bản dịch đều đáng tin cậy, không có nhiều khác biệt và không ảnh hưởng nhiều đến giáo lý cơ bản. Chúng ta có thể tin tưởng các bản dịch Kinh Thánh. Phần đông tín hữu không cần học ngôn ngữ gốc của Kinh Thánh, thế nhưng một số người có nhu cầu cần phải học để có thể giải nghĩa Kinh Thánh cho nhiều người khác.

[4] Hoặc "chuyển dịch ý tưởng" (xem lời mô tả Bản Hiện Đại).

Bản dịch sát nghĩa (*essentially literal translation*) là một loại bản dịch gần giống bản dịch từng chữ nhưng không mang tính cực đoan. Bản dịch English Standard Version (ESV) đưa ra thuật ngữ "bản dịch cốt yếu theo sát nguyên văn", nhưng để viết đơn giản và dễ hiểu hơn, tôi dùng từ "bản dịch sát nghĩa". Theo họ, một bản dịch sát nghĩa cố gắng "giữ lấy ý nghĩa chính xác của từ ngữ trong bản văn gốc và lưu giữ văn phong của từng tác giả Kinh Thánh. Như vậy, bản dịch nhấn mạnh tính tương ứng của từng từ và đồng thời giải quyết sự khác biệt về ngữ pháp, cú pháp, và biệt ngữ giữa tiếng Anh văn chương hiện đại và các ngôn ngữ gốc."[5] Bản dịch sát nghĩa này có ưu điểm là cố gắng dịch kỹ theo sát bản văn gốc nhưng vẫn nghĩa rõ văn đẹp với lối hành văn xuất sắc. Nhưng nhược điểm chính của bản dịch này chính vì lưu giữ vẻ đẹp văn chương gốc với lối hành văn xuất sắc nên không dễ đọc đối với người có trình độ văn hóa không cao.

Bản dịch tương tác đồng đẳng (*dynamic equivalence translation*) là loại bản dịch Kinh Thánh phổ biến nhất hiện nay. Wycliffe Bible Translators và Eugene Nida phát triển loại này và New International Version (NIV) đã phổ biến nó. Loại bản dịch này cũng trung thành với bản văn gốc và dịch sang tiếng Anh rõ ràng, tự nhiên và dễ đọc.[6] Sự khác biệt là bản dịch sát nguyên văn cố gắng dịch từng từ còn bản dịch tương tác đồng đẳng chỉ chú tâm dịch theo từng ý tưởng của câu văn. Theo lý thuyết về bản dịch tương tác đồng đẳng, việc dịch sát theo từng từ sẽ không trung thành với ý định tư tưởng của tác giả. Thay vào đó, chỉ có việc dịch ý tưởng mới thể hiện được sự trung thành với ý định của tác giả. Bản dịch tương tác đồng đẳng thường dễ đọc hơn (có người cho rằng NIV phù hợp với đại chúng bất luận trình độ văn hóa cao thấp), nhưng đôi khi đánh mất vẻ đẹp văn chương của bản văn gốc (đặc biệt là phần ẩn dụ). NIV là ví dụ điển hình nhưng không đến mức cực đoan như một số bản dịch tương tác đồng đẳng khác. Ngoài NIV, cũng có New Living Translation (NLT) do một ủy ban dịch Kinh thực hiện (khác với Living Bible chỉ do một người đảm trách).

Bản dịch diễn giải (*paraphrase*) là loại bản dịch cuối cùng. Thật ra, bản dịch diễn giải thường không được xem là bản dịch tốt và không có giá trị cao cho việc nghiên cứu. Các bản dịch như Living Bible (LB) và *The Message* được hình thành với ý định chuyển đổi ngôn từ của những bản dịch nghiêm chỉnh sao cho rất dễ đọc và hiện đại, theo sát ngôn ngữ đại chúng đã được phổ biến rộng rãi. Đa số học giả không quan tâm đến những bản dịch này.

---

[5] Preface of *The Holy Bible, English Standard Version* (Wheaton, IL: Crossway Bibles, 2001), tr. vii.

[6] Preface of *The Holy Bible, New International Version* (Grand Rapids, MI: Zondervan Publishing House, 1984).

Phụ Lục C: Hướng Dẫn Làm Bài So Sánh Các Bản Dịch

Thế thì loại bản dịch nào tốt nhất cho việc nghiên cứu Cựu Ước? Theo tôi, chúng ta phải dùng bản dịch sát nguyên văn và bản dịch tương tác đồng đẳng. Nếu có thể hiểu tiếng Anh, bạn có thể chọn một trong hai loại này để so sánh với các bản dịch tiếng Việt.

Phương Pháp So Sánh Nhiều Bản Dịch

Việc so sánh nhiều bản dịch rất đơn giản. Chỉ cần chọn một vài bản dịch tiếng Việt và tiếng Anh. Sau đó chép từng câu vào chung một bảng để dễ đối chiếu. Hãy chú ý đến những điểm khác nhau giữa các bản dịch và viết ra câu hỏi giải nghĩa hoặc lời nhận xét như khi ta thực hiện bản dịch sơ bộ. Dưới đây là một ví dụ về việc so sánh các bản dịch. Ví dụ này về Thi Thiên 24:3–4.

Bài Ví Dụ So Sánh Các Bản Dịch Thi Thiên 24:3–4

	BTT	BTTHĐ	BPT	KTHĐ
3a	Ai sẽ được lên núi Đức Giê-hô-va?	Ai sẽ lên núi Đức Giê-hô-va?	Ai có thể lên núi của CHÚA?	Ai sẽ được lên núi của **Chúa Hằng Hữu**?
3b	Ai sẽ được **đứng nổi trong nơi thánh** của Ngài?	Ai sẽ **đứng nổi trong nơi thánh** Ngài?	Ai **có thể đứng** trong **đền thánh** Ngài?	Ai **có thể đứng** *nơi* **thánh địa** Ngài?
4a	Ấy là người có tay trong-sạch và lòng thanh-khiết,	Đó là người có tay trong sạch và lòng thanh khiết,	Chỉ những người có **tay tinh sạch** và **lòng thánh khiết**,	Chỉ những người *tay sạch lòng ngay,*
4b	Chẳng hướng linh-hồn mình về sự hư-không,	Không hướng linh hồn mình vào **thần tượng** hư không,	những ai không **thờ lạy hình tượng**,	không *thờ phượng các thần tượng*
4c	Cũng chẳng thề-nguyện giả-dối.	Cũng chẳng thề nguyện giả dối.	không **hứa nguyện nhân danh các thần giả.**	và không *thề nguyện gian dối.*

Nhận Xét và Câu Hỏi Giải Nghĩa

Câu 3a: BTT và BTTHĐ dùng "Đức Giê-hô-va", BPT dùng "CHÚA", và KTHĐ dùng "Chúa Hằng Hữu" để dịch danh xưng được dùng trong giao ước của

Đức Chúa Trời (יהוה). *Câu hỏi giải nghĩa:* Ý nghĩa của từng cách dịch là gì? Cách nào chính xác nhất?

Câu 3b: Có hai chỗ khác biệt. Thứ nhất, động từ "được đứng nổi" (BTT), "đứng nổi" (BTTHĐ), và "có thể đứng" (BPT, KTHĐ) có ý nghĩa giống nhau. Thứ hai, danh từ "nơi thánh" (BTT, BTTHĐ) và "nơi thánh địa" (KTHĐ) có ý nghĩa giống nhau. Riêng BPT dịch "đền thánh". *Câu hỏi giải nghĩa:* Theo sách Thi Thiên nói riêng và Cựu Ước nói chung, "nơi thánh" có phải là "đền thờ" không?

Câu 4a: Hai danh từ mô tả người đứng ở trong nơi thánh của Chúa. BTT và BTTHĐ đều có "tay trong sạch và lòng thanh khiết". BPT khác một chút với "tay tinh sạch và lòng thánh khiết". Về tay thì không khác nhiều. Nhưng về lòng, "thánh khiết" (một thuộc tính của Đức Chúa Trời) hơi khác với "thanh khiết" (có nghĩa là "tinh khiết"). KTHĐ dịch rất ngắn gọn, "tay sạch lòng ngay". Một lần nữa, về tay thì không khác nhiều. Tuy nhiên, "lòng ngay" mô tả một tấm lòng ngay thẳng. *Câu hỏi giải nghĩa:* Nguyên văn dùng hình ảnh "thanh khiết" hoặc nói về tấm lòng thánh khiết hoặc ngay thẳng?

Câu 4b: Trong dòng này cả động từ và đối tượng của hành động khác nhau giữa bốn bản dịch. Về động từ, BTT và BTTHĐ đều dịch "hướng linh-hồn mình", là một hình ảnh chỉ thái độ của linh hồn. Hai bản dịch khác dịch thành hành động cụ thể, "thờ lạy" (BPT) hoặc "thờ phượng" (KTHĐ). *Câu hỏi giải nghĩa:* Việc "hướng linh hồn mình" có ý nghĩa thờ phượng không? Nếu dịch như "thờ lạy" hoặc thờ phượng" thì chúng ta có làm mất đi ý nghĩa hoặc mất đi sự nối kết với phân đoạn khác không (Xem Thi 25:1)? Về đối tượng, thì BTT dịch sang nghĩa rộng và trừu tượng nhất là "sự hư-không". BTTHĐ làm sáng tỏ thêm với "thần tượng hư không". Hai bản dịch còn lại dịch cụ thể là "hình tượng" (BPT) và "thần tượng" (KTHĐ). Sự khác biệt này thật quan trọng về ý nghĩa. Có phải Đa-vít muốn nói về một linh hồn hướng đến cái gì hư không nói chung hoặc một linh hồn thờ lạy hình tượng nói riêng. *Câu hỏi giải nghĩa:* Quan điểm nào đúng hơn, quan điểm phổ thông chỉ về bất cứ điều gì hư không hoặc quan điểm riêng biệt tập trung vào sự thờ phượng các hình tượng? Có câu nào tương tự trong phần còn lại của Kinh Thánh có thể giúp chúng ta hiểu ý nghĩa của nguyên văn không?

Câu 4c: Trong câu này có hai cách dịch chính. Thứ nhất, BTT và BTTHĐ dịch "thề nguyện giả dối" và KTHĐ dịch "thề nguyện gian dối", có nghĩa là thề nguyện cách không trung thực. Còn BPT dịch "hứa nguyện nhân danh các thần giả". Sự khác biệt về động từ ở đây không quan trọng vì "hứa nguyện" có nghĩa giống như "thề nguyện". Tuy nhiên, BPT muốn nhấn mạnh lời hứa nguyện được đưa ra dưới hình thức nhân danh thần giả. *Câu* *hỏi giải nghĩa:* Ý của Đa-vít muốn nói đến sự trung thực nhắm đến nội dung của lời thề hay danh nghĩa của lời thề?

Phụ Lục D: Hướng Dẫn Nghiên Cứu Từ Ngữ Quan Trọng

Đọc là tham gia thảo luận với tác giả trong khía cạnh giao lưu tư tưởng. Và để tiếp xúc cách hiệu quả, chúng ta phải thống nhất với tác giả về nghĩa của từ.[1] Nếu không thống nhất với nhau về nghĩa từ, làm thế nào giao lưu với tác giả?

Tuy nhiên, điều này không ngăn chặn diễn giả tự ý áp đặt những điều liên quan đến từ ngữ mà không dựa trên cơ sở của lời Chúa. Đôi lúc người ta tìm thấy một điều gì đó thật thú vị và rắp tâm nhấn mạnh điều đó. Mặc dù nó không quan trọng và thậm chí không có nền tảng vững chắc, nhưng khá nhiều diễn giả đã làm cho người nghe ngưỡng mộ về những điều tuyệt vời họ nói về một từ nào đó. Ví dụ rõ nhất là một từ ngữ tiếng Hy-lạp. Có nhiều mục sư giảng một phân đoạn Kinh Thánh nói về quyền năng của Đức Chúa Trời. Khi nghiên cứu thêm, họ phát hiện Tân Ước dùng từ ngữ *dunamis* (δύναμις) có nghĩa "quyền năng" hay "khả năng."[2] Họ biết trong tiếng Anh có từ ngữ *dynamite* (thuốc nổ) cũng xuất phát từ *dunamis*, nên khi giảng cho hội thánh họ nói rằng: "từ ngữ Hy-lạp dịch sang 'power' là δύναμις hay 'dynamite'. Quyền năng của Chúa giống y như 'dynamite'!" Cách giảng này thật hấp dẫn nhưng hoàn toàn sai trật. Thuốc nổ được Alfred Nobel phát minh năm 1866, gần hai nghìn năm *sau khi* Tân Ước được viết ra.[3] Như vậy, chắc chắn các tác giả Tân Ước đã không hề nghĩ đến thuốc nổ khi viết Tân Ước, và hơn nữa quyền năng của Đức Chúa Trời vĩ đại to lớn bội phần khi

---

[1] Mortimer J. Adler và Charles Van Doren, *How to Read a Book: The Classic Guide to Intelligent Reading*, Revised and updated ed. (New York: Touchstone, 1972), 96–97. Trong bản tiếng Việt, xem chương 8 (Mortimer J. Adler và Charles Van Doren, *Phương Pháp Đọc Sách Hiệu Quả: Tác phẩm kinh điển về cách đọc sách thông minh*, b.d Hài Nhi [Hà Nội, Việt Nam: NXB Lao Động - Xã Hội, 2017]).

[2] W. Bauer và c.s., *A Greek-English Lexicon of the New Testament and Other Early Christian Literature*, 3rd ed. (Chicago: University of Chicago Press, 2000), 262.

[3] "Dynamite," *Wikipedia*, <http://en.wikipedia.org/wiki/Dynamite>, ngày 9/11/2006.

so với thuốc nổ. Và điều quan trọng, đó không phải là ý của tác giả Kinh Thánh. Đây mới là điều đáng tiếc.

Điều sai trật như thế rất phổ biến nên tôi dành phụ lục này để giới thiệu về một số vấn đề chính của ngữ nghĩa học liên quan đến công tác giải nghĩa và làm bài tập mẫu nghiên cứu từ vựng. Mục đích của chúng ta là cần hiểu ý nghĩa của từ vựng theo ý của tác giả có trong bản văn.

Một Số Định Nghĩa

Trước hết, tôi phải giải thích một số từ ngữ quan trọng trong ngôn ngữ học.

Ngữ nghĩa học (*semantics*) là một lĩnh vực của ngôn ngữ học nghiên cứu ý nghĩa của từ ngữ. Việc nghiên cứu từ ngữ gồm có nghiên cứu theo **lịch đại** (*diachronic*), tức là ý nghĩa của một từ ngữ suốt nhiều thế kỷ, và nghiên cứu theo **đồng đại/đồng thời** (*synchronic*), tức ý nghĩa của từ ngữ trong cùng một thời đại với bản văn.

Từ nguyên học (*etymology*) là cách nghiên cứu từ ngữ theo hình thức của từ ngữ lịch đại. Nói cách khác, từ nguyên học tìm cách giải thích ý nghĩa dựa trên lịch sử và nguồn gốc của từ ngữ. Các từ điển tiếng Anh thường truy tìm nguồn gốc của từ vựng đến từ ngôn ngữ khác như tiếng Hy Lạp, tiếng La Mã, tiếng Pháp, v.v.... Cũng vậy, từ Hán-Việt cũng bắt nguồn từ tiếng Trung. Và thậm chí một số từ trong tiếng Việt bắt nguồn từ ngôn ngữ khác, chẳng hạn đến từ tiếng Pháp (ví dụ, "phô mai" [*fromage*] và "ô tô" [*auto*]).

Nghĩa trường (*semantic field*) là phạm vi ý nghĩa của một từ. Khi nói một từ ngữ tiếng Việt có rất nhiều ý nghĩa, tức là chúng ta xem từ này có nghĩa trường bao rộng.

Dụng học (*pragmatics*) cũng quan tâm đến "ý nghĩa" của từ nhưng không phải ý nghĩa của từ điển mà là cách sử dụng một từ ngữ. Dụng học khác với **ngữ nghĩa học** (*semantics*) và các học giả thường phân biệt giữa ý nghĩa dụng học (thường là một ví dụ cụ thể) và ý nghĩa ngữ nghĩa học (ý nghĩa nói chung, thường có trong từ điển).

Khi Nào Nên Nghiên Cứu Từ Ngữ?

Việc nghiên cứu từ có thể rất đơn giản là tham khảo từ điển, nhưng bình thường việc này đòi hỏi nhiều thời gian hơn. Như vậy, khi nào chúng ta nên nghiên cứu từ ngữ?

Trước hết là khi chúng ta gặp một từ ngữ rất quan trọng trong bản văn và muốn nghiên cứu thêm. Từ ngữ quan trọng thường là một từ ngữ xuất hiện nhiều lần trong bản văn hay một từ ngữ mà chúng ta phải nghiên cứu mới hiểu được ý nghĩa bản văn. Ví dụ, Ê-sai 40 là một chương rất hay mô tả sự giúp đỡ của Đức Chúa Trời cho dân Ngài, và câu 31 dạy cách nhận sự giúp đỡ đó:

> Nhưng ai trông đợi Đức Giê-hô-va chắc chắn được sức mới,
> Cất cánh bay cao như chim ưng,
> Chạy mà không mệt nhọc,
> Đi mà không mòn mỏi.

Vì thế, câu 31 rất quan trọng đối với chúng ta khi muốn áp dụng phân đoạn Kinh Thánh này cho bối cảnh hiện nay. Động từ được dịch sang "trông đợi" có nghĩa là gì? BDM dịch "trông cậy" mang ý nghĩa "phụ thuộc vào," nhưng bản văn gốc tiếng Hê-bơ-rơ dùng từ *qavah* (קָוָה) nghĩa là "chờ đợi." Khi nghiên cứu về *qavah* ta sẽ tìm ra cách trả lời cho câu hỏi giải nghĩa này: Khi chờ đợi Đức Chúa Trời, chúng ta phải làm gì? Ê-sai có phát triển đề tài này trong phân đoạn nào khác không? Các tiên tri khác có bao giờ sử dụng từ này như vậy không? Cách trả lời các câu hỏi này sẽ ảnh hưởng đến cách áp dụng phân đoạn này cho hội thánh.

Thêm vào đó, khi có một từ ngữ khó hiểu, ta nên dành thời gian nghiên cứu nó. Đây là điều tất nhiên. Tuy nhiên, vì Kinh Thánh tiếng Hê-bơ-rơ có nhiều từ ngữ hiếm hay những từ ngữ chỉ xuất hiện một lần mà thôi (được gọi là *hapax legomena* nghĩa là "có thể nói như thế này"), nên việc nghiên cứu sẽ gặp khó khăn hơn. Trong trường hợp đó, tôi đề nghị bạn nên đọc sách tham khảo vì từ ngữ hiếm đòi hỏi phải nghiên cứu bản văn của những ngôn ngữ khác cùng trong hệ ngôn ngữ Xê-mít, chẳng hạn như tiếng Ả-rập. Khi nào gặp một từ ngữ khó dịch, xuất hiện chỉ một vài lần trong Kinh Thánh, chúng ta nên nghiên cứu thêm. Ví dụ, Truyền Đạo 1:2 có một từ ngữ khó dịch là הֶבֶל, được dịch là "hư không" (BTT, BTTHĐ), "phù vân, hư ảo" (BDM), hoặc "vô nghĩa" (KTHĐ). Theo một từ điển của tiếng Hê-bơ-rơ, từ ngữ này có nghĩa gốc là "breath" ("hơi thở") hay "nothingness" ("hư ảo").[4] Tuy nhiên, hai ý nghĩa này hoàn toàn khác nhau. "Hơi thở" thì rất cụ thể nhưng "hư ảo" thì thật trừu tượng. Theo ngữ cảnh, từ ngữ này mang ý nghĩa cụ thể hay trừu tượng? Ý nghĩa trừu tượng có phải là ý nghĩa hay là ẩn dụ dựa vào nghĩa đen? Trong trường hợp này, nếu nghiên cứu cách dùng từ הֶבֶל trong Truyền Đạo ta sẽ thấy những điều này rõ hơn.

Ngoài ra, nếu có thời gian và muốn mở rộng kiến thức về Kinh Thánh (nhất là nếu biết tiếng Hê-bơ-rơ), ta nên để tâm nghiên cứu từ ngữ. Cho dù

---

[4] William L. Holladay, *A Concise Hebrew and Aramaic Lexicon of the Old Testament* (Grand Rapids: Eerdmans, 1971), 76.

phải mất nhiều thời gian hay không, càng đào sâu về ngôn ngữ ta càng vững vàng và biết rõ nhiều từ vựng.

Các Bước Thực Hiện Nghiên Cứu Từ Ngữ

Chúng ta phải làm gì để nghiên cứu từ? Tôi đề nghị gồm sáu bước. Và trong tất cả các bước, nếu hiểu biết tiếng Hê-bơ-rơ thì thực hiện các bước này sẽ dễ dàng hơn.

1. Chọn một từ ngữ quan trọng. Vì các mục sư thường không có nhiều thời gian, nên tôi đề nghị chọn từ ngữ mà bạn thích thú vì đây là động lực tự nhiên giúp bạn muốn dành thời gian nghiên cứu.

2. Liệt kê các định nghĩa của từ trong từ điển tiếng Hê-bơ-rơ. Ở bước này hiểu biết tiếng Anh cũng rất hữu ích. Bản thân tôi dùng từ điển của William L. Holladay (*A Concise Hebrew and Aramaic Lexicon of the Old Testament* [Grand Rapids: Eerdmans, 1971]), nhưng từ điển Brown, Driver, và Briggs có thể được tìm thấy trên mạng.[5] Hoặc, như sẽ thấy trong bước kế tiếp, dùng phần mềm hay từ điển đơn giản khác cung cấp những từ tiếng Anh khác nhau để dịch một từ tiếng Hê-bơ-rơ. Tiếc là chưa có từ điển Hê-bơ-rơ-Việt. Bước này tuy không quyết định ý nghĩa bản văn nhưng giúp cho chúng ta có được bức tranh tổng thể về từ vựng, tức nghĩa trường của từ ngữ.

3. Tìm những nơi từ ngữ xuất hiện trong một quyển sách, một nhóm sách, hay cả Kinh Thánh tiếng Hê-bơ-rơ. Trong ví dụ nói về הֶבֶל, tôi đề nghị tập trung vào sách Truyền Đạo vì sách này sử dụng הֶבֶל nhiều lần (nghiên cứu đồng đại). Phạm vi nghiên cứu của bạn có thể rộng (cả Cựu Ước) hoặc hẹp (một quyển sách thôi), tùy theo từ ngữ và mục đích của bạn. Nếu nghiên cứu từ hiếm thì phải kiểm tra cả Cựu Ước (nghiên cứu lịch đại). Để tìm kiếm tất cả các lần một từ ngữ nào đó xuất hiện, ngày xưa người ta tham khảo Thánh Kinh Phù Dẫn, là tác phẩm liệt kê tất cả các lần xuất hiện của từng từ ngữ trong Kinh Thánh. Tuy nhiên, ngày nay chúng ta có thể dùng phần mềm cho tiện. Các phần mềm Kinh Thánh có chức năng tìm kiếm bản văn, nhưng không phải phần mềm nào cũng hỗ trợ việc tìm kiếm dựa trên từ nguyên văn. Tôi xin trình bày hai phần mềm miễn phí.

- **BibleArc.com:** Có hai cách tìm kiếm dựa trên nguyên văn.

---

[5]Francis Brown, S. R. Driver, và Charles A. Briggs, *A Hebrew and English Lexicon of the Old Testament with an Appendix Containing the Biblical Aramaic* (Oxford: Clarendon Press, 1977). Trên mạng, có thể tham khảo ở https://archive.org/details/BDBHebrewLexicon.

– Nếu có thể đánh máy hoặc sao chép từ tiếng Hê-bơ-rơ rồi, thì bấm chọn nút kính lúp để tìm kiếm và dán từ đó. Một vài lựa chọn sẽ hiện ra, và bạn phải bấm chọn lựa chọn phù hợp nhất.

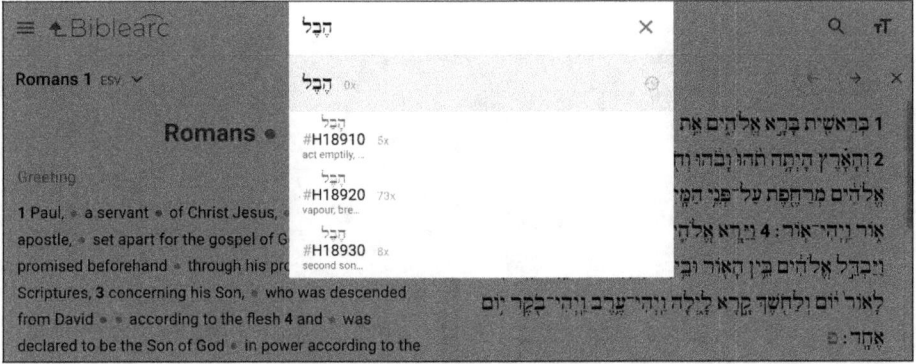

– Nếu chưa có từ tiếng Hê-bơ-rơ thì bấm chọn nút ở trên bên trái, chọn **Read the Bible**, và mở bản **Heb+Grk**. Tìm từ (bấm chọn từ và tham khảo ý nghĩa sử dụng tiếng Anh; nếu chưa rành tiếng Anh thì bạn có thể dùng Google Translate để dịch từ tiếng Anh sang tiếng Việt [https://translate.google.com/?sl=en&tl=vi&op=translate]). Sau đó bấm chọn nút kính lúp để tìm kiếm.

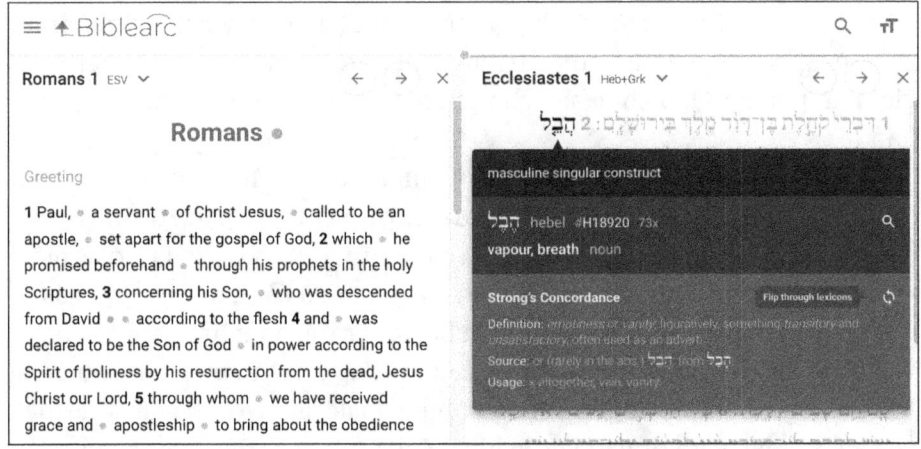

- STEP Bible (https://www.stepbible.org/): Mở bản ESV ở câu có từ bạn muốn nghiên cứu. Thêm một bản tiếng Việt để tham khảo như VieKTHD. Bấm chọn từ trong bản ESV dịch từ bạn muốn nghiên cứu. Ở tệp ngăn bên phải cung cấp định nghĩa bằng tiếng Anh và cho biết bao nhiều lần từ này xuất hiện trong Kinh Thánh. Bấm chọn nối kết đó. Ở trường hợp này, từ *hebel* (הֶבֶל) xuất hiện 64 lần.

4. Đọc từng lượt xuất hiện của từ ngữ và ghi ra những ý nghĩa ngữ cảnh. Bạn có thể sắp xếp các từ ngữ theo nhóm có cùng ý nghĩa để so sánh. Cũng có thể bạn sẽ tìm được một số từ ngữ hay nhóm từ ngữ không có liên quan đến nghiên cứu của bạn. Ví dụ, từ ngữ בַּיִת ("nhà") đa phần có nghĩa là "một căn nhà" nhưng cũng có lúc có nghĩa là "gia đình, bà con." Nếu bạn đọc một bản văn đang nói về một בַּיִת là "gia đình" thì những lượt xuất hiện của từ này chỉ về một căn nhà sẽ không có liên quan, không cần để tâm đến. Bạn có thể chỉ tập trung vào những lần xuất hiện mang ý nghĩa "gia đình." Nếu số lần xuất hiện quá nhiều (chẳng hạn hơn trăm lần), lúc đó bạn phải giới hạn phạm vi lựa chọn sao cho phù hợp với mục đích nghiên cứu của bạn.

5. So sánh các lần xuất hiện trong bản văn, đặc biệt là sự xuất hiện trong cùng một sách (bản văn đồng đại thường phù hợp hơn). Tìm những điểm khác nhau và giống nhau. Chú ý đến những chỗ từ ngữ này xuất hiện. Nếu một từ ngữ xuất hiện nhiều lần trong một ngữ cảnh đặc biệt thì có thể từ ngữ đó là một thuật ngữ có ý nghĩa liên quan đến một lĩnh vực đặc biệt.[6] Khi một từ ngữ xuất hiện trong ngữ cảnh tương ứng với bản văn bạn đang học thì bạn nên tập trung vào sự xuất hiện đó để làm rõ bản văn. Mục đích của việc nghiên cứu từ ngữ là tìm kiếm ý nghĩa của từ theo ngữ cảnh.[7] Bạn phải đúc kết ý nghĩa của từ ngữ bạn chọn, nhưng ý nghĩa này phải phù hợp

---

[6] Douglas Stuart, *Old Testament Exegesis: A Handbook for Students and Pastors* (Westminster/John Knox Press, 2001), 141–42.

[7] Stuart, 140–41.

với ngữ cảnh của bản văn. Tức là bạn không được chọn một ý nghĩa không hợp với bản văn chỉ vì bạn thấy nó thú vị. Bạn có thể viết định nghĩa của từ bằng tiếng Việt giống như trong từ điển. Nếu làm như thế thì bạn sẽ biết cách giải thích từ ngữ này cho hội thánh.

6. Tra cứu sách tham khảo để so sánh kết luận của bạn với thành tựu của các học giả Kinh Thánh. Nếu có tài liệu và có khả năng đọc tiếng Anh, thì bước này sẽ rất hữu ích. Bạn có thể tham khảo từ điển và sách giải nghĩa.

Một Số "Bẫy" Khi Nghiên Cứu Từ Ngữ

Có nhiều người và kể cả các học giả Kinh Thánh đã rơi vào một số "bẫy" khi nghiên cứu từ ngữ. Tôi đã đưa ra một ví dụ về δύναμις ở phần trên, nhưng ngoài ra cũng có nhiều "bẫy" phổ biến khác cần lưu ý.[8]

1. Phụ thuộc vào từ nguyên học (etymology) và hình thức của từ ngữ.[9] Ở đây, có người nghiên cứu từ nguyên học của từ ngữ và kết luận rằng ý nghĩa của từ ngữ nhất thiết phải hoàn toàn giống với từ ngữ gốc vì từ ngữ trong bản văn có hình thức y như trong từ ngữ gốc. Làm vậy không đúng vì ngôn ngữ luôn thay đổi. Tại một thời điểm nào đó, từ ngữ này có ý nghĩa A, nhưng sau một giai đoạn phát triển từ ngữ này lại có thêm ý nghĩa B, có khi hoàn toàn khác với ý nghĩa A. Vấn đề này phức tạp hơn khi học từ ngữ tiếng Hê-bơ-rơ vì học giả tiếng Hê-bơ-rơ cổ không có từ điển của E-xơ-ra hay Sa-mu-ên viết, cho nên đối với các từ ngữ hiếm đòi hỏi các học giả phải tìm các từ ngữ có cùng hình thức trong các thứ tiếng đồng nguyên Xê-mít như tiếng Ả-rập, A-ram, Sy-ri, U-gha-rít, A-cát, Ê-thi-ô-pi, v.v.... Tuy nhiên, khi so sánh từ ngữ Do Thái với tiếng đồng nguyên thì chúng ta phải cẩn thận, không nên cố gán ép một từ tiếng Hê-bơ-rơ có ý nghĩa không phù hợp với ngữ cảnh. Bối cảnh là trên hết!

2. Nhầm lẫn về thời đại.[10] Bẫy này có hai mặt. Bạn có thể đọc một bản văn được viết sau so với bản văn chính và bạn lại áp dụng ý nghĩa mới vào ngữ cảnh cũ. Đây là sự nhầm lẫn về thời đại vì như vậy là cho rằng ý nghĩa xuất hiện sau bản văn là ý nghĩa mà tác giả muốn diễn đạt. Đây là bẫy nguy hiểm cho người đọc các sách của các học giả Do Thái. Vì tiếng Hê-bơ-rơ tiếp

---

[8] Ở phần này, ta dựa vào D. A. Carson, *Exegetical Fallacies* (Grand Rapids: Baker, 1996) và Peter Cotterell và Max Turner, *Linguistics and Biblical Interpretation* (InterVarsity Press, 1989).

[9] Cotterell và Turner, *Linguistics and Biblical Interpretation*, 132; Carson, *Exegetical Fallacies*, 28–33.

[10] Cotterell và Turner, *Linguistics and Biblical Interpretation*, 133; Carson, *Exegetical Fallacies*, 33–37.

tục thay đổi sau thời E-xơ-ra nên chúng ta phải cẩn thận khi áp dụng định nghĩa từ ngữ. Mặt khác, bạn có thể áp dụng một định nghĩa không còn được sử dụng. Điều này không đáng lo ngại như khi nghiên cứu qua tiếng Hy-lạp, nhưng chúng ta phải cẩn thận. Nhìn chung, khi có một định nghĩa phù hợp với ngữ cảnh chúng ta mới có thể nghĩ đến việc áp dụng nó vào bản văn. Nghiên cứu đồng đại an toàn hơn nghiên cứu lịch đại.

3. Chọn một định nghĩa hiếm trong từ điển không phù hợp với ngữ cảnh.[11] Bẫy này nhắc chúng ta không đọc từ điển để tìm một định nghĩa thú vị nhằm trình bày cho hay. Từ điển không phải là một thực đơn để chọn định nghĩa nào ngon nhất. Chúng ta phải chú ý đến ngữ cảnh.

4. Áp dụng nghĩa trường rộng hơn phù hợp với ngữ cảnh.[12] Holladay đưa ra sáu định nghĩa của *ḥokmâ* (חָכְמָה) gồm (1) kỹ năng kỹ thuật, năng khiếu, (2) kinh nghiệm, ý thức tốt, (3) sự khôn ngoan của trần gian, (4) sự khôn ngoan của dân Y-sơ-ra-ên kính sợ Chúa, (5) sự khôn ngoan của Đức Chúa Trời, và (6) sự khôn ngoan được nhân cách hóa.[13] Nếu đọc 1 Các Vua 7:14 về một người tên là Hi-ram từ Ty-rơ đến góp phần xây đền thờ của Sa-lô-môn, chúng ta không thể áp dụng ý nghĩa 2, 3, 4, 5 và thậm chí cho rằng Hi-ram là một ví dụ rõ ràng của sự khôn ngoan (số 6). Chúng ta không biết nhiều về Hi-ram ngoại trừ việc Hi-ram có kỹ năng, năng khiếu về việc làm đồ đồng (ý nghĩa số 1).

Kết Luận

Điều quan trọng nhất trong việc nghiên cứu từ ngữ là kiểm tra kết quả nghiên cứu, nhất là so sánh về ngữ cảnh. Bối cảnh là trên hết. Dưới đây là một ví dụ về việc nghiên cứu từ ngữ.

---

[11] Carson, *Exegetical Fallacies*, 37–41.
[12] Carson, 60–61.
[13] Holladay, *A Concise Hebrew and Aramaic Lexicon of the Old Testament*, 104.

Bài Ví Dụ Nghiên Cứu Từ Ngữ *Gôy* (גוֹי) Trong Ngũ Kinh

Sáng Thế Ký 12:2 bao gồm lời hứa của Đức Chúa Trời dành cho Áp-ram: "Ta sẽ làm cho con thành một dân (*gôy* [גוֹי]) lớn, ...". Đây là một trong số các lời hứa của Đức Chúa Trời (dân lớn, phước hạnh và đất) dành cho Áp-ra-ham. Trong đó việc sinh ra một dòng dõi có lẽ là vấn đề khó khăn nhất đối với ông bà Áp-ram. Đồng thời, đây lại là lời hứa trực tiếp dẫn đến Chúa Giê-xu vì Ngài được sinh ra từ dòng dõi của Áp-ra-ham (Mat 1:1). Trong Kinh Thánh tiếng Hê-bơ-rơ, từ ngữ *gôy* xuất hiện 555 lần trong 505 câu. Bài nghiên cứu này tìm hiểu cách dùng *gôy* trong Sáng Thế Ký và so sánh hay đối chiếu cách sử dụng từ ngữ này trong các sách Ngũ Kinh còn lại. Câu hỏi nghiên cứu là từ này được áp dụng chỉ đến ai? Mang ý nghĩa tích cực hoặc tiêu cực? Và dựa trên sự hiểu biết về cách dùng từ *gôy* trong Sáng Thế Ký và Ngũ Kinh, chúng ta có thể kết luận điều gì về ý nghĩa của lời hứa trong Sáng Thế Ký 12:2? Nhìn chung, từ *gôy* mô tả dòng dõi của Áp-ram như là một dân tộc đông người. Tuy nhiên, mặc dù Sáng Thế Ký nói cách tích cực về Y-sơ-ra-ên như là *gôy* nhận lời hứa của Chúa, nhưng trong phần còn lại của Ngũ Kinh, *gôy* thường nói đến Y-sơ-ra-ên như là dân bất trị hoặc chỉ về các nước khác trở nên mối đe dọa cho dân Y-sơ-ra-ên.

Các Định Nghĩa của *Gôy*

Gôy là từ ngữ bình thường trong Cựu Ước dùng để nói về một tổ quốc (có thể có vua), và khác với từ đồng nghĩa *'am* (עַם) không mang ý nghĩa chính trị.[14] Theo Holladay, *gôy* được áp dụng cho người và vật. Khi áp dụng cho người, *gôy* có ý nghĩa "tổ quốc", "dân tộc không theo Chúa", "loài người", và con người nói chung. Còn khi áp dụng chỉ về loài vật, *gôy* mang nghĩa là "bầy" (duy nhất trong Giô-ên 1:6).[15] Việc từ *gôy* chỉ về loài vật không mang một ý nghĩa riêng vì chúng ta có thể hiểu Giô-ên đang nói về một đàn cào cào được ví như một nước hay một quân đội lớn tấn công chứ không phải *gôy* với ý nghĩa là "bầy".

---

[14] Daniel I. Block, "Nations/Nationality", trong *NIDOTTE*, b.t Willem A. VanGemeren (Grand Rapids: Zondervan, 1999), 966.

[15] Holladay, *A Concise Hebrew and Aramaic Lexicon of the Old Testament*, 57.

Cách Sử Dụng Từ *Gôy* Trong Sáng Thế Ký

Sáng Thế Ký kể lại sự xuất hiện của các dân tộc sau buổi sáng thế, đặc biệt là dòng dõi của A-đam qua Sết, Nô-ê, và Áp-ram. Vì thế nên trong 25 lần xuất hiện trong sách Sáng Thế Ký, chúng ta thấy chỉ có một cách sử dụng từ ngữ *gôy* mà thôi, đó là "nước"/"dân tộc". Nhìn chung, *gôy* mang một ý nghĩa tích cực (17 lần) hoặc trung tính (7 lần).[16] Đa số lần (14 lần) *gôy* được áp dụng chỉ về các dân tộc ngoài tuyển dân (tức ngoài dòng dõi của Áp-ra-ham, Y-sác, và Gia-cốp) nhưng thường mang ý nghĩa tích cực hay trung tính (Sáng 10:5 [2 lần], 20, 31, 32 [2 lần]; 15:14; 17:20; 18:18; 20:4; 21:13, 18; 22:18; và 26:4). Trong số 11 lần được áp dụng chỉ về tuyển dân, có 6 lần áp dụng chỉ về một mình tuyển dân (Sáng 12:2; 18:18; 35:11 [2 lần]; 46:3; và 48:19) và 5 lần áp dụng chỉ về cả tuyển dân lẫn dân ngoài lời hứa nhưng vẫn thuộc dòng dõi của Áp-ra-ham như Ê-sau (Sáng 17:4, 5, 6, 16; 25:23). Hai loại hình ngữ cảnh cuối cùng (tức chỉ riêng tuyển dân ra từ Y-sác và toàn bộ dòng dõi của các con của Áp-ra-ham) cung cấp ngữ cảnh tương ứng với ngữ cảnh của Sáng Thế Ký 12:2 nêu trên.

Trong các ngữ cảnh đó, chương 17 đóng vai trò quan trọng nhất vì chương này là một trong ba phân đoạn kể lại lời hứa và giao ước dành cho Áp-ra-ham (chương 12, 15, 17). Ở chương 17, hai câu liên tục (c. 4–5) nói rằng Áp-ra-ham sẽ là "cha của các dân tộc" (*gôyîm hămôn* [הֲמוֹן גּוֹיִם]). Còn câu tiếp theo (c. 6) và câu 16 nói hậu tự của Áp-ra-ham sẽ trở thành nhiều dân tộc. Đây là sự lặp lại của 12:2 nhưng lần này nói về các vua đến từ dòng dõi của Áp-ra-ham (câu 6, 16) và cùng nói về dân tộc (c. 16). Sáng Thế Ký 18:18 đề cập đến lời hứa dành cho Áp-ra-ham khi Đức Chúa Trời chuẩn bị đoán phạt Sô-đôm. Ngài quyết định cho Áp-ra-ham biết "Áp-ra-ham chắc chắn sẽ thành một dân lớn và hùng mạnh; tất cả các dân tộc trên thế giới đều sẽ nhờ người mà được phước". Trong Sáng 46:3, Chúa lặp lại lời hứa này cho Gia-cốp: "Ta là Đức Chúa Trời, Đức Chúa Trời của thân phụ con. Đừng sợ khi xuống Ai Cập, vì tại đó Ta sẽ làm cho con trở nên một dân lớn". Những lần xuất hiện khác trong 25:23, 35:11, và 48:19 nói về tương lai dòng dõi của Rê-bê-ca, Gia-cốp và Ép-ra-im sẽ trở thành nhiều nước.

Nhìn chung, các ngữ cảnh tương ứng với Sáng Thế Ký 12:2 nhấn mạnh lời hứa của Chúa làm cho Áp-ra-ham trở thành một nước lớn đông dân nhiều người. Đây là một điều tốt đẹp, và Chúa cũng dùng từ này để nói về phước hạnh dành cho một trong 12 chi tộc của Y-sơ-ra-ên (hãy xem 48:19). Nhưng trong sách Sáng Thế Ký, ta thấy nhiều người nữ như Sa-ra, Rê-bê-ca,

---

[16] Một ngoại lệ là Sáng 15:14 khi Chúa cho Áp-ram biết dòng dõi của ông sẽ ngụ tại nước ngoài (là Ai Cập) và sau đó Ngài sẽ đoán phạt nước đó. Trong ngữ cảnh đó, thái độ của tác giả đối với nước ngoài mang tính tiêu cực.

và Ra-chên đều son sẻ. Nếu không thể sinh con thì làm sao lời hứa này có thể được ứng nghiệm?

So Sánh Sáng Thế Ký Với Các Sách Ngũ Kinh Còn Lại

Khi đọc đến Xuất Ê-díp-tô Ký, chúng ta thấy cách sử dụng *gôy* có phần khác so với Sáng Thế Ký. Dĩ nhiên, các sách Ngũ Kinh khác cũng dùng *gôy để* chỉ về các nước và dân tộc nói chung (Xuất 9:24, 34:10, Phục 4:34, 26:19, 28:1, 32:8). Tuy nhiên, chúng ta thấy rằng các sách Ngũ Kinh còn lại nói về các mặt tiêu cực nhiều hơn sách Sáng Thế Ký.

Những lần Ngũ Kinh áp dụng *gôy* để chỉ dân Y-sơ-ra-ên đều mang ý nghĩa lạc quan và tích cực, dựa trên lời hứa dành cho các tộc trưởng. Dân Y-sơ-ra-ên được khai sinh như là một dân tộc thánh dành cho Chúa (Xuất 19:6). Họ sẽ được nổi danh là một quốc gia khôn ngoan và thông sáng (Phục Truyền 4:6–8). Khi dân Y-sơ-ra-ên dâng của lễ, họ phải nhớ đến sự thành tín của Đức Chúa Trời làm cho dòng dõi của Áp-ra-ham trở thành "một dân tộc lớn, mạnh và đông" (Phục 26:5). Đó là sự ứng nghiệm lời hứa của Chúa dành cho Áp-ra-ham, làm nổi danh của Áp-ra-ham.

Tuy nhiên, không phải lúc nào cũng mô tả Y-sơ-ra-ên là *gôy* với thái độ tích cực. Hai lần nổi loạn của dân Y-sơ-ra-ên đã khiến Chúa quyết định từ bỏ họ và tái lập con dân của Ngài qua dòng dõi của Môi-se (Xuất 32:10, được Môi-se lặp lại trong Phục 9:14 và Dân 14:12). Trong cả hai lần ấy Môi-se đều cầu thay cho dân Y-sơ-ra-ên (chỉ có Xuất 33:13 dùng từ *gôy*). Vì dân Y-sơ-ra-ên bị xem là "một dân mất trí, trong lòng không có thông minh" (Phục 32:28). Rõ ràng niềm lạc quan của Sáng Thế Ký bị sự bất trị của dân Y-sơ-ra-ên phá hỏng.

Các sách Ngũ Kinh còn lại cũng nói đến các dân tộc khác. Phục Truyền 29:15 và 17 nói về các dân tộc mà dân Y-sơ-ra-ên gặp trên đường ra khỏi Ai-cập, còn nhiều phân đoạn khác đề cập đến các dân tộc sẽ bị dân Y-sơ-ra-ên đuổi ra khỏi đất hứa (Xuất 34:24, Dân 24:8, 24:20, Phục 7:22, 8:20, 19:1). Ngoài các phân đoạn đề cập chung chung về các dân trong đất hứa, ta thấy cũng có một số phân đoạn khác mô tả chi tiết hơn về việc các dân tộc này lớn mạnh hơn dân Y-sơ-ra-ên (4:38, 7:1, 17, 9:1, 11:23), việc họ bị đuổi ra khỏi xứ sở vì sự gian ác của họ (Phục 9:4, 5). Còn đề tài mới trong Lê-vi Ký và Phục Truyền Luật Lệ Ký thì nói về các tín ngưỡng và phong tục tôn giáo của các dân trụ trong đất hứa gây nguy hại cho đức tin của dân Y-sơ-ra-ên (Lê 18:24, 18:28, 20:23, Phục 12:2, 29, 30, 18:9, 14). Chúng ta có thể hiểu các lần xuất hiện đó cho biết "các dân tộc này không theo Chúa." Luật pháp cũng nói đến mối quan hệ của tuyển dân với các nước xung quanh (Lê 25:44, 26:45, Dân 14:15, 23:9, Phục 15:6, 17:14, 20:15, 28:12, 29:23). Cuối cùng, Môi-se cảnh báo cho dân Y-sơ-ra-ên về sự đoán phạt của Chúa vì sự bất trị của họ bằng cách Ngài cho phép các dân tộc khác chung quanh sẽ đuổi dân sự của Chúa ra khỏi đất hứa (Lê 26:33, 38, Phục 4:27, 28:36, 49, 50, 65, 32:21). Nhìn chung, chúng ta thấy mối quan hệ với các dân tộc khác không đem đến những điều tốt lành, mà họ chính là một nguồn rắc rối cho dân sự Chúa.

Nếu Sáng Thế Ký mô tả một tương lai tốt đẹp cho các dân tộc thông qua một dân tộc được Chúa chọn là tuyển dân thì các sách Ngũ Kinh còn lại mô tả thực tế việc Chúa thành tín ban phước cho dân sự, nhưng họ không vâng theo Ngài và bị tôn giáo của dân tộc khác làm cho bại hoại. Dĩ nhiên, chúng ta thấy được sự ứng nghiệm của lời hứa, nhưng xu hướng chính trở nên xấu đi. Như vậy, chúng ta phải phân biệt cách sử dụng từ *gôy* giữa Sáng Thế Ký và các sách Ngũ Kinh còn lại.

Kết Luận về Ý Nghĩa của *Gôy* trong Sáng Thế Ký 12:2

Rõ ràng, từ ngữ *gôy* mang nghĩa "số nhiều," tức là nước lớn của Sáng Thế Ký 12:2 gồm có rất nhiều người. Đó là một thách thức cho Áp-ram và Sa-rai, là cặp không sinh con được vào thời điểm ấy. Từ *gôy* trong Sáng Thế Ký chủ yếu có nghĩa tích cực, ngụ ý sự ứng nghiệm của lời hứa dành cho các tộc trưởng. Tuy nhiên, trong phần còn lại của Ngũ Kinh, tình trạng này xấu đi. Y-sơ-ra-ên bất tuân và các nước khác đe dọa họ về mặt thuộc linh.

Phụ Lục E: Bài Ví Dụ Chú Giải Sáng Thế Ký 11:27–12:9

Trước khi đọc bài ví dụ này, bạn nên biết một số đặc điểm của bài tập.

Thứ nhất, vì một số độc giả có thể tìm hiểu về tiếng Hê-bơ-rơ, nên bài này bao gồm một vài lời giải thích từ nguyên văn. Tôi đã sử dụng chữ La-tinh phiên âm, và chữ tiếng Hê-bơ-rơ được thêm giữa dấu ngoặc.

Thứ hai, bài ví dụ ở dưới sử dụng một số ký hiệu đặc biệt để bạn có thể phân biệt những phần quan trọng của bài tập, bao gồm:

★ = Ý chính của bài
≡ = kế hoạch trình bày
☆ = chủ đề của một đoạn
▰ = lý do hay bằng chứng (khi lập luận)
→ = câu chuyển ý từ đoạn này sang đoạn khác

Bạn không nên sử dụng những chữ này trong bài tập của mình. Đây là dấu hiệu để giúp bạn thấy rõ hơn cách lập luận của bài tập.

Dẫn nhập

Mặc dù Chúa đánh giá công trình sáng tạo là "rất tốt đẹp" (Sáng 1:31), nhưng tội lỗi của con người nguyên thủy dẫn đến lời phê phán của Chúa: "sự hung ác của loài người trên mặt đất rất nhiều, và các ý tưởng của lòng họ chỉ là xấu luôn" (Sáng 6:5). Tình trạng đó đã khiến Đức Chúa Trời đoán phạt con người và bắt đầu thế giới mới với Nô-ê và gia đình của Nô-ê. Tuy nhiên, đến chương 11, tình trạng loài người sau cơn lụt cũng y giống như trước vì con người vẫn tiếp tục kiêu ngạo, không kính sợ Đức Chúa Trời. Sáng Thế Ký 11:27 bắt đầu giới thiệu gia đình của Áp-ram và chương trình cứu rỗi của Chúa qua dòng dõi ông. Nhằm mục đích tìm hiểu về nền tảng của chương trình cứu rỗi của Chúa và ý nghĩa đối với chúng ta ngày nay, bài viết này nghiên cứu Sáng Thế Ký 11:27–12:9. ★ **Phân đoạn này cho thấy rằng, trong tình huống đầy thách thức, ân điển của Chúa và đức tin của Áp-ram đã**

khởi động chương trình cứu chuộc dành cho các dân tộc. ≡ Bài viết này bao gồm một phần mô tả bối cảnh, một phần phân tích cấu trúc, ba phần giải thích ý nghĩa của bản văn, và một kết luận đưa ra cách áp dụng phân đoạn này.

Bối Cảnh

☆ Áp-ram là vị tộc trưởng đầu tiên của dân Y-sơ-ra-ên. Sau khi mô tả công cuộc sáng tạo trời và đất (📖 ch. 1–2) và tội lỗi của A-đam và Ê-va và dòng dõi của họ (📖 ch. 3–11), Sáng Thế Ký giới thiệu các tộc trưởng của Y-sơ-ra-ên. Những câu chuyện về các tộc trưởng giúp dân Y-sơ-ra-ên biết rõ nguồn gốc của dân tộc mình, là dân đã xuất hành khỏi Ai Cập vào thời của Môi-se. Thời kỳ của Áp-ram (📖 Áp-ra-ham sau Sáng 17:5), Y-sác, và Gia-cốp, là ba tộc trưởng chính, có đặc điểm chung là họ sống trong lều trại, du mục đây đó, và chăn chiên (📖 Sáng 12:8; 13:2–7; 47:32). Họ đã xuất phát từ U-rơ vùng Mê-sô-bô-ta-mi (📖 Sáng 11:31), và cuối cùng vào thời Gia-cốp và Giô-sép, họ định cư tại Ai Cập (📖 Sáng 46:5–7, 26–27; 47:27). → Đó là bối cảnh lịch sử của phần lớn Sáng Thế Ký, còn bối cảnh văn chương là gì?

Cấu Trúc

☆ Sáng Thế Ký 11:27–12:9 nằm trong cấu trúc của cả sách. Cả Sáng Thế Ký được kết cấu theo một cụm từ, "Đây là dòng dõi của...". Cấu trúc này xuất hiện 10 lần tạo thành cấu trúc của cả sách (📖 Sáng 2:4, 5:1, 6:9, 10:1, 11:10, 11:27, 25:12, 25:19, 36:1, 37:2).[1] Sáng Thế Ký 11:27 là lần xuất hiện thứ 6 của công thức này. Câu này bắt đầu dòng dõi của Tha-rê cho đến 25:11. Thật ra, Áp-ram là nhân vật chính của phần này và cả phần đều liên quan đến Áp-ram. → Bài này tập trung vào phần đầu của câu chuyện Áp-ram.

☆ Sáng Thế Ký 11:27–12:9 có ba tiểu đoạn hình thành một câu chuyện hợp nhất: (1) gia phả của Tha-rê (📖 Sáng 11:27–32), (2) bài tường thuật kể về lời hứa của Chúa cho Áp-ram (📖 Sáng 12:1–3), và (3) bài tường thuật kể sự đáp ứng của Áp-ram (📖 Sáng 12:4–9), kèm thêm một lời hứa nữa của Chúa sau khi Áp-ram vâng theo lời Ngài. Sau khi giới thiệu gia phả, hai điều làm cho tình huống phức tạp (tức mâu thuẫn): "Sa-rai hiếm muộn" (📖 Sáng 11:30), và Tha-rê dừng chân định cư tại Cha-ran khi trên con đường đến xứ Ca-na-an (📖 Sáng 11:31–32). Giải pháp của hai mâu thuẫn này bao gồm hai phần: lời hứa Chúa ban phước, ban dòng dõi, và ban xứ cho Áp-ram (📖 Sáng

---

[1] Hamilton, *Handbook on the Pentateuch*, 20.

12:1–3, 7), và việc Áp-ram đáp ứng lời kêu gọi của Chúa đến xứ Ca-na-an (📖 Sáng 12:4) và lập bàn thờ bày tỏ niềm tin nơi Chúa (📖 Sáng 12:8–9). → Như vậy, tôi bắt đầu bằng cách tìm hiểu gia phả của Áp-ram.

Gia Phả: Giới Thiệu Gia Đình Của Áp-ram

✶ Ngày nay chúng ta không cảm nhận được vẻ đẹp của gia phả, nhưng gia phả là một phần quan trọng trong Sáng Thế Ký (📖 ví dụ, Sáng Thế Ký có gia phả trong ch. 5, 9, 10, và 11). Các gia phả cho chúng ta biết nguồn gốc của một dân tộc, trường hợp này là dân Y-sơ-ra-ên, và nêu rõ vị trí lịch sử của nhân vật. Những câu chuyện thần thoại thường giới thiệu nhân vật bằng cách sử dụng cụm từ "Ngày xưa...," nhưng Kinh Thánh giới thiệu các nhân vật chính bằng cách kể lại gia phả của họ. 📖 Gia phả Sem giới thiệu Tha-rê (11:10–26), tường thuật từ Nô-ê sang Áp-ram, giới thiệu Áp-ram và gia đình của ông.

✶ Gia phả của Tha-rê giới thiệu một số điều chung về Áp-ram. Gia phả ấy cho biết Áp-ram xuất thân từ xứ U-rơ của dân Canh-đê (📖 11:27–28) và cưới vợ tên là Sa-rai (📖 11:29). Gia phả cũng giới thiệu Lót (📖 11:27), là cháu của Áp-ram (📖 11:31), trở thành một nhân vật quan trọng trong những chương tiếp theo của Sáng Thế Ký (📖 xem ch. 13–14, 19). Ngoài ra, theo Victor Hamilton, tên của các nhân vật chính cung cấp cho chúng ta một số gợi ý về tình hình tôn giáo của Áp-ram. "Tha-rê" có nghĩa gần giống với "mặt trăng", cho nên gia đình của Tha-rê có thể thờ phượng mặt trăng. 📖 Các tên như Sa-rai, Minh-ca, và La-ban cũng có liên hệ đến tên các thần của sự thờ phượng mặt trăng. 📖 Hai địa điểm U-rơ và Cha-ran cũng có sự liên hệ đến sự thờ hình tượng này.[2] Nếu điều này đúng thì chúng ta sẽ biết tín ngưỡng ban đầu của Áp-ram rõ hơn. Mặc dù chúng ta không biết dân Y-sơ-ra-ên ở sa mạc Si-nai có biết nhiều về sự thờ phượng mặt trăng hay không, nhưng điều suy đoán này có thể đúng. → Như vậy, chúng ta hiểu nhiều hơn về Áp-ram, nhưng đó không phải là thông tin quan trọng nhất đối với câu chuyện này.

✶ Gia phả này giới thiệu mâu thuẫn của câu chuyện. Thứ nhất, Sa-rai son sẻ (📖 11:30). Đây là điểm căng thẳng trong ký thuật. Nếu Áp-ram không có con, ai sẽ là người thừa kế của ông? Nếu Áp-ram không có con, thì làm sao dòng dõi của ông có thể trở thành một dân lớn và nguồn phước cho các dân tộc khác (12:2–3)? Đây là câu hỏi thiết yếu cho dòng dõi Tha-rê, là câu chuyện của Áp-ram. Nếu thờ ơ với gia phả này, chúng ta sẽ không thấy

---

[2]Victor P. Hamilton, *The Book of Genesis: Chapters 1–17*, NICOT (Grand Rapids, MI: Eerdmans, 1990), 363.

được tình trạng căng thẳng mà tác giả giới thiệu để độc giả tự hỏi "Chúa sẽ làm gì để giải quyết vấn đề này?" Còn một vấn đề nữa gây căng thẳng, đó là quyết định của Tha-rê ở lại Cha-ran. Mặc dù ông hướng đến Ca-na-an (📖 11:31), nhưng ông quyết định ở lại Cha-ran đến khi ông qua đời (📖 11:32).³ Có nghĩa là việc đến xứ Ca-na-an trở nên một thách thức cho Áp-ram, khiến ông phải rời xa người thân vốn có thể giúp đỡ ông (📖 12:1).

Tóm lại, gia phả này cung cấp cho độc giả một số thông tin cần thiết về sự son sẻ của Sa-rai để bắt đầu câu chuyện của Áp-ram. Tình trạng căng thẳng của ký thuật rõ ràng bắt đầu ở chỗ Áp-ram không có con để thừa kế tài sản và để được nổi danh của mình lại phải rời khỏi quê hương. → Như vậy, những thách thức này được giải quyết bằng cách nào?

Bài Tường Thuật 1: Kể Lại Lời Hứa Của Chúa Cho Áp-ram

✧ Sáng Thế Ký 12:1–3 kể lại sự mặc khải của Đức Chúa Trời cho Áp-ram. 📖 Về mặt văn chương, phân đoạn này chủ yếu là lời của Chúa dành cho Áp-ram, không có nhiều thông tin về hoàn cảnh của sự mặc khải này. Câu 1 chỉ nói: "Đức Giê-hô-va phán với Áp-ram...". Sau đó, tác giả chỉ ký thuật lời nói của Chúa cho đến cuối câu 3. Như vậy, chúng ta hiểu rằng tầm quan trọng của phân đoạn này hoàn toàn là lời Chúa. Và lời Chúa bao gồm một mệnh lệnh và một vài lời hứa.

✧ Điều thứ nhất là mệnh lệnh của Chúa sai Áp-ram ra khỏi vùng đất ông đang ở, bỏ bà con đi đến một vùng đất mới (📖 12:1). Để làm theo lời Chúa, Áp-ram phải từ bỏ tất cả những điều Áp-ram thấy có giá trị. 📖 Ví dụ,

---

³Theo Sáng Thế Ký (nguyên bản và BTT, BTTHĐ, v.v...), nếu Áp-ram là con đầu lòng (được sinh ra khi Tha-rê 70 tuổi, 11:26), và Áp-ram 75 tuổi rời khỏi Cha-ran (12:4), thì lúc đó Tha-rê 145 tuổi. Ông chết khi 205 tuổi (11:32). Nhưng theo Công Vụ 7:4, Ê-tiên lại nói rằng Áp-ram ra khỏi Cha-ran "sau khi thân phụ ông qua đời". Làm thế nào để hai quan điểm này hài hòa với nhau? Victor Hamilton tóm tắt ba quan điểm: (1) Ê-tiên dùng bản biến thể Ngũ Kinh Sa-ma-ri, và điều đó giải thích tại sao Ê-tiên nói rằng Áp-ram đến xứ Ca-na-an sau cái chết của cha mình. (2) Có một bản văn Cựu Ước truyền thống khác với bản MT (là bản sao chính truyền thống), với bằng chứng của Philo, một học giả Do Thái tại Ai Cập vào thế kỷ thứ nhất, cũng cho rằng Tha-rê qua đời khi ông 145 tuổi. (3) Tha-rê bắt đầu sinh con khi ông 70 tuổi, nhưng sinh Áp-ram khi ông cao tuổi hơn. Áp-ram là người đầu tiên đề cập đến trong gia phả vì vị trí quan trọng của ông trong Sáng Thế Ký, chứ không nhất thiết vì Áp-ram là con đầu lòng của Tha-rê (Hamilton, 367–68). Thắc mắc này thật khó giải quyết. Chứng cớ trong bản văn không đủ để giải quyết vấn đề. Nhưng sau cùng, tôi vẫn ủng hộ bản văn MT. Vì theo tôi có một số cách giải thích khác biệt giữa MT và Công Vụ nên tôi nhìn nhận giữa MT và Công Vụ không có mâu thuẫn gì đáng kể.

Áp-ram mất quyền thừa kế tài sản của cha tại quê hương mình.[4] Hamilton cho thấy ba điều Áp-ram phải bỏ đó là đất, dân, và nhà cha mình, ba điều này được liệt kê từ xa đến nơi gần nhất là trái tim của ông, chính là gia đình.[5] Wenham nói đúng khi cho rằng Chúa thách thức đức tin của Áp-ram bằng cách sai ông đi đến miền đất xa lạ tại xứ Ca-na-an.[6] Làm theo lời Chúa không phải là điều dễ dàng đối với Áp-ram.

☆ Tuy nhiên, trong bối cảnh thách thức, Chúa cũng ban cho Áp-ram một số lời hứa, là thay đổi hoàn cảnh của Ápram. ▭ Lời hứa cho Áp-ram gồm có ba điều, cụ thể là dòng dõi của ông sẽ trở thành một dân lớn (12:2), Áp-ram được làm cho nổi danh (12:2), và Chúa ban phước cho ông (12:2, 3). Ngoài ra Chúa phán rằng Áp-ram sẽ trở thành một nguồn phước lành cho các dân tộc (12:3).

☆ Đầu tiên, Chúa hứa làm cho Áp-ram trở thành một dân lớn (▭ 12:2). Điều này thật đáng ngạc nhiên ▭ vì Sáng 11:30 cho biết rằng Sa-rai, vợ của Áp-ram, son sẻ. Nếu không có con thì làm sao Áp-ram có thể trở thành một dân lớn được? Nan đề này kéo dài cho đến chương 21 khi Sa-ra sinh Y-sác. Từ ngữ "dân" này mang ý nghĩa "số nhiều" (▭ vì một dân bao gồm nhiều người, chứ không phải là một cá nhân). Lời hứa này thách thức đức tin của Áp-ram ▭ vì dường như lời hứa không thể ứng nghiệm. Chúa phải thực hiện lời hứa này bằng phép lạ ▭ vì theo kinh nghiệm của con người Áp-ram và Sa-rai đã lớn tuổi nên không thể sinh con.

☆ Thứ hai Chúa hứa làm nổi danh của Áp-ram (▭ 12:2). Áp-ram sẽ nổi tiếng. Khác với những người xây tháp Ba-bên vì muốn danh tiếng của họ được vang xa nhưng bị Chúa ngăn cản (11:4), còn Áp-ram, Chúa lại muốn bảo đảm danh tiếng cho riêng cá nhân của ông.[7] Dường như vào thời xưa, danh tiếng của một người thật quan trọng, và được nổi danh là một món quà Chúa ban cho.

☆ Lời hứa thứ ba liên quan đến sự ban phước của Chúa. ▭ Câu 2 nói, "Ta sẽ ban phước cho con" và câu 3 ghi rằng, "Ta sẽ ban phước cho người nào chúc phước con, Nguyền rủa kẻ nào nguyền rủa con". ▭ Động từ "chúc phước" (*bārak* [בָּרַךְ]) trái nghĩa hoàn toàn với hai động từ được dịch "rủa sả" là (*qālal* [קָלַל] và *'ārar* [אָרַר]). Việc chúc phước và rủa sả là gì? Từ *bārak* có hai ý nghĩa chính. Ý nghĩa thứ nhất là "nhận ơn phước từ một hữu thể lớn

---

[4]John H. Matthews, Victor Harold; Chavalas, Mark W.; Walton, *The IVP Bible background commentary: Old Testament*, electronic ed. (Downers Grove, IL: InterVarsity Press, 2000), Sáng 12:1.

[5]Hamilton, *Genesis 1–17*, 370.

[6]Wenham, *Genesis 1–15*, 274.

[7]Wenham, 372.

hơn" và "thờ phượng trước mặt một hữu thể lớn hơn."⁸ Trong bản văn này việc chúc phước là ban cho một người ơn phước của Chúa, là nguồn duy nhất đem đến sự thành công khi xưa.⁹ Nói cách khác, chúc phước là ban hay chúc cho một người điều tốt đẹp. Trái lại, "rủa sả" (*qālal* [קָלַל] và *'ārar* [אָרַר]) có nghĩa là mong muốn một ai đó nhận lãnh điều trái ngược với điều tốt đẹp. Chúng ta có thể hiểu rằng Chúa sẽ làm bạn với Áp-ram và làm bạn với người nào làm bạn với Áp-ram. Còn kẻ thù Áp-ram sẽ chịu sự rủa sả của Ngài. Tình bạn với Chúa quả thật không gì sánh bằng! Ngài bảo đảm cuộc sống của Áp-ram và dòng dõi của ông sẽ được phước. Các chương tiếp theo của sách Sáng Thế Ký làm chứng về phước lành Chúa ban cho Áp-ram (▭ ví dụ, trong 12:17 Chúa liền giáng tai hoạ trên nhà Pha-ra-ôn vì Pha-ra-ôn muốn chiếm lấy Sa-rai).

☆ Ngoài lời hứa ở phần này, còn có một điều khác đó là Áp-ram sẽ trở thành một nguồn phước cho các dân tộc. ▭ Trong câu 2, Chúa phán, "Và con sẽ thành một nguồn phước" và câu 3 "Mọi dân trên đất sẽ nhờ con mà được phước". Đây là sứ mệnh toàn cầu dành cho dòng dõi của Áp-ram.¹⁰ Nhưng Áp-ram trở thành một nguồn phước cho các dân tộc như thế nào? Trong sách Sáng Thế Ký, có một số người hưởng ơn phước của Chúa qua dòng dõi của Áp-ram như Pha-ra-ôn và Ai Cập (▭ hãy xem ch. 41). Tuy nhiên, chúng ta chưa thấy rõ sự ứng nghiệm trọn vẹn trước thời kỳ Tân Ước. Tân Ước bày tỏ cho thấy chính Chúa Giê-xu, là dòng dõi của Áp-ram, làm Cứu Chúa của thế gian, đem lại ơn phước cho các dân tộc. ▭ Ga-la-ti 3:8 chép: "Kinh Thánh đã thấy trước rằng Đức Chúa Trời sẽ xưng dân ngoại là công chính bởi đức tin, nên đã rao truyền trước cho Áp-ra-ham Tin Lành nầy: 'Mọi dân tộc sẽ nhờ con mà được phước' ".

Như vậy, Áp-ram nhận lấy một mệnh lệnh đầy thử thách cùng với một số lời hứa quan trọng. Bản văn không chép lời nào của Áp-ram vì sự nhấn mạnh của bản văn là lời hứa của Chúa. → Chúng ta bước vào phần kế tiếp với câu hỏi: "Áp-ram đáp ứng mệnh lệnh và lời hứa này như thế nào?"

---

⁸Michael L. Brown, "בָּרַךְ (*bārak* II)", trong *NIDOTTE*, b.t Willem A. VanGemeren (Grand Rapids: Zondervan, 1999), 757.

⁹Brown, 758.

¹⁰Christopher J. H. Wright, *Sứ mạng của Con dân Chúa: Thần học Thánh Kinh về Sứ mạng của Hội thánh* (Hà Nội: NXB Tôn Giáo, 2020), 63–86.

Bài Tường Thuật 2: Kể Lại Sự Đáp Ứng Lời Chúa Của Áp-ram

✻ Áp-ram đã đáp ứng lời Chúa bằng sự tin cậy và sự vâng phục, 📖 như câu 4 chép: "Áp-ram ra đi theo lời Đức Giê-hô-va đã phán bảo". Sự vâng phục này dẫn Áp-ram đến xứ Ca-na-an, và ở đó ông được ban một lời hứa khác cho dòng dõi của mình.

✻ Câu 4 và 5 cho biết những người cùng đi với ông. Dĩ nhiên, đó là Sa-rai vợ ông (📖 c. 5) và Lót cháu của Áp-ram, cũng cùng đi với Áp-ram (📖 c. 4 và 5). Áp-ram đem theo tài sản của mình, có cả đầy tớ của ông. 📖 Câu 5 ghi rằng có "các gia nhân" (*hannepeš* [הַנֶּפֶשׁ]), là một trong những điều Áp-ram sở hữu tại Cha-ran, và Wenham cho biết *hannepeš* chỉ về đầy tớ.[11] Điều này có nghĩa Áp-ram là người giàu có khi ra khỏi Cha-ran.

✻ Câu 6–9 tường thuật cuộc hành trình của Áp-ram từ miền Bắc xứ Ca-na-an xuống miền Nam, và hàm chứa một số thông tin quan trọng về bối cảnh. Nơi đầu tiên trong câu 6 nói đến là Si-chem. Si-chem nằm ở phía Bắc Bê-tên, thuộc miền Bắc xứ Ca-na-an. Tại đó có một cây gọi là Cây Mô-rê. 📖 Theo Wenham, Cây Mô-rê là một cây sồi tại Si-chem, còn Mô-rê có nghĩa là "thầy giáo" (Cây Mô-rê chỉ về một nơi thầy giáo thường đến để dạy học).[12] Vào thời xưa, tại xứ Ca-na-an, một cây như vậy có ý nghĩa liên quan đến khả năng sinh sản, cho nên nó thường trở thành một nơi để thờ phượng thần ban cho khả năng sinh sản.[13] Sau đó, câu 6 có lời nhận xét: "Lúc đó, dân Ca-na-an đang còn ở trong xứ". Câu này cho biết lý do tại sao Áp-ram không thể chiếm đất hứa được.[14] Câu 7 chép rằng tại Cây Mô-rê Chúa hiện ra với Áp-ram, và đây là lần đầu tiên Chúa hiện ra với một tộc trưởng trong Kinh Thánh.[15] Điều này nhấn mạnh tầm quan trọng của sự kiện này.

✻ Khi Chúa hiện ra với Áp-ram, Ngài ban cho một lời hứa khác, đó là lời hứa dành riêng cho dòng dõi của Áp-ram tại xứ Ca-na-an. Lời hứa này thật quan trọng vì định hướng cho dòng dõi của Áp-ram. 📖 Hamilton nhấn mạnh rằng lời hứa này chỉ dành cho dòng dõi của Áp-ram, không phải cho Lót hay Áp-ram.[16] Và lời hứa này được Chúa lặp lại nhiều lần (📖 15:7, 18–21, 17:7). Sau đó, xứ Ca-na-an là đất hứa được dân Y-sơ-ra-ên chiếm lấy dưới sự chỉ huy của Giô-suê, các thẩm phán, vua Sau-lơ và Đa-vít.

---

[11] Wenham, *Genesis 1–15*, 278.
[12] Wenham, 279.
[13] Matthews, Victor Harold; Chavalas, Mark W.; Walton, *The IVP Bible background commentary: Old Testament*, Sáng 12:6.
[14] Wenham, *Genesis 1–15*, 279.
[15] Wenham, 279.
[16] Hamilton, *Genesis 1–17*, 377.

✶ Đáp ứng của Áp-ram cũng bao gồm sự thờ phượng. Sau khi Chúa hiện ra, Áp-ram xây bàn thờ cho Ngài. Việc này giới thiệu sự thờ phượng Chúa được diễn ra tại xứ đó, chứng tỏ rằng đây chính là đất hứa.[17] 📖 Trong 8:20, Nô-ê đã dựng một bàn thờ khi ra khỏi tàu và dâng của lễ. Mặc dù bản văn không đề cập đến, nhưng chúng ta có thể hiểu, giống như Nô-ê, Áp-ram đã dâng tế lễ cho Chúa tại Si-chem 📖 vì đó là mục đích của bàn thờ.[18] Dâng tế lễ là phương cách thờ phượng một vị thần và là cách đáp ứng thường thấy khi Chúa hiện ra trong Kinh Thánh, và việc xây bàn thờ cho thấy đức tin của Áp-ram đặt nơi Chúa về lời hứa của Ngài.[19]

✶ Trong câu 8, Áp-ram tiếp tục cuộc hành trình của mình đến Bê-tên và A-hi, và phần còn lại của cuộc hành trình cũng cho thấy Áp-ram tiếp tục đặt niềm tin nơi Chúa. Hai thành phố Bê-tên và A-hi nằm ở phía Tây Giê-ri-cô và phía Bắc Sa-lêm (cùng địa điểm với Giê-ru-sa-lem), tại trung tâm đất hứa. 📖 Tại đó, Áp-ram xây thêm một bàn thờ khác cho Chúa và "cầu khẩn danh Ngài" (c. 8). Cụm từ này được dùng nhiều lần trong Sáng Thế Ký (📖 như 4:26, 21:33, và 26:25), và theo Wenham điều này có nghĩa là Áp-ram thờ phượng Chúa đúng theo nghi thức.[20] Sau đó, Áp-ram tiếp tục xuống miền Nam đến vùng Nê-ghép. Một số bản dịch tiếng Việt dịch từ Nê-ghép chỉ về một vị trí địa lý (BTT là "Nam phương" và BDM là "phía Nam"). Dù cách dịch này không sai (*negeḇ* [נֶגֶב] cũng có nghĩa là "Nam phương"), nhưng rõ ràng nơi này có tên gọi là "Negeb".[21] Khu vực này nằm ở phía Nam xứ Ca-na-an, trên đường đi đến Ai Cập. Cuộc hành trình đã dẫn Áp-ram, Sa-rai, và Lót từ biên giới phía Bắc xuống biên giới phía Nam của đất hứa.[22] Như vậy, Áp-ram đã xem xét cả đất hứa và qua đức tin khẳng định vùng đất này thuộc về dòng dõi của mình và thuộc về Chúa.

Đáp ứng của Áp-ram kết thúc phần giới thiệu về Áp-ram ở chương này. Qua phần này, chúng ta biết rằng Áp-ram là người làm theo lời Chúa.

Kết Luận

✶ Có lẽ câu chuyện này gợi lên nhiều câu hỏi hơn câu trả lời. Áp-ram sẽ trở thành một nước lớn như thế nào khi Sa-rai son sẻ? Áp-ram sẽ được làm nổi

---

[17] Matthews, Victor Harold; Chavalas, Mark W.; Walton, *The IVP Bible background commentary: Old Testament*, Sáng 12:6–9.

[18] J. McKeown và T. C. Mitchell, "Bàn Thờ (Altar)", trong *Thánh Kinh Tân Từ Điển*, b.t I. Howard Marshall và c.s. (Hà Nội: NXB Phương Đông, 2009), 147.

[19] Wenham, *Genesis 1–15*, 280.

[20] Wenham, 280.

[21] Holladay, *A Concise Hebrew and Aramaic Lexicon of the Old Testament*, 225.

[22] Wenham, *Genesis 1–15*, 281.

danh như thế nào? Chúa sẽ ban phước như thế nào? Dòng dõi của Áp-ram sẽ chiếm đất hứa như thế nào khi có dân Ca-na-an đang ở tại đó? Chính những câu hỏi này nhấn mạnh những thách thức đối với Áp-ram và đối với Chúa trong việc thực hiện kế hoạch cứu chuộc qua dòng dõi của Áp-ram.

☆ Đồng thời, phân đoạn này giới thiệu đức tin của Áp-ram và ân điển của Chúa cho ông. Những lời hứa về dòng dõi, phước hạnh, và đất mới là những chủ đề quan trọng trong suốt câu chuyện về Áp-ram. Ông là người vâng phục tiếng gọi của Chúa, ra khỏi quê hương đi đến xứ Ca-na-an và thờ phượng Chúa.

☆ Câu chuyện này có ý nghĩa quan trọng đối với chúng ta vì qua Áp-ram, chúng ta cũng nhận ân điển từ nơi Chúa. Lời hứa về phước hạnh dành cho các dân tộc qua dòng dõi của Áp-ram là phần báo trước về Tin Lành. 📖 Như đã đề cập ở trên, Phao-lô nhắc đến Sáng Thế Ký 12:3 là lời tuyên bố về Tin Lành (Ga 3:8). Dòng dõi của Áp-ram gồm có Chúa Giê-xu Christ (📖 hãy xem Ma-thi-ơ 1:1, 2), là Chúa Cứu Thế của các dân tộc. Qua đức tin, chúng ta trở thành dòng dõi của Áp-ra-ham, thừa kế lời hứa dành cho ông (📖 Ga 3:9). Cũng như Áp-ram, chúng ta nên đáp ứng bằng đức tin và sự vâng phục vì Chúa đã lập kế hoạch ân điển xuống phước cho chúng ta qua Chúa Giê-xu.

Tài Liệu Tham Khảo

Adler, Mortimer J., và Charles Van Doren. *How to Read a Book: The Classic Guide to Intelligent Reading*. Revised and Updated ed. New York: Touchstone, 1972.

———. *Phương Pháp Đọc Sách Hiệu Quả: Tác phẩm kinh điển về cách đọc sách thông minh*. Biên dịch bởi Hải Nhi. Hà Nội, Việt Nam: NXB Lao Động - Xã Hội, 2017.

Alexander, T. Desmond. *From Paradise to the Promised Land: An Introduction to the Main Themes of the Pentateuch*. 3rd a.b. Grand Rapids: Baker, 2012.

Alter, Robert. *The Art of Biblical Narrative*. New York: Basic, 1981.

Arndt, William; Danker, Frederick W.; Bauer, Walter. *A Greek-English lexicon of the New Testament and other early Christian literature*. 3rd ed. Chicago: University of Chicago Press, 2000.

Baer, D. A., và R. P. Gordon. "חָסַד (ḥāsad II)". Trong *NIDOTTE*, biên tập bởi Willem A. VanGemeren, 2:211–18. Grand Rapids: Zondervan, 1999.

Baroody, Wilson G., và William F. Gentrup. "Exodus, Leviticus, Numbers, and Deuteronomy". Trong *A Complete Literary Guide to the Bible*, biên tập bởi Leland Ryken và Tremper Longman III, 216–29. Grand Rapids: Zondervan, 1993.

Bauer, W., F. W. Danker, W. F. Arndt, và F. W. Gingrich. *A Greek-English Lexicon of the New Testament and Other Early Christian Literature*. 3rd ed. Chicago: University of Chicago Press, 2000.

Berlin, Adele. *Poetics and Interpretation of Biblical Narrative*. Bible and Literature Series 9. Sheffield: Almond, 1983.

Block, Daniel I. "Nations/Nationality". Trong *NIDOTTE*, biên tập bởi Willem A. VanGemeren, 4:966–72. Grand Rapids: Zondervan, 1999.

———. *Phục Truyền Luật Lệ Ký*. Biên dịch bởi Lan Khuê. Vol 2. Hà Nội: NXB Tôn Giáo, 2018.

Bray, Gerald L. *Biblical Interpretation: Past & Present*. Downers Grove, IL: InterVarsity, 1996.

Brown, Francis, S. R. Driver, và Charles A. Briggs. *A Hebrew and English Lexicon of the Old Testament with an Appendix Containing the Biblical Aramaic*. Oxford: Clarendon Press, 1977.

Brown, Michael L. "בָּרַךְ (bārak II)". Trong *NIDOTTE*, biên tập bởi Willem A. VanGemeren, 1:757–67. Grand Rapids: Zondervan, 1999.

Bruce L. Shelley. *Church History in Plain Language*. 3rd a.b. Nashville, TN: Thomas Nelson, 2008.

Brueggemann, Walter. "Psalms and the Life of Faith: A Suggested Typology of Function". Trong *The Psalms and the Life of Faith*, biên tập bởi Patrick D. Miller Jr., 3–32. Minneapolis: Fortress, 1995.

Bullock, C. Hassell. *An Introduction to the Old Testament Prophetic Books*. Chicago: Moody, 1986.

Cao Xuân Hạo và Hoàng Dũng. *Từ Điển Thuật Ngữ Ngôn Ngữ Học Đối Chiếu: Anh-Việt, Việt-Anh*. Hà Nội: NXB Khoa Học Xã Hội, 2005.

Carson, D. A. *Exegetical Fallacies*. Grand Rapids: Baker, 1996.

Chapell, Bryan. *Christ-Centered Preaching: Redeeming the Expository Sermon*. Grand Rapids: Baker, 1994.

———. *Using Illustrations to Preach with Power*. Wheaton, IL: Crossway, 2001.

Chisholm, Robert B. *From Exegesis to Exposition: A Practical Guide to Using Biblical Hebrew*. Grand Rapids: Baker, 1998.

Chisholm, Robert B., Jr. *Handbook on the Prophets: Isaiah, Jeremiah, Lamentation Ezekiel, Daniel, Minor Prophets*. Grand Rapids: Baker Academic, 2002.

Clapp, R. R. "Reconstructionism, Christian". Trong *Dictionary of Christianity in America*, biên tập bởi Daniel G. Reid, Robert Dean Linder, Bruce L. Shelley, và Harry S. Stout. Downer's Grove, IL: InterVarsity, 1990.

Collins, Billy Jean. "The Hittites and the Hurrians". Trong *The World around the Old Testament: The People and Places of the Ancient Near East*, biên tập bởi Bill T. Arnold và Brent A. Strawn, 197–228. Grand Rapids: Baker Academic, 2016.

Cotterell, Peter, và Max Turner. *Linguistics & Biblical Interpretation*. Downers Grove: InterVarsity Press, 1989.

———. *Linguistics and Biblical Interpretation*. InterVarsity Press, 1989.

Cross, F. L., và Elizabeth A. Livingstone, b.t.v. "Marcion". Trong *The Oxford Dictionary of the Christian Church*, 1040. Oxford: Oxford University Press, 2005.

Dearman, J. Andrew. *The Book of Hosea*. NICOT. Grand Rapids, MI: Eerdmans, 2010.

Didion, Joan. "Why I Write". *Literary Hub* (blog), 26 Tháng Giêng 2021. https://lithub.com/joan-didion-why-i-write/.

Dillard, Raymond B., và Tremper Longman III. *An Introduction to the Old Testament*. 2nd a.b. Grand Rapids: Zondervan, 2006.

E Dốp. *Truyện Ngụ Ngôn E Dốp: Văn Học Cổ Điển Hi Lạp*. Biên dịch bởi Bùi Phụng. Hà Nội: NXB Văn Học, 2017.

Erickson, Millard J. *The Concise Dictionary of Christian Theology*. Wheaton, IL: Crossway, 2001.

Fensham, F. C. "Giao Ước, Liên Minh". Trong *Thánh Kinh Tân Từ Điển*, biên tập bởi I. Howard Marshall, A. R. Millard, J. I. Packer, và D. J. Wiseman, 742–47. Hà Nội: NXB Phương Đông, 2009.

Fishbane, Michael A. *Biblical Interpretation in Ancient Israel*. Oxford: Clarendon Press, 1985.

Gentry, Peter J. *How to Read and Understand the Biblical Prophets*. Wheaton, IL: Crossway, 2017.

Gleason, Randall. "'Letter' and 'Spirit' in Luther's Hermeneutics". *Bibliotheca sacra* 157 (2000): 468–85.

Grayson, A. Kirk. "Nineveh (Place)". Trong *ABD*, biên tập bởi David Noel Freedman, 4:1118–19. New York: Doubleday, 1992.

Greidanus, Sidney. *The Modern Preacher and the Ancient Text: Interpreting and Preaching Biblical Literature*. Grand Rapids, MI: Eerdmans, 1988.

Grudem, Wayne A. *Systematic Theology: An Introduction to Biblical Doctrine*. Grand Rapids, MI: Zondervan, 2004.

GS. Trần Văn Đoàn. "Tổng Quan Về Thông Diễn Học (Hermeneutics)". Truy cập 6 Tháng Tư 2017. http://www.simonhoadalat.com/HOCHOI/TRIETHOC/HermeneuticsChapter%201.htm.

Hamilton, Victor P. *Handbook on the Pentateuch: Genesis, Exodus, Leviticus, Numbers, Deuteronomy*. 2nd ed. Grand Rapids: Baker Academic, 2005.

———. *The Book of Genesis: Chapters 1–17*. NICOT. Grand Rapids, MI: Eerdmans, 1990.

Hess, Richard S. "Literacy in Iron Age Israel". Trong *Windows into Old Testament History: Evidence, Argument, and the Crisis of "Biblical Israel"*, biên tập bởi V. Philips Long, Gordon J. Wenham, và David W. Baker, 82–102. Grand Rapids: Eerdmans, 2002.

———. "Questions of Reading and Writing in Ancient Israel". *Bulletin for Biblical Research* 19 (2009): 1–9.

Hofreiter, Christian. "Genocide in Deuteronomy and Christian Interpretation". Trong *Interpreting Deuteronomy: Issues and Approaches*, biên tập bởi

David G. Firth và Philip Johnston, 240–62. Downers Grove, IL: IVP Academic, 2012.

Holladay, John S. "Assyrian Statecraft and the Prophets of Israel". *Harvard Theological Review* 63 (1970): 29–51.

Holladay, William L. *A Concise Hebrew and Aramaic Lexicon of the Old Testament*. Grand Rapids: Eerdmans, 1971.

Howard, David M., Jr. *Joshua*. Vol 5. Nashville: Broadman & Holman, 1998.

Hubbard, David A. *Hosea: An Introduction and Commentary*. TOTC 24. Downers Grove, IL: InterVarsity Press, 1989.

Kaiser, Walter C., Jr., Peter H. Davids, F. F. Bruce, và Manfred T. Brauch. *Hard Sayings of the Bible*. Downers Grove, IL: InterVarsity, 1996.

Kitchen, Kenneth A., và T. C. Mitchel. "Niên Đại Cựu Ước". Trong *Thánh Kinh Tân Từ Điển*, biên tập bởi I. Howard Marshall, A. R. Millard, J. I. Packer, và D. J. Wiseman, 1302–13. Hà Nội: NXB Phương Đông, 2009.

Kline, Meredith G. *Treaty of the Great King: The Covenant Structure of Deuteronomy*. Grand Rapids: Eerdmans, 1963.

Koehler, Ludwig, Walter Baumgartner, và Johann Jakob Stamm. *The Hebrew and Aramaic Lexicon of the Old Testament*. Biên tập bởi M. E. J. Richardson. Electronic ed. Leiden: Brill, 1999.

Làm thế nào để đọc Kinh Thánh – Phong cách văn học trong Kinh Thánh - Literary Styles in the Bible. BibleProject Vietnamese - Tiếng Việt, 2020. https://www.youtube.com/watch?v=qP1ZUL4W5WM.

Lessing, R. Reed. "Just Where was Jonah Going? The Location of Tarshish in the Old Testament". *Concordia Journal* 28 (2002): 291–93.

Longman III, Tremper. "The Literature of the Old Testament". Trong *A Complete Literary Guide to the Bible*, biên tập bởi Leland Ryken và Tremper Longman III, 49–68. Grand Rapids: Zondervan, 1993.

Longman, Tremper, III. "Biblical Poetry". Trong *A Complete Literary Guide to the Bible*, biên tập bởi Leland Ryken và Tremper Longman III, 80–91. Grand Rapids: Zondervan, 1993.

———. "Form Criticism, Recent Developments in Genre Theory, and the Evangelical". *Westminster Theological Journal* 47 (1985): 46–67.

———. "What I Mean by Historical-grammatical Exegesis--Why I Am Not a Literalist". *Grace Theological Journal* 11 (Tháng Chín 1990): 137–52.

Matthews, Victor Harold; Chavalas, Mark W.; Walton, John H. *The IVP Bible background commentary: Old Testament*. Electronic ed. Downers Grove, IL: InterVarsity Press, 2000.

McKeown, J., và T. C. Mitchell. "Bàn Thờ (Altar)". Trong *Thánh Kinh Tân Từ Điển*, biên tập bởi I. Howard Marshall, A. R. Millard, J. I. Packer, và D. J. Wiseman, 147–49. Hà Nội: NXB Phương Đông, 2009.

McKnight, Edgar V. "Reader-Response Criticism". Trong *To Each Its Own Meaning: An Introduction to Biblical Criticisms and Their Application*, biên tập bởi Stephen R. Haynes và Steven L. McKenzie, 2nd a.b, 230–52. Louisville, KY: Westminster John Knox, 1999.

Mendenhall, George E., và Gary A. Herion. "Covenant". Trong *ABD*, biên tập bởi D. N. Freedman, 1:1179–1202. New York: Doubleday, 1992.

Osborne, Grant R. *The Hermeneutical Spiral: A Comprehensive Introduction to Biblical Interpretation*. IVP Academic, 2006.

Owens, Daniel C., Bà Phạm Xuân Thiều, và Nguyễn Thị Hải Vân. *Sổ Tay Thuật Ngữ Thần Học Anh-Việt*. 2nd a.b. Hà Nội: Nhà Xuất Bản Tôn Giáo, 2014.

Owens, Daniel C. và Trần Nguyễn Hữu Thiên. *Ngữ Pháp Căn Bản Tiếng Hê-bơ-rơ*. Hà Nội: NXB Tôn Giáo, 2015.

Patterson, Richard. "Old Testament Prophecy". Trong *A Complete Literary Guide to the Bible*, biên tập bởi Leland Ryken và Tremper Longman III, 296–309. Grand Rapids: Zondervan, 1993.

Phạm Xuân Tín. *Ngữ Vựng Thần Học*. Nha Trang: Thánh Kinh Thần Học Viện, 1974.

Professors at Gordon-Conwell Theological Seminary. "Reference Manual for Interpreting the New Testament", Tháng Bảy 2003. http://www.viceregency.com/ReferenceManual4NTInterp.pdf.

Reid, Andrew. "Nhìn Sâu Hơn vào Lời Chúa", 2019.

Richard, Ramesh. *Soạn Bài Giảng Giải Kinh: Phương Pháp 7 Bước*. Biên tập bởi Nguyễn Vĩnh Duy. Biên dịch bởi Thân Huệ Anh và Đỗ Thị Thanh Phương. Lưu Hành Nội Bộ, không ngày.

Robinson, Haddon W. *Giảng Giải Kinh: Các nguyên tắc và thực hành*. BEE International, 2005.

Ryken, Leland. *Words of Delight: A Literary Introduction to the Bible*. 2nd a.b. Grand Rapids: Baker, 1992.

Ryrie, Charles Caldwell. *Thần Học Căn Bản*. Chicago, Ill: Moody Press, 1999.

Sanders, Fred. *The Triune God*. Biên tập bởi Michael Allen và Scott R. Swain. New Studies in Dogmatics. Grand Rapids: Zondervan Academic, 2016.

Scanlin, Harold P. "Emergence of the Writing Prophets in Israel in the Mid-Eighth Century". *Journal of the Evangelical Theological Society* 21 (1978): 305–13.

Ska, Jean Louis. *"Our Fathers Have Told Us": Introduction to the Analysis of Hebrew Narratives*. Subsidia Biblica 13. Roma: Pontificio Instituto Biblico, 2000.

Smith, Kevin Gary. *Bài Viết Học Thuật và Nghiên Cứu Thần Học: Sách Hướng Dẫn cho Sinh Viên*. Hà Nội: reSource Leadership International, lưu hành nội bộ, 2017.

Stuart, Douglas. *Old Testament Exegesis: A Handbook for Students and Pastors*. Westminster/John Knox Press, 2001.

Sweeney, Marvin A. *Isaiah 1-39: With an Introduction to Prophetic Literature*. FOTL 16. Grand Rapids: Eerdmans, 1996.

Thiselton, Anthony C. "Hermeneutics". Trong *New Dictionary of Theology*, biên tập bởi Sinclair B. Ferguson và David F. Wright, 293–97. Downers Grove, IL: InterVarsity, 1988.

Turner, Lawrence A. "Preaching Narrative: Plot". Trong *"He Began with Moses": Preaching the Old Testament Today*, biên tập bởi Grenville J. R. Kent, Paul J. Kissling, và Laurence A. Turner, 13–29. Nottingham: InterVarsity, 2010.

VanGemeren, Willem A. *Interpreting the Prophetic Word: An Introduction to the Prophetic Literature of the Old Testament*. Grand Rapids: Zondervan, 1996.

———. *The Expositor's Bible Commentary: Psalms*. Biên tập bởi Tremper Longman và David E. Garland. Rev. ed. Vol 5. Grand Rapids: Zondervan, 2006.

———. *The Progress of Redemption: The Story of Salvation from Creation to the New Jerusalem*. Grand Rapids: Baker, 1988.

Vanhoozer, Kevin J. *Is There a Meaning in This Text? The Bible, the Reader, and the Morality of Literary Knowledge*. Grand Rapids: Zondervan, 1998.

Vogt, Peter. *Interpreting the Pentateuch: An Exegetical Handbook*. Grand Rapids: Kregel, 2009.

Warfield, Benjamin B. *The Works of Benjamin B. Warfield: Revelation and Inspiration*. Vol 1. Grand Rapids: Baker, 1932.

Watson, Wilfred G. E. *Classical Hebrew Poetry: A Guide to Its Techniques*. Vol 26. Sheffield: JSOT Press, 1986.

Webster, John. *Holy Scripture: A Dogmatic Sketch*. New York: Cambridge University Press, 2003.

Wenham, Gordon J. *Genesis 1–15*. WBC 1. Waco, TX: Word, 1987.

Whybray, R. N. *The Making of the Pentateuch: A Methodological Study*. JSOTSup 53. Sheffield: JSOT Press, 1994.

Wright, Christopher J. H. *Ngọt Hơn Mật: Giảng Các Sách Cựu Ước*. Biên dịch bởi Lan Khuê và Huệ Anh. Hà Nội: NXB Tôn Giáo, 2019.

———. *Old Testament Ethics for the People of God*. Downers Grove, IL: InterVarsity, 2004.

———. *Sứ mạng của Con dân Chúa: Thần học Thánh Kinh về Sứ mạng của Hội thánh*. Hà Nội: NXB Tôn Giáo, 2020.

Wright, J. S., và J. A. Thompson. "Sáng Thế Ký". Trong *Thánh Kinh Tân Từ Điển*, biên tập bởi I. Howard Marshall, A. R. Millard, J. I. Packer, và D. J. Wiseman, 1577–79. Hà Nội: NXB Phương Đông, 2009.

Young, Ian M. "Israelite Literacy and Inscriptions: A Response to Richard Hess". *Vetus Testamentum* 55 (2005): 565–68.

———. "Israelite Literacy: Interpreting the Evidence". *Vetus Testamentum* 48 (1998): 408–22.

www.ingramcontent.com/pod-product-compliance
Lightning Source LLC
Chambersburg PA
CBHW051636230426
43669CB00013B/2325